బతుకుచెట్టు

(కథలు)

వి. శాంతి ప్రబోధ

ఛాయ

హైదరాబాద్

BATHUKU CHETTU (Stories)
Author : V SHANTHI PRABODHA

©Author

First Edition : December, 2023
Copies : 500

Published By:
Chaaya Resources Centre
103, Haritha Apartments,
A-3, Madhuranagar,
HYDERABAD-500038
Ph: (040)-23742711
Mobile: +91-70931 65151
email: chaayaresourcescenter@gmail.com

Publication No: CRC-120
ISBN No. 978-93-92968-84-6

Book layout: Karuna Thayamma
Cover design: Arunank Latha

For Copies:
All leading Book Shops
https:/amzn.to/3xPaeld
bit.ly/chaayabooks

యాదిలో...

నాన్న వి.రంగారావు   చిన్నాన్న వి.రాజారావు

తన ముందు వారి వేదన, సామాజిక సందర్భపు వేదన తమ వేదనగా మార్చుకున్న వ్యక్తులు నాన్న వి.రంగారావు, చిన్నాన్న వి.రాజారావు. వారిద్దరి ప్రభావం నాపై ఉంది. మనుషుల్ని, వారి బతుకులను, రాజ్యం తీరును, సమాజ పోకడను చూసే చూపు ఇచ్చింది వారే. ఇప్పుడు ఇద్దరూ మన మధ్య లేరు.

వారిని యాది చేసుకుంటూ ఈ పుస్తకం....

IV

నా మాట

'బతుకుచెట్టు' కథలన్నీ నేనున్న సమాజం నుంచి వచ్చినవి. తిరిగి వచ్చిన చోటుకు అంటే... సమాజంలోకి ప్రయాణమయ్యాయి. ఒకసారి సమాజంలోకి వెళ్లిన తర్వాత ఆ కథలు నావి కావు, సమాజానివి. వాటిని ఎవరు ఎలా తీసుకుంటారు? ఎలా చూస్తారు? అనేది వారి వారి అవగాహన బట్టి ఉంటుంది.

'బతుకుచెట్టు' కథల్లో చాలా కథలు నన్ను వదలకుండా గల్లా పట్టి రాయించుకున్నాయి. కొన్ని మాత్రం నేను రాయాలనుకుంటే కథలయ్యాయి. ఇప్పుడు ఈ కథలు నావి కావు, మీవి.

ఈ కథలు ఏవీ తూకపురాళ్ళు ముందు పెట్టుకుని తూచుకుంటూ రాసినవి కావు. అక్షరాల, పేజీల కొలతల్లో ఇమడవు. అందుకే ఎక్కువ కథలు అచ్చు పత్రికలలో కంటే అంతర్జాల పత్రికల్లో చోటుచేసుకున్నాయి.

ఇప్పుడు ఈ కథలలోని అక్షరాల వెనుక, వాక్యాల వెనుక ఏముందో తెలుసుకునే బాధ్యత, ఈ కథల్లో ఏముందో, ఏమి లేదో తూచవలసిన బాధ్యత మీది అంటే... చదువరులది, విమర్శకులది.

వి. శాంతి ప్రబోధ

కృతజ్ఞతలు

నా కథలు ప్రచురించి ప్రోత్సహించిన అచ్చు, అంతర్జాల పత్రికలు... సారంగ, నవతెలంగాణ, గోదావరి, కొలిమి, అడుగు, ప్రజాశక్తి, మాతృక, సాహితీ ప్రస్థానం, అరుణతార, మోదుగుపూలు, మహిళామార్గం, 'కరోనా కథలు' సంపాదకులకు కృతజ్ఞతలు.

అడిగిన వెంటనే నా కథలపై స్పందించి తన మాట చెప్పిన ఎన్.వేణుగోపాల్ గారికి నెనరులు.

డీటీపీ చేసి ఒక రూపం తెచ్చిన తాయమ్మకరుణ గారికి,

పుస్తకానికి ముఖచిత్రాన్ని అందించిన అరుణాంక్ లత గారికి,

ఈ కథల సంపుటి తెస్తున్న 'ఛాయా రిసోర్స్ సెంటర్' వారికి కృతజ్ఞతలు.

వి. శాంతి ప్రబోధ

విషయసూచిక

ఈ కాలానికి అవసరమైన కథలు

ఇప్పటికే ఒక లేఖా రచన సంపుటం, రెండు కథా సంపుటాలు, రెండు నవలలు ప్రచురించి పాఠకాదరణ, సాహిత్యలోకంలో ఎన్నదగిన స్థానం సంపాదించిన శాంతి ప్రబోధ మూడో కథా సంపుటానికి మరొకరి ముందుమాట అదనంగా చేర్చగలిగేదేమీ ఉండదు. కనుక ఇది ఒక ముందుమాట కన్న ఎక్కువగా ఒక పాఠక మిత్రుడి స్పందన.

ఈ కథలు చదివి, మళ్లీ చదివి, మననం చేసుకుంటూ చాల కాలమే గడిచింది. ఇక్కడ ఒక గుచ్ఛంగా మారిన ఈ పదహారు వేరువేరు కథలకు విడివిడి పరిమళాలూ, విడివిడి రంగులూ ఉన్నాయి, అన్ని కథలూ కలిపి వెదజల్లే ఉమ్మడి పరిమళమూ, ప్రసరించే ఉమ్మడి శాంతి ప్రబోధ కాంతీ ఉన్నాయి. వస్తువును సంభావించడంలో, దానికి తగిన రూపాన్ని ఇవ్వడంలో రచయిత దృక్పథం అనే తప్పనిసరిగా ఉండే ఉమ్మడి సుగంధం, చల్లని తెల్లని ఆకర్షణీయమైన రంగూ సరే, వాటి గురించి రాయడం పెద్ద కష్టం కాదు, మొత్తం కథల సారాంశాన్ని, ప్రపంచాన్ని రచయిత అర్థం చేసుకున్న తీరును వివరిస్తే అవి వ్యక్తమవుతాయి. కాని విడివిడిగా ఒక్కొక్క కథకూ ఒక విశిష్టత ఉంది. ఆ విడివిడి విశిష్టతలన్నీ ఒక రసాయనిక, మానవీయ, కళాత్మక సమ్మేళనంలో సమాహారంగా మారాయి. ఆ సమాహారానికి రచయిత దృక్పథం అనే పరిమళమూ రంగూ స్వరమూ వైఖరీ మాత్రమే కాదు, ఆ దృక్పథపు పట్టకంలోంచి జాలువారిన సప్తవర్ణాల శోభ ఉంది. అందువల్ల ఒక్కొక్క కథ గురించీ రాయవచ్చు. లేదా కొన్ని కథలను, వాటి వస్తువు వల్ల ఒక సమూహంగా చూసి చర్చించవచ్చు. లేదా మొత్తంగా అన్ని కథలూ కలిసి ఏమి చెప్పాయో, ఏమి చెప్పదలిచాయో, చదువరి ఆలోచనలను,

విలువలను ఉన్నతీకరించడం అనే సాహిత్య ప్రయోజనాన్ని ఎట్లా సాధించాయో చెప్పవచ్చు.

ఈ పదహారు కథల్లో సగానికన్న ఎక్కువ గ్రామీణ జీవితం, వ్యవసాయం, రైతు జీవితం, వ్యవసాయ సంక్షోభం వంటి వస్తువులతో ఉండడం ఈ కథలకు, అసలు మొత్తం పుస్తకానికే మట్టి పరిమళాన్ని ఇస్తున్నది. 'భూమికి పచ్చాని రంగేసినట్టు' అని కవి రాశాడు గాని, నిజానికి భూమి పరుచుకున్న ఒక్క పచ్చదనంలోనే అనేకానేక ఛాయలుండడం మాత్రమే కాదు, పచ్చదనం మాత్రమే కాక అసంఖ్యాక రంగులకు కూడ భూమిక భూమి. కనుక భూమి గురించి రాయడమంటే సహజంగానే అనంత వైవిధ్యాన్ని పుణికి పుచ్చుకోవడమే. అలాగే ఇక్కడ అన్ని కథలూ, వాటిలోని పాత్రలు మనుషులు కాకపోయినప్పటికీ, ప్రకృతో, మానవేతర జీవులో అయినప్పటికీ, చెప్పదలచిందీ, చెప్పిందీ మానవ సంబంధాల అవ్యవస్థ గురించీ, ఆ అవ్యవస్థను మార్చవలసిన అవసరం గురించీ, ఆ అవసరం పట్ల పాఠకుల అవగాహన పెంచడం గురించీ. అందువల్ల, మట్టి సుగంధంలో భాగమైన మనిషితనం సుగంధం గురించి కూడ ఈ కథలు మాట్లాడుతాయి.

మనిషి తరతరాలుగా అనుభవిస్తున్న మట్టి వాసన వ్యక్తమైన అనేకానేక రూపాలలో వ్యవసాయం ప్రధానమైనది. అది మనిషికి జీవనాధారం కూడ గనుక దాన్ని మనిషి నుంచి విడదీసి చూడడానికే వీలు లేదు. కాని ఇటీవలి కాలంలో వ్యవసాయం, వ్యవసాయంతో పెనవేసుకున్న మానవత్వం, గ్రామీణ జీవనం మన ఆలోచనా పరిధి నుంచి నిష్క్రమిస్తున్నాయి. వ్యవసాయంతో, గ్రామీణ జీవనంతో సంబంధం లేని, లేదా దూరంగా ఉన్న పట్టణ, నాగరిక (అదే చాల చిత్రమైన పదం. గ్రామాలకూ, వ్యవసాయానికీ సంబంధం లేని నగర ప్రజానీకానిదే నాగరికత అట!) జీవనానిదే పైచేయి అయి, గ్రామీణ జీవనాన్ని ఈసడించుకోవడం, అసలు అటువంటిది లేనే లేదనే, అవసరం లేదనే భ్రమలో బతకడం ముఖ్యంగా మధ్యతరగతికి అలవాటయింది.

అటువంటి పూర్వరంగంలో వ్యవసాయాన్ని మళ్లీ ఒకసారి మానవ ఆలోచనలో కేంద్ర స్థానానికి తేవడం, వ్యవసాయ జీవితంలోని మానవ సంబంధాల దుస్థితి గురించీ, మొత్తంగా మానవ సంబంధాల గురించీ అత్యవసరమైన ఆలోచనలను కళారూపంలో ప్రేరేపించడం అనే రెండు ప్రధానమైన కారణాల వల్ల శాంతి ప్రబోధ కథలు ఈ కాలానికి అవసరమైన కథలు.

కారణాలేమైనప్పటికీ మధ్యతరగతిలో, చదువుకున్నవారిలో, తమ అభిప్రాయాలను వ్యక్తీకరించగలిగే, ఇతరుల అభిప్రాయాలను రూపొందించగలిగే వారిలో వ్యవసాయం పట్ల చిన్నచూపు పెరిగిపోతున్నది. ఆర్థిక వ్యవస్థ గణాంకాలలో విలువ తగ్గించి చూపే తప్పుడు పద్ధతులలో వ్యవసాయ రంగపు వాటాను నానాటికీ కుదించడం అనేది ఒక రూపమైతే, సామాజిక, సాంస్కృతిక విలువల వ్యవస్థలోనే వ్యవసాయం పట్ల గౌరవం తగ్గిపోవడం, వ్యవసాయదారుల పట్ల, గ్రామాల పట్ల చిన్నచూపు పెరుగుతుండడం మరొక రూపం.

వ్యవసాయం పనికిరానిదనీ, వ్యవసాయంమీద ఎవరికీ ఆసక్తి లేదనీ, అవకాశం దొరికితే ఎవరైనా వ్యవసాయ రంగాన్ని వదిలివెయ్యడానికే సిద్ధంగా ఉన్నారనీ, కొత్త తరాలు వ్యవసాయంలోకి రావడం లేదనీ కొన్ని అభిప్రాయాలు చాలమంది చదువుకున్న వాళ్లలో, మధ్యతరగతికి ఎదుగుతున్నవాళ్లలో ఉన్నాయి. వ్యవసాయాదాయం కనీస మనుగడకు కూడ సహాయపడని స్థితిలో ఉండడం, గ్రామ వికాసం నానాటికీ దిగజారుతుండడం, వ్యవసాయదారులు విపరీతంగా ఆత్మహత్యలకు పాల్పడుతుండడం, గ్రామాల నుంచి పట్టణాలకు వలసలు పెరుగుతుండడం, పట్టణాల జనాభా పెరిగిపోతుండడం వంటి నిత్యజీవిత అంశాలవల్ల వ్యవసాయం పట్ల అటువంటి చిన్నచూపు కలగడానికి అవకాశం ఉన్నమాట నిజమే.

కాని రూపమే ఎప్పుడూ సారం కాదు.

వ్యవసాయం మానవ సమాజానికి ఎందుకు అవసరమో కొత్తగా చెప్పనవసరం లేదు. మనిషి మనుగడకు అవసరమైన ఆహార ఉత్పత్తులూ, నిత్యజీవితంలో అవసరమైన అనేక సరుకుల ఉత్పత్తికి మూలాధారాలూ వ్యవసాయ రంగం నుంచే వస్తాయి. వ్యవసాయ రంగం ఆగిపోయిందంటే మానవ జీవితమే ఆగిపోతుంది. కనుక వ్యవసాయ రంగం ప్రాధాన్యత కోల్పోయిందనో, కోల్పోతున్నదనో వాదించడం మౌలికంగానే కుదరదు. జనాభా పెరిగిన కొద్దీ తిండి గింజల, ఇతర వ్యవసాయోత్పత్తుల అవసరం పెరుగుతుందే గాని తగ్గదు. ఆహార రూపాలు మారినా ఆహారానికి మూలమైన వ్యవసాయోత్పత్తులు పెద్దగా మారవు. మానవ సమాజానికి వ్యవసాయ ప్రాధాన్యత తగ్గిపోయిందనో, తగ్గిపోతున్నదనో వాదించడం పూర్తిగా తలకిందుల వాదన.

వ్యవసాయ సాంకేతిక విధానాలు మారవచ్చు, పంటల మార్పిడి జరగవచ్చు, మనుషులు, పశువులు, సహజ ఎరువులు, తెగుళ్ల మందులు అన్నీ మారిపోయి, యంత్రాలు, విద్యుచ్ఛక్తి, రసాయనిక ఎరువులు, రసాయనిక క్రిమి సంహారకాలు

ప్రవేశించవచ్చు, కాని వ్యవసాయ అవసరం మారదు. భూకమతాల విస్తీర్ణాలు మారవచ్చు, భూయాజమాన్య పద్ధతులు మారవచ్చు, కాని వ్యవసాయ అవసరమూ, ప్రయోజనమూ మారవు. కనుక వ్యవసాయం పోయిందనీ, పోతున్నదనీ, కొత్త తరాలు వ్యవసాయం వైపు చూడడం లేదనీ మనకు మనం ఎన్ని వాదనలు వినిపించుకున్నా, ప్రభుత్వమూ మేధావులూ వండి వారుస్తున్న గణాంకాలు ఏమి చెపుతున్నా, ఇవాళ్టికీ భారతదేశం సగం గ్రామాల్లోనే నివసిస్తున్నది. సగం కన్న ఎక్కువ జనాభా గ్రామాల్లోనే పని కోసం తండ్లాడుతున్నది. ఈ ఏడు దశాబ్దాల్లోనే చూసుకున్నా వ్యవసాయోత్పత్తి మూడు రెట్ల కన్న ఎక్కువ, జనాభా పెరుగుదల కన్న ఎక్కువ పెరిగింది. వ్యవసాయ రంగంలో ఎంత సంక్షోభం ఉన్నా, ఆ సంక్షోభం రైతుల ఆత్మహత్యల రూపంలో వ్యక్తీకరణ పొందుతున్నా, దేశ వ్యవసాయ రంగంపు ఉత్పత్తి, ఉత్పాదకత, ఉద్యోగ/ఉపాధి కల్పన ఆశావహ స్థాయిలోనే ఉన్నాయి.

అంటే వ్యవసాయం మీద మన చిన్నచూపును పునరాలోచించుకోవలసి వుంది. మనం కేవలం ప్రతి అంశాన్నీ డబ్బుల లెక్కలో కొలవడం అలవాటు చేసుకుని, వ్యవసాయంలో తగినంత ఆదాయం లేదు గనుక, వ్యవసాయోత్పత్తులకు విలువ తక్కువకట్టి దాని స్థానాన్ని తగ్గిస్తున్నారు గనుక, చిన్న రైతులకు, మధ్యతరగతి రైతులకు, కొన్నిచోట్ల ధనిక రైతులకు కూడ వ్యవసాయోత్పత్తి గిట్టుబాటుగా లేదు గనుక వ్యవసాయం పనికి రాదనడానికి అలవాటు పడుతున్నాం. అంటే వాస్తవాధారాలు మనకు అందుతున్న, మనం చిలకపలుకుల్లా వల్లిస్తున్న అభిప్రాయాన్ని సమర్థించేలా లేకపోయినా మనం ఒక భావజాల ప్రభావంలో ఆ మాట పదే పదే అంటున్నాం.

అందువల్లనే వ్యవసాయాన్ని సమర్థించే, వాస్తవాలు చెప్పే, విశ్లేషించే భావజాల ప్రచారం ఇప్పుడు చాల అవసరం ఉంది. ఆ భావజాల ప్రచారంలో వ్యవసాయరంగంలో ఉన్న నిజమైన సమస్యలను విస్మరించవలసిన అవసరమేమీ లేదు. వ్యవసాయ సంబంధాలలో, భూయాజమాన్యంలో అసమానతలు, రైతుకు గిట్టుబాటు ధరలు అందకపోవడం, మితిమీరిన ఎరువుల, క్రిమిసంహారకాల వాడకం, మార్కెట్ దుర్మార్గాలు, ప్రభుత్వ విధానాలు, నానాటికీ వ్యవసాయానికి పెట్టుబడి అవసరం పెరిగిపోవడం, ఈ పెట్టుబడి పెరుగుదల – ఫలసాయపు తక్కువ ధరలు అనే ద్వంద్వపు విషవలయంలో చిక్కి చిన్న రైతులు, కౌలు రైతులు ఆత్మహత్యలవైపు నెట్టబడుతుండడం, మనుగడ కోసం వ్యవసాయం స్థానాన్ని మార్కెట్ కోసం వ్యవసాయంగా మార్చడంలోనే ఈ అరాచకానికి మూలం ఉండడం వంటి వాస్తవాలెన్నో కచ్చితంగా చెప్పవలసి

ఉంది. ఈ నిరాశామయ స్థితిలో కూడ వ్యవసాయం గురించి కొత్త ఆలోచనలు, అన్వేషణలు సాగుతున్నాయని చెప్పవలసి ఉంది.

శాంతి ప్రబోధ కథల్లో అధిక భాగం చేసినపని అదే. అవి వ్యవసాయ జీవనాన్ని కళాత్మకంగా చిత్రించాయి, వివరించాయి, వ్యవసాయ రంగ సమస్యల మీదికి మన దృష్టి మళ్లించి, వాటిని విశ్లేషించి, మన అవగాహనలను పెంచాయి. అన్నిటికన్న ముఖ్యంగా వ్యవసాయ రంగంలోని మనుషుల పట్ల మనకు ప్రేమాభిమానాలు కలిగేలా విస్తారమైన చిత్రణ, వివరణ, విశ్లేషణ కలగలిపాయి. 'అన్నా...వేగుచుక్కై వెలుగు', 'వెన్నెల వసంతాల జాడలేవీ', 'వ్యవసాయ గురూ', 'కొండచిలువ కోరల్లో', 'ఒక ఊరి కథ' కథల్లో పూర్తి ఇతివృత్తం వ్యవసాయం, గ్రామీణ జీవితం కాగా, కనీసం మరొక మూడు కథల్లో ('ఆశల సుగంధం... సుధ', 'పడమట ఉదయించే సూర్యుడు', 'మార్కెట్ సాలెగూటిలో పల్లెలు') వ్యవసాయ, గ్రామీణ జీవిత సూచనలున్నాయి. అడవి, పర్యావరణం గురించి, నీటి పారుదల ప్రాజెక్టుల పేరిట నిర్వాసితత్వం గురించి కథలను కూడ భారత గ్రామీణ జీవిత కథలలో భాగంగానే గుర్తిస్తే మరొక మూడు కథలు కూడ చేరుతాయి. అంటే మొత్తం మీద కథా రచయితగా శాంతి ప్రబోధ హృదయం గ్రామంలో, వ్యవసాయంలో ఉన్నదన్న మాట. ఉండవలసిన చోట వున్నదన్న మాట. నిజానికి మన సమాజం వంటి ఏ వ్యవసాయ సమాజంలోనైనా ప్రతి మనిషి హృదయమూ ఉండవలసిన చోటు అది.

ఈ గ్రామాల కథనూ, వ్యవసాయపు కథనూ చెప్పడానికి శాంతి ప్రబోధ ఎంచుకున్న శిల్ప పద్ధతులు కూడ విశిష్టమైనవి. ఒక కథలో విత్తనమూ, భూమీ, గాలీ పాత్రలుగా, అవి రైతుతో జరుపుతున్న ఊహాత్మక సంభాషణగా ఆమె వ్యవసాయ సంక్షోభాన్ని వివరిస్తారు. అలాగే ప్రకృతి సమతుల్యం గురించిన కథలో జంతువులే పాత్రలు. కొవిడ్ మీద కథలో వైరస్‌లు, చీమ, గబ్బిలం పాత్రలు. వలస శ్రామికుల వేదన గురించిన కథలో రెండు మేకలు పాత్రలు. మానవేతర పాత్రలతో మానవ సంబంధాలను చిత్రించే పద్ధతి పంచతంత్రం నాటి నుంచీ సాగుతున్నదే అయినా ఇవాల్టికీ పాఠకులకు ఆసక్తికరంగానే ఉంటుంది.

వస్తువు ఎంపిక, పాత్రల ఎంపిక మాత్రమే కాదు, వాతావరణ చిత్రణ, భాష ఎంపికలలో కూడ శాంతి ప్రబోధ నైపుణ్యమూ సామర్థ్యమూ ఎన్నో చోట్ల కనబడతాయి (కొన్నిచోట్ల పరిహరించదగిన, కథాప్రక్రియకు నప్పని ఉపన్యాస, వ్యాస శైలి కూడ ఉన్నప్పటికీ). ఉదాహరణకు 'వెన్నెల వసంతాల జాడలేవీ'లో మొదటి పేరా చూడండి.

వర్షాభావం, విత్తనాల మోసం, బ్యాంకు రుణాల దుర్మార్గం, పెద్ద నోట్ల రద్దు, రైతు ఆత్మహత్య వంటి వ్యవసాయ సంక్షోభ బీభత్స దృశ్యాన్ని, పరిణామాలను చిత్రించే ఈ కథ ఎంతో ఆర్ద్రమైన, సాంద్రమైన భాషలో ప్రారంభమవుతుంది, కొనసాగుతుంది. కరోనా బీభత్సం, కొవిడ్ విజృంభణ తర్వాత ప్రభుత్వ అలక్ష్యం, వలస కార్మికుల దుర్భరమైన తిరుగు వలసలు, వైద్య, ఆరోగ్య రంగాలలో కార్పొరేట్ దుర్మార్గం బైటపడిన సందర్భంలోనే వైద్యులలో సేవానిరతి వంటి అనేక కీలకమైన అంశాలను 'నాణేనికి రెండోవైపు', 'మాయావి', 'బతుకు చెట్టు' కథలు చిత్రిస్తాయి. 'పచ్చని కల', 'న్యూ లెన్స్ లోంచి... అడవి' మనిషికి అడవి అవసరం గురించి, పర్యావరణం గురించి హృద్యంగా చిత్రిస్తాయి. గోసంగి కులం నుంచి చదువుకుని పైకి ఎదిగి, చదువు విలువ తెలుసుకున్న యువతి తన అనుభవాలను ఒక స్వచ్ఛంద సంస్థ సదస్సులో జపాన్‌లో వివరించడం ఇతివృత్తంగా సాగిన 'ఆశల సుగంధం... సుధ' మన సమాజంలోని అట్టడుగు వర్గాల దుస్థితినీ, వారికి చదువు మాత్రమే విముక్తి మార్గంగా మిగిలిన స్థితినీ, ఎన్.జి.వో.ల కృషిలోని సానుకూల పార్శ్వాన్నీ చూపుతుంది. తెలంగాణ ఉద్యమంలో ఒక ప్రధాన ఆకాంక్ష అయిన నీటి పారుదల వ్యవస్థను విస్తరించడం అనే పేరుతో, అభివృద్ధి పథకాల పేరుతో కొందరికి వెలుగునిచ్చిన పథకాలు మరెందరినో నీడల్లోకి, చీకట్లోకి ఎలా తోశాయో, మల్లన్నసాగర్ నిర్వాసితుల వేదన ఇతివృత్తంగా 'చెదిరిన చిత్రం చిగురిస్తుందా' చూపుతుంది. గ్రామీణ జీవితం కూడ భావోద్వేగ పూరితంగా, పురాస్మృతిగా అందంగా ఏమీ లేదని, గ్రామాలు కాలుష్యం బారిన పడుతున్నాయని 'పడమట ఉదయించే సూర్యుడు' చూపగా, డ్వాక్రా, చిన్న పొదుపు సంఘాల పేరుతో బహుళజాతి సంస్థల సరుకుల వల గ్రామాల మీద ఎలా పరుచుకుంటున్నదో 'మార్కెట్ సాలెగూటిలో పల్లెలు' చిత్రిస్తుంది. ఒక పర్యాటకురాలి చూపు నుంచి కశ్మీర్ సమస్య మీద దృష్టి ప్రసరిస్తుంది 'ఆరోజు ఏం జరిగిందంటే'. గ్రామీణ, వ్యవసాయ జీవితం మీద కేంద్రీకరించినప్పటికీ, శాంతి ప్రబోధ కథాకథనంలో ఉండవలసినంత వైవిధ్యం ఉందని ఈ కథలన్నీ చూపుతాయి.

ఒక్క కథ గురించి మాత్రం చెప్పి మీకూ కథలకూ మధ్య నుంచి తప్పుకుంటాను. తెలుగునాట విప్లవోద్యమం సాగుతున్న ఈ ఐదు దశాబ్దాలలో తమ పిల్లలను వదిలి ఉద్యమంలోకి, అజ్ఞాతవాసంలోకి వెళ్లిపోయిన, తిరిగి తమ పిల్లలను ఎన్నడూ చూడకుండానే అమరులైన తల్లిదండ్రులు ఎందరో. వాళ్లు ఒక ఉదాత్తమైన ఆశయం కోసం, తమ సొంత కుటుంబాలను వదిలి, నిస్వార్థంగా సమాజం కోసం జరిగే కృషిలో భాగమయ్యారనేది ఒక వాస్తవం. వాళ్ల పిల్లలు అనాథలుగానో, ఆలనా పాలనా

చూసేవారెవరైనా ఉన్నా మానసిక వేదనతోనో ఎదిగారనేదీ వాస్తవమే. రెండు వైపులా వేదన నిజమే. రెండు వైపుల వాదనలూ సమర్థనీయమే. ఏ ఒక్క వాదనకో, వేదనకో ప్రాధాన్యత ఇచ్చి మరొక వాదననూ వేదననూ కొట్టివేయడం సాధ్యం కాదు. అది కత్తి అంచు మీద నడక. ఉద్యమకారులు ఎంత గొప్ప త్యాగధనులైనప్పటికీ, ఎన్ని వేల మంది గౌరవాభిమానాలను చూరగొన్నప్పటికీ, వారి పిల్లలకు మాత్రం వారి మీద వ్యతిరేకత ఉందనేది ఒక వాస్తవం. ప్రపంచాన్నంతా ప్రేమించి, దాన్ని మార్చడానికి తమ ప్రాణాలను తృణప్రాయంగా అర్పించడానికి సిద్ధపడిన ఉద్యమకారుల ప్రేమ విశాలమైనదనేది కూడ వాస్తవమే. కాని తండ్రి మరణించి, తల్లి తిరిగి వచ్చి కొడుకును చూసినప్పుడు ఆ కొడుకు స్పందనను, తల్లి స్థితిని ఇతివృత్తంగా తీసుకుని కథ అల్లారు శాంతి ప్రబోధ. సామాజికం–వ్యక్తిగతం అనే ఈ రెండు ధ్రువాల మధ్య నిజమైన వైరుధ్యాన్ని యథాతథంగా, ఆర్ద్రంగా, సున్నితంగా, రెండు పక్షాల వాదనకూ వేదనకూ న్యాయం జరిగేలా చిత్రించడం అద్భుతమైన ప్రతిభ. శాంతి ప్రబోధ 'టచ్'లో ఆ ప్రతిభ ప్రతి అక్షరంలో కనబడుతుంది. అందులోనూ, వ్యక్తిగతంగా ఆ పాత్రలు నాకు చాల సన్నిహితమైనవీ, ప్రియమైనవీ కావడం వల్ల ఆ కథ నాకు ఉత్తి 'టచ్' మాత్రమే, స్పర్శ మాత్రమే కాదు, కన్నీటి సరుల దొంతరల స్పర్శ. శాంతి ప్రబోధకు కృతజ్ఞతలు, అభినందనలు.

చిట్టచివరిగా, "ఊరుకొక్కల్లు దైర్నం జెప్పెటోడు వున్నా, ముంగటేసెటోడు వున్నా ఇట్ల గాకపోను" అనే అద్భుత వాక్యంలో ఆమె నాయకత్వ, మార్గదర్శక పాత్ర అవసరాన్ని చెప్పారు. మన సమాజం కోల్పోతున్నదీ, అత్యవసరమైనదీ అదే. ఈ కథలు చదివినవారిలో ఆ చైతన్యం కలగడమే ఈ కథల సార్థకత.

– ఎన్.వేణుగోపాల్

హైదరాబాద్, ఆగస్ట్ 18, 2023

టచ్

"నీ చేతిని ఒకసారి టచ్ చేయొచ్చా" అతని చిన్ననాటి ఫోటోలు చూస్తున్నదల్లా ఆపి హఠాత్తుగా అడిగింది ఆమె. అలా అడుగుతూ అతని మొహంలోకి చూసింది.

అది అతను ఊహించని ప్రశ్న. సూటిగా ఆమె కళ్ళలోకి గుచ్చి గుచ్చి చూసాడు.

ఆ చూపుల్లో అనేక ప్రశ్నలు కనిపించాయి ఆమెకు.

వాటికి సమాధానం చెప్పలేని ఆమె తల వాలింది.

అక్కడున్న ముగ్గురి మధ్య పైకి వినిపించని మాటల ప్రవాహం నిశ్శబ్దంగా... రకరకాల భావోద్వేగాల సమ్మేళనంతో కొట్టుమిట్టాడుతున్న అతని హృదయం వేగంగా కొట్టుకుంటున్నది.

ఆమె అడిగిన తీరు అతని హృదయాన్ని తాకి చలింపజేస్తున్నది.

అగ్నిపర్వతం బద్దలై అతలాకుతలం అయిన సముద్రంలాగా అతను.

ఆ కడలి తరంగ లోతుల్లోకి చూడ ప్రయత్నిస్తూ ఆమె.

కానీ అది సాధ్యమా...

అడగకూడనిది కాదుగా... ఆచూపులకు అర్థం ఏమనుకోవాలి? సీమటపాకాయ లాగా ఎగిరిపడేవాడు మౌనిలాగా... ఇద్దరినీ మార్చి మార్చి చూస్తున్న ముసలమ్మ.

ఏళ్ళ తరబడి ఘనీభవించిన అశాంతి, ఉక్కపోత, జీవన ఘర్షణ ముగ్గురిలో.

* * *

ఆమెనే చూస్తున్న అతనికి హాస్టల్‌కి వెళ్ళిన చెల్లి పిన్నికి పంపిన ఉత్తరం, మురిపెంగా అందరి ముందు పిన్ని చదివిన వైనం కళ్ళముందు కొచ్చింది.

'అమ్మా! ఐ మిస్ యూ అమ్మా... నిన్ను, నీ ప్రేమను మిస్ అవుతున్నానమ్మా. అమ్మా నువ్వంటే నాకిష్టం. చాలా ఇష్టం. గుండెకు హత్తుకుని నా నుదుటిపై ముద్దుల వర్షం కురిపించే నీ ప్రేమంత ఇష్టం. అన్నీ నాకు తినిపించాలని చూస్తావ్. నేను తిననని మారాం చేస్తే ముద్దుమురిపాల మాటలతో మాయచేసి మరీ తినిపిస్తావు. అడగడం మరుక్షణం రకరకాల పిండి వంటలు క్షణాల్లో సిద్ధం చేసేస్తావ్. నేనెప్పుడూ బెస్ట్‌గా చూడ చక్కగా ఉండాలని ఆరాటపడతావు.

'నవ్వుతూ నవ్విస్తావు. వానా వానా వల్లప్పా అంటూ ఆడనిస్తావు. ఇంటా బయటా రకరకాల సరదా ఆటలు ఆడిస్తావ్. కొత్త కొత్త విషయాలెన్నో నా ముందుకు తెస్తావు, కొత్త లోకాన్ని పరిచయం చేస్తావు. అన్నం కూర వండినట్టే రోజూ కొత్త కొత్త కథలు అల్లుతావు. పడుకునేటప్పుడు నువ్వు చెప్పే కథలు విననిదే నిద్ర వచ్చేదేకాదు. అన్ని కథలు నీ బుర్రలోకి ఎట్లా వచ్చాయో తెలీదు కానీ అవంటే నాకెంతో ఇష్టం. నన్ను గట్టిగా కౌగలించుకొని నన్ను తడుతూ గుడ్ నైట్ అంటావ్.

'నా కోసం ప్రతిరోజుని ప్రత్యేకమైన రోజుగా మార్చేస్తావ్. నన్నెంతో సంతోష పెట్టాలని చూస్తావ్. అందుకని, నువ్వంటే నాకెంతో ఇష్టం. ఎంత అంటే హిమాలయ పర్వత శిఖరాలంత. అమ్మా, ఐ మిస్ యూ అమ్మా' అంటూ చాలా పెద్ద ఉత్తరం రాసింది.

ఆ ఉత్తరం చదివిన పిన్ని తనపై బిడ్డకున్న ప్రేమకు ఎంత మురిసిపోయిందో, ఎలా దాచుకుందో తనకు తెలుసు.

నేను ఎప్పుడైనా నా కన్నతల్లికి అలా చెప్పగలనా..? అనుకుంటూ ఎదురుగా ఉన్న ఆమె మొహంలోకి చూసాడు.

ఆమె వెచ్చని స్పర్శ కోసం, ఆత్మీయ ఆలింగనం కోసం ఎంత తపించిపోయాడో ఆమెకేం తెలుసు? ఎన్ని రాత్రులు ఆ చూపుకోసం, ప్రేమకోసం అలమటిస్తూ దిండు తడిపేశాడో ఆమెకేం తెలుసు..? ఆమె నుండి తనేం పొందాడు? అంతులేని ఆవేదన తప్ప. గుండెలోతుల్లో దించుకోలేని భారం తప్ప. హూ... ఇప్పుడు, ఇన్నేళ్ళకి గుర్తొచ్చానా ఆవిడగారికి? ఉడికిపోతున్నది అతని మనసు.

వాళ్ళకి నేను అవసరం లేదు. వాళ్ళ జీవితం వేరేవాళ్ళ కోసమే. కన్నబిడ్డ కోసం కాదని ఎంత బెంగపడిపోయాడు. మనసులో బద్దలయ్యే బాధను ఎట్లా

తీర్చుకోవాలో తెలియక నాన్నమ్మని విసుక్కునేవాడు. పాపం నాన్నమ్మ... నన్ను నా కోపాన్ని, నాలోని అసహనాన్ని ఎట్లా భరించిందో..!

ఈవిడ ఇప్పుడొచ్చి తీయగా పలకరించి, అమ్మను అంటే నేనెలా ప్రేమించ గలను? ఇదేమన్నా సినిమానా..? నా పుట్టుకకు వాళ్ళే కారణం కావచ్చు. కానీ నేను కోరితే కనలేదే. వాళ్ళకిష్టమై నాకు జన్మనిచ్చారు. మరి నా బాధ్యత వాళ్ళదే కదా..? ఎందుకు వదిలేయాలి? ఎందుకు వదిలించుకోవాలి?

వాళ్ళ జీవితం వాళ్ళ ఇష్టం. కానీ నన్ను అనాథను చేసే హక్కులేదుగా..? నా హక్కుల్ని కాలరాసే హక్కులేదుగా?

ఈ విషయంలో నాన్నమ్మకి తనకి ఎప్పుడూ వాదనే. ఈ వయసులో నాన్నమ్మకి ఎన్ని చింతలో... అయినా చింతలులేని మనిషి ఈ లోకంలో ఉంటాడా... అనుకుంటూ నాన్నమ్మ కేసి చూశాడు.

* * *

కొద్దిగా ఆవలగా కూర్చుని చూస్తున్న నాన్నమ్మ కళ్ళలో గిర్రున నీళ్ళు తిరిగి రెండు చుక్కలు టపటపా రాలాయి. పొంగివస్తున్న గుండెలోపలి దుఃఖం ఏరులై పారకుండా కొంగు చాటున దాచేస్తూన్నది. మనసులో నలుగుతున్న అనేకానేక భావాల్ని కొంగు మాటున కట్టడి చేస్తూ మామూలుగా ఉండడానికి ప్రయత్నిస్తున్నది.

ఆమెకు ఆ తల్లీ కొడుకుల కలయిక అద్భుతమైన, అపురూపమైన దృశ్యంగా కనిపిస్తున్నది. బండరాయిగా మాదిరిన ఈ గుండె మొండిదై పోయిందనుకున్నా... కళ్ళలో తడి ఎప్పుడో ఆవిరైపోయిందనుకున్న ఆమెలో ఉవ్వెత్తున ఎగసివస్తున్న ఆనందం. అందులోంచి పెల్లుబుకుతున్న కన్నీళ్ళు. బతికుండగా చూడగలనా అనుకున్న క్షణాలు...

అనుకోని అతిథిగా వచ్చిన క్షణాలు అలాగే నిలిచిపోవాలని కోరుకుంటున్నది నాన్నమ్మ. 'మీ నాన్న, అమ్మ' అని చెబితే ఈ మనవడికి నచ్చదు. అయినా అలా అనడం మానదు.

నీ కొడుకు ఎప్పుడైనా నన్ను గుండెలపై మోశారా? నా చేయి పట్టుకుని నడిపించారా? ఒళ్ళో కూర్చోబెట్టుకుని కథలు చెప్పారా? తప్పులను సరిదిద్దారా..? మంచి చెడు నేర్పారా? నా ఉన్నతికి బాటలు వేశారా? లక్ష్య సాధనలో నా వెంట వున్నారా? నా కోసం కష్టపడ్డారా? నాకు స్ఫూర్తి ప్రదాతగా నిలిచారా? ఏం చేశారని నాన్న అనమంటావ్ అని కసురుకునే మనవడు.

'మాఁ... చెప్పొచ్చావ్ లే... నీ కొడుకు గొప్పతనం' అని ఒక్క చూపుతో ఎన్నో ప్రశ్నల బాణాలు విసిరే మనవడు. 'అలాంటి కొడుకుని కన్నావ్' అని ఇంటర్‌లో వుండగా నానారకాలుగా విసిగించిన మనవడిని చూస్తూ...

'నాన్నంటే ఓ నమ్మకం. ఓ బలం. నాన్నంటే నేస్తం. నాన్నంటే ఓ ధైర్యం. ఓ బాధ్యత, ఓ భద్రత, భరోసా. త్యాగానికి మారు పేరు. నువ్వు అవేమీ అందుకోలేదు నిజమే, కానీ అంతకుమించి ఎంతో చేస్తున్నాడు' అని చెబితే నిరసించే ఈ మనవడు...

'కన్న కొడుకుకే ఏమీ చేయలేని వాళ్ళు ఇంకెవరికో ఏమో చేస్తారని ఎలా నమ్మను' అని వాదులాడే మనవడు...

అనాథను చేశారని అమ్మానాన్నలపైనే కాదు నాన్నమ్మపై కూడా కోపం, కసి ప్రదర్శించే మనవడు...

పాపం వాటిని ఎలా తీర్చుకుంటాడు? ఎవరి దగ్గర వెళ్ళగక్కుతాడు? నా దగ్గరేకదా... అనుకుని ఎంత విరుచుకుపడినా తను చెప్పేది చెప్తూనే ఉండేది నాన్నమ్మ.

ఓరి పిచ్చిసన్నాసీ... నీకేం తెల్సురా వాళ్ళ గురించి. వాళ్ళు ఎందరికో స్ఫూర్తి. త్యాగానికి మారుపేరు. ఆ రోజుల్లో మీనాన్న ఉన్నత చదువులు చదివాడు. పైస్థాయిలో ఉండాల్సిన మనిషి, అపర మేధావి. వడ్డించిన విస్తరి వంటి జీవితాన్ని, కన్నవాళ్ళను, కన్నకొడుకును, బంధాలను, బాంధవ్యాలను వదులుకోవడంలో వారికొక లక్ష్యం వుంది. ఆ లక్ష్యసాధనలో బంధాలు ప్రతిబంధకాలు కాకూడదనే అవగాహన వుంది. అందుకోవలసిన లక్ష్యం కోసం ఎంతటి కష్టాలనైనా ఛేదించగల సాహసం వుంది. అది తన కోసం, తన వాళ్ళకోసం కాదు. సమాజంలో అట్టడుగున ఉన్న వాళ్ళకోసం, అణగారిన ప్రజల కోసం వెళ్ళడం సామాన్య విషయం కాదు.

ఆ క్రమంలో తన అవసరాలు, ఆరోగ్యం, చివరికి ప్రాణం కూడా పక్కన పెట్టిన నీ తల్లిదండ్రులు ఎంతో గొప్పవాళ్ళు అని వాళ్ళ మధ్య వారధి కట్టడానికి ప్రయత్నించేది నాన్నమ్మ.

అమరుడైన కొడుకును తల్చుకుంటూ ఆ తల్లి కళ్ళు చెమ్మగిల్లడం చూస్తే అస్సలు ఊరుకోడు. "నిన్ను, నన్ను ఏడిపించిన వాళ్ళకి ఏం తెలుస్తుంది ఈ కన్నీటి విలువ. మిమ్మల్ని కాదని పోయినప్పుడే మీ కొడుకు మీ కొడుకు కాదు. ఇప్పుడు మీ దుఃఖం ఎంత ఏరులై పారినా ఏం లాభం ఉండదు. కత్తిలా కోసే కన్నీటి జడిని వదిలెయ్యాలి నాన్నమ్మా. ఏడవకండి" అంటూ తన నాన్నమ్మకు ధైర్యం చెప్పే మనవడిని

చూస్తూ... "నా ఆయుష్షు కూడా పోసుకొని నూరేళ్ళు చల్లగా ఉండు నాయనా" అని దీవించేది.

తల్లిదండ్రుల్ని ఎవరి ముందు తలవడు కానీ పడుకున్నాక వాళ్ళ ఫోటోలు చూసుకోవడం ఆ నాన్నమ్మకు తెలుసు.

మనసులో ఏముందో మూటకట్టి అక్కడే దాచేస్తాడు బయటికి పొక్కనివ్వకుండా. పైకి మామూలుగా ఉండటానికి ప్రయత్నిస్తాడు. లోపలి పొరల్లో వెల్లువయ్యే బాధ తల్లిదండ్రులపై తిరగబడి మాట్లాడేలా చేస్తున్నదేమో అనుకున్న నాన్నమ్మ మనవడి ప్రవర్తనను సరిపుచ్చుకుంటుంది. సర్ది చెప్పుకుంటుంది.

ఎంత కాలం ఉంటానో తెలియని తనకు ధైర్యం చెప్పే మనవడు ఒంటరై పోతాడేమో అనే దిగులు పోగొడుతూ... ఈ క్షణంలో కొత్త ఆశల చివుర్లు తొడుక్కుంటూ నాన్నమ్మ చేతిలో ఫోటోని పరీక్షగా చూస్తున్న కోడలు. ఆమె కేసి చూస్తూ...

ఉద్యమ జీవితం కోసం పేగుబంధాన్ని దూరం చేసుకోవడం ఏ తల్లికైనా పెద్ద పరీక్షే. అలాగని తమ దగ్గర పెంచడం దినదిన గండమే. అతి కష్టంగా పొత్తిళ్ళలో పసిబిడ్డను వీడిన ఆ తల్లిని, ఆమె ఆశయాన్ని గౌరవించిన నాన్నమ్మ.

* * *

ఆదమరచిన క్షణంలో ప్రాణం పోసుకున్న పసిగుడ్డును కాపాడుకోవడం కోసం ఎన్నో పాట్లుపడింది. పద్దెనిమిదేళ్ళ క్రితం తల్లి ఒడిని వదిలిన పసివాడు ఆమె కళ్ళ ముందు ఆరడుగుల వాడయ్యాడు. ఇప్పుడిలా...

ఇలాంటి ఒకరోజు జీవితంలో ఉందని ఊహించలేదు. కళ్ళెదుట ఉన్న పేగు బంధాన్ని గుండెకు హత్తుకోవాలని బలమైన కాంక్ష ఆమెను ఉక్కిరిబిక్కిరి చేస్తున్నది. ఎలా ఉన్నాడో... ఏమి చేస్తున్నాడో... ఎప్పటికైనా చూడగలనా... కలిసి మాట్లాడ గలనా... నేను ఫలానా అని చెప్పగలనా... అని చాలాసార్లు అనుకునే ఆ తల్లిది ఎంత దౌర్భాగ్య స్థితి! ఏ తల్లికైనా ఇటువంటి పరిస్థితి వస్తుందా అని కలతపడేది. చేతిలో దబ్బపండులా మిసమిసలాడే పసిగుడ్డును తనతో ఉన్నన్నాళ్ళు అపురూపంగా చూసుకుంది. తన ప్రేమా ముద్దుమురిపెం అంతా ఆ పది నెలలే.

క్షణక్షణం గండంగా గడుపుతూనే బిడ్డను గుండెకు హత్తుకున్న క్షణాల్ని, చంద్రబింబంలా మెరిసిపోతున్న బోసినవ్వుల పాపాయి రూపాన్ని రకరకాల ఫ్రేముల్లో గుదిగుచ్చి గుండెలో భద్రంగా దాచుకుంది.

తన సహచరుడు, తనూ చెరో పనిలో చెరో చోట. బాధ్యతల నడుమ చంటివాడి ఆలనాపాలనా ముద్దు మురిపాలతో పాటే అనేక సవాళ్ళు ఎదుర్కొంటూ సమయం దొరికినప్పుడు బిడ్డ భవిష్యత్ గురించే చర్చలు చేసేవారు ఆ దంపతులు.

జీవిత లక్ష్యం వర్సెస్ కన్నబిడ్డ. సంఘర్షణలో రోజులు దొర్లుతున్నాయి. పేగు బంధానికి కట్టుబడడమా లేక దూరంగా జరిగి తమ కార్యాచరణ కొనసాగించటమా అనే ఆలోచనలతో, తర్జనభర్జనతో, ఆందోళనతో మానసిక వేదనతో గడిపేది ఆ బిడ్డడి తల్లి.

తూకపురాళ్ళలో బిడ్డ కంటే జీవిత లక్ష్యం బరువు పెరగడంతో నిర్ణయం జరిగిపోయింది. పసివాడు చేరవలసిన చోటుకు చేరాక సురక్షితంగా ఉంటాడని గుండె నిండా ఊపిరిపీల్చుకుంది కన్న హృదయం.

తమ బతుకు ఏ క్షణం ఎట్లా వుంటుందో తెలియదు. మృత్యువు ఎప్పుడూ వేటాడుతూనే, వెంటాడుతూనే ఉంటుందని తెలుసు. తమ గురించి ఆందోళన లేదు. ఎటువంటి స్థితినైనా ఎదుర్కోవడానికి సర్వదా సిద్ధం... భూమి కోసం, భుక్తి కోసం, ప్రజల విముక్తి కోసం జరుగుతున్న ఉద్యమ బాటలో.

స్వలాభం, స్వార్థం జడలు విప్పిన లోకంలో కంటికి కనిపించని కొడుకు ఎలా ఉన్నాడో... ఎలా ఎదుగుతున్నాడో... ఇప్పుడు ఎలా ఉండి ఉంటాడో... ఎవరి పోలికలతో ఉన్నాడో... ఎప్పుడైనా ఎక్కడైనా ఎదుటపడితే తాము గుర్తించగలరా! కొడుకు గురించిన ఆలోచనలు వారిలో అప్పుడప్పుడు తొంగిచూస్తూనే వుండేవి. సహచరుడు అమరుడయ్యే వరకూ కొడుకు పుట్టినరోజున ఇద్దరూ కలిసే ప్రయత్నం చేసేవారు. కబుర్లలో కొడుకు రూపాన్ని కళ్లముందు ఆవిష్కరించుకుని తృప్తిపడేవారు.

* * *

కొద్దిసేపటి క్రితం కాలింగ్‌బెల్ మోగడంతో వచ్చి తలుపు తీసిన ఆతని నిండు విగ్రహాన్ని అలా చూస్తూ ఉండిపోయింది ఆ తల్లి.

తన జెండర్ మారితే ఆ వయసులో అలాగే ఉండేదేమో... తప్పిపోయిన అపురూపమైన వస్తువేదో కళ్ళ ముందు ప్రత్యక్షమైనట్టుగా ఉంది ఆ తల్లికి. వేయి పున్నమిలు ఆ కళ్ళలో నిండు వెన్నెల కురిపిస్తూ... సంబరంగా అలా కళ్ళప్పగించి చూస్తూనే ఉన్నది. చూడగానే తనలా అనిపించినా మళ్ళీ మళ్ళీ చూస్తుంటే ముక్కు కళ్ళు వాళ్ళ నాన్నవే అనిపిస్తూ..

అతను అంతే అవాక్కయ్యాడు. ఆమెలో తన రూపం... ఆ కళ్ళలో తన పట్ల నిండైన వాత్సల్యం. అదో అరుదైన అపురూప సన్నివేశం.

* * *

అమ్మ నాన్నలతో రిలేషన్ లేదు. ఆ ఎమోషన్స్ నాకేం తెల్సు. ఈవిడ ఫోటో ఎప్పుడో పేపర్‌లో చూసిన గుర్తు. నవమాసాలు మోసి నాకొక రూపం ఇచ్చింది ఈవిడేనా... నేను నలతగా ఉంటే కలత చెందిందా... కన్నీళ్ళు దిగమింగుకుందా... తల్లి ఒడి తెలియదు. ఆమె స్పర్శ తెలియదు. మీరందరు చెబుతున్నారు కాబట్టి ఆవిడ నా కన్నతల్లి. ఆ తల్లితో నా అనుబంధం ఏది ? పుట్టినప్పుడు ప్రతి మనిషి ఒంటరిగానే పుడతాడేమో కానీ ప్రతిమనిషికి నా అనే బంధాలుంటాయి. నా అనే రక్త సంబంధాల్లో వారూ నాకూ ఉన్నారు. కానీ వారు రక్తం పంచి ఇచ్చిన తల్లిదండ్రుల తర్వాతే కదా.

నా కన్నవాళ్లు అసలు ఉన్నారో లేదో తెలియని స్థితి నాది. మీ సమాచారం తెలియదు. మీ గొంతు వినాలని, మీ స్పర్శ కోసం తపించిన క్షణాలను నేనెలా మరువగలను? విడదీయలేనిది పేగుబంధం అంటారు కదా... ఎలా వదిలి పెట్టారు?

అమ్మ అంటే ఎవరికైనా అమితమైన ప్రేమ, అభిమానం ఉంటాయేమో. ఇప్పుడు ఈ వయసులో నిన్ను చూస్తుంటే నాకేమీ అనిపించడం లేదు. నన్ను కన్నావేమో కానీ పెంచి పెద్ద చేయలేదుగా.

ఏదో అడుగుతున్న నాన్నమ్మకు జవాబిస్తున్న తల్లిని చూస్తూ కూర్చున్నచోట కొద్దిగా ఇబ్బందిగా కదిలాడు ఆ బిడ్డడు.

నా ప్రమేయం లేకుండా అనుభవించిన విషాదం మీరు నాకు దూరమవడమే. అమ్మ లాలిపాటలు, జోలపాటలు, గోరుముద్దల రుచి తెలియదు. నాన్న మురిపెం, మందలింపు ఎరుగను. పక్షులు, జంతువులు కూడా తమ పిల్లల్ని రెక్కల మాటున కాపాడుకుంటూ ప్రపంచాన్ని పరిచయం చేస్తాయి. జీవిత పాఠాలు నేర్పుతాయి. నేనేమీ ఎరుగను.

నా బాల్యపు అనుభవాల్లో ఎక్కడా అమ్మానాన్నగా మీరు కనిపించరు. కొంత కాలం పిన్ని బాబాయ్ కనిపిస్తారు. అందమైన జ్ఞాపకంగా ఒక్కసారి అంటే ఒక్కసారి కూడా ఎక్కడా మీరు లేరు. అవసరమైన కాలంలో మీరు నాతో లేరు. ఇప్పుడు మీ అవసరం నాకు లేదు. నా చుట్టూ నాతో ఉన్న స్నేహితులు, నాన్నమ్మ మిగతా బంధువులు అంతే. మిమ్మల్ని అమ్మ అనడానికి నా నోరు పెగలడం లేదు. మనసు

అంగీకరించడంలేదు. మిమ్మల్ని చూడగానే అమ్మా అని దగ్గర చేరడానికి ఇది సినిమా కాదు, జీవితం.

వేరే ఎవరు ఎవరికోసమో తమ జీవితాన్ని కేటాయించారు. నా కోసం కాదుగా. ఇప్పుడీ ప్రేమ ఏంటి? ఈ కబుర్లు ఏమిటీ? దగ్గరితనం కోసం వెంపర్లాట ఏంటీ?

నాన్నమ్మ చెప్పినట్టు నా తండ్రి గొప్పసమర్థుడు, నాయకుడు కావచ్చు. ఆయన జీవితం త్యాగాలమయమే కావచ్చు. కానీ తండ్రిగా ఓడిపోయాడు. తను కలలుకన్న రాజ్యం కోసం, సమసమాజం కోసం ఏదైనా చేసి ఉండొచ్చు. అది ఆయన ఇష్టం. కన్నతండ్రిగా కొడుకు కోసం ఏం చేశారనేది నా ప్రశ్న.

అందరి తల్లిదండ్రులకు భిన్నం నా తల్లిదండ్రులు అని గర్వపడాలా? లేక పది నెలల పసిగుడ్డును నిర్దాక్షిణ్యంగా తల్లిదండ్రుల ప్రేమ అనురాగాలకు దూరం చేశారని బాధపడాలా?

నాన్నమ్మ అన్నట్లు మీ పరిస్థితులు, ఇబ్బందులు ఏవైనా ఉండొచ్చు. నా కోసం మీరు క్షోభ అనుభవించీ ఉండొచ్చు. కానీ నేను, మీ పనిని ఒప్పుకోలేను... అని తలపోస్తున్న మనవడికి ఈ విషయంలో చాలాసార్లు నాన్నమ్మతో జరిగిన వాదనలు గుర్తొచ్చాయి.

నాన్నమ్మా... నా అవసరాలన్నీ నా చుట్టూ ఉన్న మీరంతా తీర్చి ఉండొచ్చు. ప్రేమగానే పెంచి ఉండొచ్చు. కానీ మీరంతా నా తల్లితండ్రులు కాలేరుగా. తమ్ముడు, చెల్లి మీ దగ్గర ఉంటారు. నేనూ మీతోనే ఉంటాను. నేను అమ్మమ్మ దగ్గరో నానమ్మ దగ్గరో ఎందుకుండాలి? నా మీద మీకు ప్రేమలేదా అని నిలదీసినప్పుడు కదా నేను వాళ్ళ కన్నబిడ్డను కాదని తెలిసింది. అయినా నాకు వాళ్ళు ఏ లోటు రానివ్వలేదు. ప్రేమగానే పెంచారు. నేను నీ కన్నతల్లిని కాదు. కొన్నాళ్లు పెంచుకున్నానని పిన్ని చెప్పినప్పుడు పడిన అయోమయం... నా పుట్టుక గురించి తెల్సుకోవాలన్న తపన.. కనీసం నా తల్లిదండ్రులు ఎలా ఉంటారో తెలుసుకోవాలని ఆరాటం... కనీసం వాళ్ళ ఫోటోలు చూపించండి అని వేధించడం, విసిగించడం గుర్తొచ్చాయి.

అయినా నీకెంత ఓపిక. ప్రేమ నాన్నమ్మా... ఈ మనవడంటే!

నీ కొడుకు కోడలు దశాబ్దాలుగా కలవకపోయినా వాళ్ళంటే తరగని ప్రేమతో నా మాటల్ని ఒప్పుకోవు. కొట్టిపారేస్తావు. కన్నబిడ్డ క్షేమం తెలియక అమ్మమ్మ, నువ్వు ఎంత బాధ అనుభవించారో ఇప్పుడిప్పుడే అర్థం చేసుకుంటున్నా. మిమ్మల్ని ఎంత

క్షోభ పెట్టినా పల్లెత్తు మాట అనరేం..? అని వాదించే వాడిని, విసుక్కునే వాడిని. ఎన్‌కౌంటర్ పేరిట నీ కొడుకు హతమై ఏడాది కావస్తున్నది. ఎప్పటికైనా బయటికొచ్చి నీ మనవడికి అండ అవుతారని ఎంతో ఆశపడ్డావు, ఎదురుచూశావు. అలసిన నీ హృదయం కొడుకు మరణంతో ఎంత కుంగిపోయిందో తెలుసు నాన్నమ్మా. అదంతా అర్థం చేసుకోగలుగుతున్నా నాన్నమ్మా.

నీ కొడుకు ఎన్‌కౌంటర్ వార్త దేశమంతా పెద్ద సంచలన వార్తయింది. మూడు దశాబ్దాల తర్వాత కొడుకు శవాన్ని చూసినప్పుడు బండరాయిలా కనిపించావు అందరి ముందు. కానీ నాకు తెలుసు నీ మనసు క్షోభ, వ్యథ.

పోస్టుమార్టం తర్వాత బాడీ తెచ్చారు. కానీ అప్పుడు కూడా అతన్ని నాకు చూపించలేదు. నన్ను బాధపెట్టడం ఇష్టంలేక ఆ పని చేశారని నాకు తెలుసు. తమ్ముడు చెల్లితో బాబాయి వాళ్ళింట్లోనే ఉన్నాను. రోజూ చూసే హిందూ పేపర్‌లో ఫోటోలు, కథనాలు నా దృష్టిలోపడ్డాయి. టీవీలో లైవ్ చూసాను. నా మనసులో తెలియని అనిశ్చితి. కోపం, బాధ. ఎవరితో పంచుకోను? తమ్ముడికి కాస్త తెలుసు. అంతే.

బంధువుల జాలి చూపులు అర్థమయ్యీ అవకుండా వారు చేసే కామెంట్స్ నన్ను చాలా డిస్ట్రబ్ చేశాయి. అతని ప్రేమ, ఆప్యాయత చవిచూడని నాకే ఇలా వుంది. నాన్నమ్మా నీ పరిస్థితి... చెట్టంత ఎదిగిన కొడుకు అర్ధాంతరంగా ఇల్లు వదిలితే... తమ కలల ప్రపంచం కుప్పకూలిపోయి ఇంటి మీద జరిగే దాడులు ఎదుర్కొంటూ... ఆ దిగులుతో కాలచక్రంలో కలిసిపోయిన తాతయ్య. గుండె రాయిలా మార్చుకుని బాధ్యతల, బంధాల కోసం బతికే నువ్వు... జీవితం ఎప్పుడూ ఒకేలా వుండదు. ఎప్పుడు మారుతూ ఉంటుంది. ఆలోచనలు మారతాయి.

ఎక్కడో దగ్గర పెద్దకొడుకు క్షేమంగానే ఉన్నాడు. ఏదో ఒక రోజు కన్నతల్లిని, కన్నకొడుకుని వెతుక్కుంటూ వస్తాడని మనసు సరిపెట్టుకు ఎదురుచూస్తున్న నువ్వు... ఇప్పుడు నా కోసమే నీ సర్వశక్తులు కూడగట్టుకుంటున్నావు కదా నాన్నమ్మా. నువ్వే నా ప్రపంచం. నీ తర్వాతనే ఈ లోకంలో ఎవరైనా.

అతని దృష్టి నాన్నమ్మ నుండి ఆల్బమ్‌లో ఓ ఫోటోని సుదీర్ఘంగా చూస్తున్న ఆవిడ మీదకు మళ్ళింది.

* * *

పన్నెండేళ్ళ వయసులో రాష్ట్ర స్థాయి వ్యాసరచన పోటీలో కప్ అందుకుంటున్న

కొడుకు ఫోటో చూస్తున్న ఆమె మాతృహృదయం ఉప్పొంగింది. ఆ వెంటనే, అద్భుతమైన నీ బాల్యంలో ఏ దశలోనూ మేం లేం. ఆ పసిమనసులో పడే ముద్రలు ఏమిటో తెలియదు. నీ మనసులో ఏముందో తెలియదు. మన మధ్య ఆత్మీయ ఆలింగనాలు, అరమరికలు లేని మాటలు లేవుగా. ఇప్పుడైనా మనసు విప్పి మాట్లాడతావో, తెలియదు.

విలువలతో పుణికిపుచ్చుకున్న బాల్యం నీదని అర్థం చేసుకోగలను. నీ పెంపకంలో వచ్చిన సవాళ్ళు ఏంటో తెలియదు. స్వచ్ఛమైన నీ నవ్వులు చూడలేదు. నీ బాల్యంలో మేము లేము. నీ ముద్దుమురిపాలన్నీ మా ఊహల్లోనే. వాస్తవానికి దూరంగా ఉన్నాం. బాల్యం అందంగా ఆనందంగా జీవించడం ప్రతిబిడ్డ హక్కు. అవి నీకు అందే ఉంటాయి కదరా నాన్నా... మింగుడు పడని విషాదాలు లేవు అనే అనుకుంటున్నానురా కన్నా.

ఏ బిడ్డకైనా తల్లి మొదటి గురువు అంటారు. తల్లిదండ్రులుగా నేర్పే నీతి, విలువలు, బాధ్యతలేకాదు, మంచి పౌరుడుగా ఎదగడానికి ఏమీ చేయలేకపోయాం. కానీ నువ్వెక్కడున్నా నీ మొహంలో చిరునవ్వునే కోరుకున్నాంరా చిట్టి తండ్రీ. మేం ఎంచుకున్న దారిలో ఉన్న ముళ్ళు, గుళ్ళు నిన్ను చేరకూడదని మాకు దూరంగా పెట్టాంరా బంగారు తండ్రీ. ఆహ్లాదకరమైన వాతావరణంలో కుటుంబ సభ్యుల మధ్య పెరగాలని కోరుకున్నాంరా నాన్నా.

మాతోపాటే ఉంటే ఎటు నుంచి తూటా వచ్చి ప్రాణం తీస్తుందో, ఏది భస్మీపటలం చేస్తుందో తెలియదు. తిండికి కష్టం, నీటికి కష్టం, జబ్బుపడితే మరీ మరీ కష్టం. అక్కడ బతుకే నిత్య ప్రమాదం. గంటలు రోజులు నడక. వాగులు వంకలు దాటుతూ కొండా కోనలు ఎక్కుతూ దిగుతూ.

ఇవన్నీ నీకు వద్దనే.. నీవు క్షేమంగా ఉండాలనే కడుపుతీపి చంపుకుని మాకు దూరంగా... ఊహ తెలియని నీకు దూరమయ్యాము. మానసికంగా మమ్మల్ని మేం దృఢపరుచుకోవడానికి ఎంత ఘర్షణ మాలో. అప్పటికి నువ్వింకా నా దగ్గర పాలు తాగుతున్నావ్. నిన్ను పొత్తిళ్ళలో పెట్టుకుని క్షేమపరుగులు.

నీ వయసు పిల్లల్ని చూసినప్పుడల్లా నువ్వు ఇప్పుడు ఎంత ఉండి ఉంటావ్ అని ఊహించుకోవడానికి ప్రయత్నం. నీరూపం ఎలా రూపాంతరం చెంది ఉంటుంది? ఊహకు అందేది కాదు.

మేమున్న వ్యవస్థలో పిల్లలకి అవకాశంలేదు. చోటులేదు. ఒకవేళ ఏ జంటైనా పిల్లల్ని కంటే మాలాగే దూరం చేసుకోకతప్పదు. అక్కడ నియమం అది. మా వుద్యమ

నియమాలకు పిల్లలు ప్రతిబంధకం కాకూడదు. రాజ్యం దృష్టిలో మేం ప్రగతి నిరోధకులం. విధ్వంసకారులం. మా చుట్టూ తీవ్ర నిర్బంధం, నిషేధాజ్ఞలు. కనిపిస్తే కాల్పుల వర్షం కురుస్తుంది.

నీకు తెలుసో లేదో మీ నాన్న... మీ నాన్న...

నిజానికి మేం దుర్మార్గులం కాదు. సమతారాజ్యం కోరే సైనికులం. తీవ్రమైన ఆంక్షల్లో మా బతుకు. అది మాకు అలవాటే. మా జీవితం మేం ఎంచుకున్నదే, మా తల్లిదండ్రుల ఇష్టాయిష్టాలతో పనిలేకుండా వడ్డించిన విస్తరి జీవితాన్ని వదిలి మా బాటలో మేం పోతున్నాం. అదే సమయంలో నీ రాక మాకు ప్రతిబంధకం కాకూడదు. అట్లాగే మా జీవితం నీ భవిష్యత్‌కి అడ్డు రాకూడదు. నీ జీవితం నువ్వు ఎంపిక చేసుకున్న విధంగా ఉండాలనుకున్నాం తప్ప నీ మీద ప్రేమలేక కాదురా నాన్నా. కన్న మమకారాన్ని చంపుకోలేక నిన్ను చూడాలని వచ్చాను తప్ప నీకు బరువు, బాధ్యత కావాలని కాదు.

ఫోటోలోంచి ఆమె చూపు కొడుకు వైపు మరలింది.

* * *

చాచిన ఆమె చేయి అతని వైపు ఆశగా చూస్తున్నది. పొత్తిళ్ళలో దూరమైన కొడుకు అనుభూతుల్ని, ఆనందాల్ని వినాలని, తెల్సుకోవాలని ఆరాటపడుతున్న ఆ తల్లి ప్రేమకు కొలమానం లేకపోవచ్చు.

అమ్మతో అనుబంధం లేని అతనికి తనకి రూపాన్నిచ్చి జీవం పోసిన శిల్పిగా కన్పించింది.

భావ వైరుధ్యాల తల్లీబిడ్డల్ని ఆసక్తిగా చూస్తున్నది నాన్నమ్మ.

అతనిలో నలుగుతూన్న భావపరంపర ఏదైనా గానీ చేయి కలిపాడతను.

– 'మహిళామార్గం', ఏప్రిల్–జూన్, 2022

అన్నా.. వేగుచుక్కై వెలుగు

వేప, చింత చెట్లపై అప్పటివరకూ సందడి చేసిన పక్షులు ఆహారాన్వేషణలో పయనమై వెళ్ళిపోయాయి. పశువులు అంబా... అంబా... అరుపులతో చేలలోకి, పచ్చిక బయళ్ళలోకి బయలుదేరుతున్నాయి. అప్పుడు, కొక్కొరొక్కో... కొక్కొరొక్కో.. తెల్లవారింది లేవండన్నట్టు కూస్తున్నది కోడిపుంజు.

'కాలం గతి తప్పినట్టే, మనిషి మతి తప్పినట్టే ఉన్నది ఈ పుంజు' మనసులో అనుకుంటూ నిన్న తెచ్చిన విత్తనపు సంచి విప్పాడు రైతు. ఆ విత్తనం చేతపట్టి పరిశీలనగా చూస్తున్నాడు. విత్తనం లోపలుండే బీజం దెబ్బ తింటే మొలక రాదేమోనని ఆ పరిశీలన.

"నెత్తీనోరూ బాదుకుని ఎంతమంది చెప్పినా వినడే. ఎన్నిసార్లు చెప్పినా వినడే. దున్నబోతు మీద వానపడ్డట్టు. అంతా నా ఖర్మ... ఖర్మ" లోపలి నుండి భార్య సణుగుడు వినిపిస్తూనే ఉన్నది.

మౌనిలా ఉన్న అతనిలో వేదన, ఆవేదన సుడులు తిరుగుతున్నది. నిన్న ఆకాశానికి ఎత్తిన నోళ్ళే నేడు పాతాళానికి తొక్కేసే మాటలు. నష్టాల బాట పట్టిన అతని వ్యవసాయాన్ని చూసి భార్యాబిడ్డలకి చులకన. యాభై నాలుగేళ్ళకే వట్టిపోయిన గేదెలాగా కనిపిస్తున్నానేమో... ఎగతాళి చేస్తున్నారు ఇంటా బయటా.

పొగసూరిన మనుషుల మధ్య బతకడం కష్టమే. పొగసూరిన బతుకు వాళ్ళదా... నాదా? నాదే. నాదేనేమో. మనిషి విలువ అతని ఆర్థిక పరిస్థితినిబట్టి మారిపోతుందా. సమాధానం వెతుక్కుంటూ ఆలోచనల సుడిగుండాలలో అతను.

"ఉన్న పొలం కౌలుకిచ్చేసి కృష్ణా రామా అనుకోకుండా, కొరివితో తల గోక్కుంటాడీ మనిషి. ఏం చెయ్యనురా..." లోపలి నుండి భార్య గొంతు అతని చెవిలో పడుతున్నది.

ఈ విషయంలో ఇంట్లో రోజూ అనేక ఘర్షణలు, సంఘర్షణలు ఎదుర్కొంటున్నాడు. రెక్కలొచ్చి పట్నం ఎగిరిపోయిన కొడుకులు మంచి ఉద్యోగాల్లో స్థిరపడ్డారంటే ఈ మట్టి చలువే కదా. ఈ మనిషి పిసికిన మట్టిలోంచి ఎదిగినవాళ్ళే కదా. పాలు తాగి తల్లిరొమ్ము గుద్దినట్టున్నది పిల్లల వ్యవహారం.

పాత ఫోటో ఫ్రేమ్ కట్టి దాచుకున్నట్టు తనని తాను దాచుకోలేడు. ఈ రైతు మనసు వాళ్ళర్థం చేసుకోరు. రైతంటే ఎవరు? తలొంచుకుని మట్టిలోకి చూస్తూ సకల సంపదలను, విలువలను, విశ్వాసాలను ఉత్పత్తి చేసే వ్యక్తి. తాము మన్ను తింటూ లోకానికి అన్నం పెట్టే వ్యక్తి.

తల్లి నవమాసాలు మోసి బిడ్డను కన్నట్టే రైతు ఆరుగాలం కష్టపడి పంట తీస్తాడు. అయినా పండంటి బిడ్డని ఇవ్వలేని తల్లి స్థితిలా ఉంది రైతు పరిస్థితి. ఆ తల్లి పడే వేదన అనుభవిస్తున్నాడు.

మట్టిని నమ్ముకున్న మనిషి... మట్టిని, మట్టితో పెనవేసుకున్న బంధాన్ని వదిలి ఉండడమంటే బతికి లేనట్టే గదా. రైతు ఎప్పుడూ తను బతుకుతూ నలుగురినీ బతికించాలని తాపత్రయపడతాడు. కానీ, గత మూడేళ్ళుగా వ్యవసాయంలో తీవ్రంగా నష్టపోతూనే ఉన్నాడు. అయినా ఆశ. ఈ ఏడాదైనా మంచిపంట తీయగలనని ఆశ. ఆ ఆశే నడిపిస్తున్నది. ఆ ఆశతోనే విత్తనం తెచ్చాడు. సాహసం చేస్తున్నాడు.

కానీ, విత్తనమే మొలకెత్తకపోతే... మోసం చేస్తే... మొలకెత్తిన విత్తనం కూడా సరిగ్గా ఎదగకపోతే, చీడపీడలు ముంచెత్తుతుంటే తనేం చేయగలడు.

గతేడాది విత్తనం మొలకెత్తలేదు. మొలకెత్తిన విత్తనం కూడా సరిగ్గా ఎదగలేదు. పెట్టిన పెట్టుబడి కూడా రాలేదు. అంతకు ముందటేడాది బాగా దుబ్బుచేసి పంట బాగా వస్తుందనుకున్న సమయంలో వచ్చిన అగ్గితెగులు. ఫంగస్ ఎడాపెడా దాడి చేయడంతో ఆరుసార్లు పురుగుమందులు వాడవలసి రావడం. మొక్కజొన్నకూ అంతే. కండె వేసి గింజ పాలుపోసుకుంటున్న సమయంలో దాడిచేసిన రోగాలు. ఎన్ని మందులు కొట్టినా ఏం ప్రయోజనం..?

పత్తి మొక్క గిడసబారిపోయింది. కలుపు బాగా పెరిగింది. కలుపు మందులు

చల్లితే అప్పటికి మాడినట్లయి పిలకలేసి మళ్ళీ వచ్చేది. అసలు మొక్క నాశనమయ్యేది. అంతకు ముందటేడు పొలం ఈనింది. పెద్ద పెద్ద కంకి వచ్చింది. పాలు పోసుకునే దశలో వచ్చిన రోగంతో తాలు ఎక్కువైంది. అన్ని అవరోధాలు ఎదుర్కొంటూ కాస్తో కూస్తో చేతికి వచ్చిన ధాన్యానికి గిట్టుబాటు ధరలేక నష్టం తప్పలేదు.

ఈ ఏడాది ఏమవుతుందోననే భయం మనసులో వెంటాడుతున్నది. అయినా విత్తాల్సిందే. మబ్బుల వెనక సూర్యుడు ఎన్ని రోజులు దోబూచులాడతాడు. ఏదో ఒక రోజు బయటికి రావలసిందే కదా. అట్లే నాకు మంచిరోజు వస్తుందని విత్తనం తెచ్చాడు.

వెలవెలబోతున్న తన పొలం కళ్ళ ముందు నిలిచిందతనికి. కళకళలాడాల్సిన భూతల్లి కన్నీరు పెడుతున్నది. తన శక్తి చాలదంటున్నది. దాన్ని పరిపుష్టం చేయడానికి శక్తికి మించిన ఖర్చుతో, దొరికిన చోటల్లా అప్పు తెచ్చి ఎరువులు తెచ్చి పోస్తున్నాడు. సేద్యం చేస్తున్నాడు. ఎకరాకరవై పుట్లు పండించిన తన ఘనత నిన్నలలో కలిసి పోయింది. సేద్యం జూదంగా మారిపోయింది. దీర్ఘంగా నిట్టూర్చాడు రైతు.

దోసిట విత్తనపు గింజలతో ఉన్న రైతును గతం తాలూకు వేదనలు, ఆవేదనలు మేఘంలా కమ్ముకుంటున్నాయి. తీవ్ర వేదనకు, సంఘర్షణకు గురిచేస్తున్నాయి. పచ్చని చెట్లు ఉరికంబాలై వెక్కిరిస్తున్నాయి. ఏవేవో ఘటనలు, సంఘటనలు కళ్ళ ముందు కదలాడుతూ కలవరపరుస్తుండగా వాటి నుండి తప్పించుకోవడానికి ఇంటి వెనుక వాకిట్లోకొచ్చాడు. దోసిట ఉన్న విత్తనాలను తేరిపార చూస్తున్నవాడల్లా తలెత్తాడు.

వాకిట్లో కుడివైపున ఉన్న రోటి దగ్గర వేసిన రాయి రోహిణి ఎండలకు రెండుగా విచ్చుకుంది. ఆ రాళ్ళ నడుమకు చింత గింజ ఎప్పుడు చేరిందో... ఎలా చేరిందో. విత్తనంలోంచి మొలక తలెత్తి ఆకాశంకేసి చూస్తున్నది. భవిష్యత్‌పై కొండంత ఆశతో కనిపిస్తున్నది. బతకాలనే ఆ విత్తనపు ఆశ బండరాయిని ఓడించిందేమో...

ఎంత గడ్డుపరిస్థితుల్లో ఎదగడానికి ప్రయత్నం చేస్తున్నదీ విత్తనం. అలా కొన్ని క్షణాలు ఆ చింత మొలకనే చూస్తున్నాడు. అది తనకేదో ఉపదేశం చేస్తున్నట్టుగా అనిపించిదతనికి. ఉత్తేజితుడవుతుండగా...

"ఏమిటీ అంత దీర్ఘాలోచన. విత్తనం మోసం చేస్తుందేమోనని భయపడు తున్నావా రైతన్నా. విత్తనం మోసకారి కాదు, జిత్తులమారి అంతకంటే కాదు" .

అప్పటివరకూ ఎడతెగని ఆలోచనలతో ఉక్కిరిబిక్కిరి అవుతున్న రైతు ఉలిక్కి

పడ్డాడు. కళ్ళు చికిలించి చుట్టూ చూశాడు. ఎవరూ కనిపించలేదు. మరి ఎవరి దా గొంతు. అర్థం కాలేదు.

"అన్నా... చెమట చుక్కల్లో పచ్చని చందమామల్లే ఉండే నీ నేస్తాన్నే" ఎవరన్నట్లుగా చుట్టూ చూసాడు. ఎవరూ కనిపించడం లేదు.

ఎదుట కాస్త దూరంగా ఉన్న కొండవాలు ఫక్కున నవ్వినట్లనిపించింది రైతుకి. నాలుగు చినుకులు పడగానే పచ్చదనం నింపుకున్న పచ్చికబయళ్ళు. ఆ పచ్చటి పచ్చికలో అక్కడక్కడా తెల్లకొంగలు, తెలుపు నలుపు కలిసిన బూడిద వర్ణపు కొంగలు, నలుపు జీరలున్న తెల్లకొంగలూ, పచ్చిక మేస్తూ ముందుకు సాగుతున్న పశువులు అవి దగ్గరవుతుండడంతో ఒక్క ఉదుటున ఎగిరే కొంగలు. నీటిగుంటలో ఒంటికాలిపై జపం చేస్తున్న కొంగలు.

కళ్ళు చించుకు చూసినా అవే కనిపిస్తున్నాయి. తాను విన్న స్వరం ఎవరిదో అర్థం కాలేదు రైతుకి. తన ఇంటి వెనక గుమ్మంలోంచి మరో రెండడుగులు ముందుకేశాడు. మమ్మల్నీ కాస్త పట్టించుకొమ్మన్నట్లుగా చూస్తున్నాయి గిడసబారిపోయిన వంగ, బెండమొక్కలు.

ఈ మొక్కల్లాగే గిడసబారిన బతుకు తనదీనూ... అనుకున్నాడా రైతు.

మారుమూల ప్రాంతంలో విసిరేసినట్టున్న చిన్న గ్రామంలో ఈ దివాళా రైతు దగ్గరకొచ్చి పలకరించిందెవరో అర్థం కాలేదు. చేతిలో ఉన్న విత్తనాలకేసి చూస్తూ నెమ్మదిగా గొంతు పెగుల్చుకుని "ఈసారయినా నన్ను కరుణించు తల్లీ, లేకపోతే..." మనసులో భావాలు పైకొచ్చేస్తున్నాయి.

"ఊ... లేకపోతే" రెట్టించింది స్వరం.

"ఎవరదీ..?" చుట్టూ చూశాడు రైతు.

"వానల్లో వరదల్లో బురదజిల్లిన మసక జాబిలల్లే ఉన్న నీ బాధను నేను అర్థం చేసుకోగలను. నువ్వే నన్నర్థం చేసుకోవడం లేదు" కంచు కంఠం.

ఎవరదీ... నేనెప్పుడూ వినని గొంతు అనుకుంటూ చుట్టూ పరికిస్తూనే "నేనా..?" అంటూ తెల్లబోయాడు రైతు.

తానేం చేశాడో అర్థంకాక దోసిట విత్తనాలతో నట్టింట్లోకెళ్ళి బల్లపై చతికిల పడ్డాడు.

టీవీలో తమ కంపెనీ విత్తనాలు వాడమంటూ ప్రకటన ఊదరగొడుతున్నది. ప్రతి రోజూ టీవీలో ఊదరగొడుతున్న విత్తన కంపెనీల ప్రకటనలు చూస్తూనే వున్నాడు. అందులోంచి ఒక కంపెనీ ఎంచుకుని విత్తనం తెచ్చాడు. ఎదపెట్టడానికి భూమి సిద్ధం చేసుకున్నాడు.

ప్రకృతి ప్రసాదించిన వరం విత్తనం. మానవ మనుగడకు ఆధారం విత్తనం. విత్తనం లేకపోతే రైతుకు మనుగడే లేదు. దోసిట్లో విత్తనాలను కళ్ళ దగ్గరకు తీసుకుంటూ కళ్ళకు అద్దుకున్నాడు రైతు.

"హ్హా... హ్హా..." పగలబడి నవ్వింది స్వరం.

తానేమన్నాడని ఆ నవ్వు... ఎందుకింత పగలబడుతున్నది. అర్థంకాక రైతు బుర్ర గోక్కున్నాడు.

బుంగ మూతి పెట్టి "ఓయ్... ఎందుకలా నవ్వుతావ్? నా మనసులో మాట చెప్పినందుకా..." విత్తనాల దోసిటను గుండె దగ్గరకు చేర్చుకుంటూ అడిగాడు రైతు.

ఆ విత్తనాలను చూస్తుంటే చేతిలో ఉన్న గుప్పెడు విత్తనాల్లో ఏదో తనతో మాట్లాడుతున్నట్లు సందేహం వచ్చి మూసిన దోసిట తెరిచి మళ్ళీ విత్తనాలకేసి పరీక్షగా చూశాడు.

నిశ్శబ్దంగా కనిపిస్తున్న వాటిని తీసుకెళ్ళి విత్తనాల సంచీలో పోశాడు. జారిపడ్డ రెండు గింజల్నీ ఏరి సంచిలో జాగ్రత్తగా వేశాడు. సంచి మూతి తాడుతో బిగించాడు. పట్టిన గ్రహణం ఈ ఏడాదైనా వీడుతుందా అనుకున్నాడు.

"నీ అమాయకత్వం చూసి నవ్వాను, నవ్వొద్దంటావా? ఊ..." మళ్ళీ నవ్వు. తర్వాత... "నువ్వన్నది నిజమేనోయ్. మానవ మనుగడకు ఆధారం విత్తనం. మరి ఆ విత్తనాన్ని మీరు కాపాడుకుంటున్నారా" ప్రశ్నించింది స్వరం.

వీపు మీద ఎవరో కొరడాతో చరిచినట్లనిపించింది రైతుకు. అంతలోనే వుక్రోషం పొడుచుకొచ్చింది. "ఎందుకు కాపాడుకోవడం లేదూ... కాపాడుకుంటున్నాం" ఠక్కున జవాబిచ్చాడు.

"కాపాడుకుంటున్నావా... హ్హా హ్హా... లేదన్నా... విత్తనం మీ చేతుల్లోంచి ఎప్పుడో జారిపోయిందిగా..."

"జారిపోయిందా..." అంటూ విత్తనాల సంచీకేసి చూశాడు. జారిన రెండు గింజలూ ఆ సంచిలోనే వేశాడు. కింద ఒక్క గింజకూడా కనిపించడం లేదే. ఈ

మాటల్లోని మర్మం ఏమిటో అన్నట్టుగా ఆలోచిస్తూ ముందు వాకిట్లోకి నడిచాడు. చుట్టూ పరికించాడు. ఎవరూ అగుపించలేదు. వరండాలో వాల్చి ఉన్న వాలుకుర్చీలో వాలాడు.

"అవునన్నా.., నవ్వులాట కాదు. సీరియస్‌గానే అంటున్నా. వేలాది సంవత్సరాలుగా రూపాంతరం చెందుతూ, ప్రకృతి సహజంగా తానున్న ప్రాంతం, వాతావరణం, నేల స్వభావాన్నిబట్టి తనను తాను మలుచుకుంటూ మీకు అందుబాటులో ఉన్న విత్తనాన్ని మీరెప్పుడో చంపేశారు కదన్నా" అన్నది స్వరం.

"విత్తనాన్ని చంపడమేంటి..? నువ్వూ నీ పిచ్చిమాటలూ ఆపు. రైతన్నవాడు విత్తనాన్ని చంపుకుంటాడా..? వ్యవసాయమొక సృష్టి. అదో జీవన విధానం. అదో సంస్కృతి. నీకు తెలియదేమో... మానవ నాగరికతా వికాసమంతా నాగలికర్రు నుంచి ఉబికి వచ్చింది. నాగేటిసాళ్ళలో వేసిన విత్తనం నుంచి ఎదిగింది. విత్తనమే మా సంస్కృతిని రూపొందించడంలో కేంద్ర బిందువు. మా ఆచార వ్యవ్యహారాల్ని చూడు. అన్నీ విత్తనం ఆధారంగానే, ధాన్యం కేంద్రంగానే కనిపిస్తాయి. అది భారతదేశమయినా, ఆఫ్రికా అయినా, లాటిన్ అమెరికా అయినా విత్తనమే మా జీవితం. విత్తనాన్ని నాటుతాం. కొత్త జీవితాన్ని ఆహ్వానిస్తాం. విత్తనం అందించే ధాన్యం మా ఆహారం కోసమే కాదు, విత్తనమే మాకు జీవితాన్ని నేర్పిస్తుందని అనుకుంటాం. అందుకే మా నిత్య జీవితంలో, మా ఆచార వ్యవహారాల్లో ప్రధానంగా విత్తనం కనిపిస్తుంది. విత్తనమే మా జీవితం" కించిత్ ఆవేశంగా అన్నాడు రైతు.

"అహ్హహ్హా... హ్హహ్హా..." మళ్ళీ పగలబడి నవ్విందా స్వరం.

"గ్లేయిసెల్, రౌండప్ కలుపు మందు నీ గడపతొక్కిందిగా. డబ్బులు బాగాపోసి తెచ్చినట్టున్నావుగా. బిటి విత్తనాలు నీ ఇంటికి, నీ చేలోకి చేరినట్లే అదీ నీ చేలోకే కదన్నా", కొన్ని క్షణాల మౌనం తర్వాత "ఓరి పిచ్చి సన్నాసీ... నువ్వు కొట్టే కలుపు మందు నువ్వు నాటిన మొక్కని నాశనం చెయ్యదని ఎట్లా అనుకున్నావ్? నేలలో వుండే వానపాములు, సూక్ష్మజీవులను పెంపొందించే జీవవైవిధ్యం నాశనమవదని ఎలా అనుకున్నావ్. ప్రకృతివ్యవస్థలో భూమి, మొక్కలు, సూక్ష్మజీవులు, అన్నీ అంతః సంబంధం కలిగిన బుద్ధిశాలులే. ప్రకృతిలో అంతర్భాగమైన సహజీవన సంబంధాన్ని ప్రజలు గుర్తెరిగినప్పుడే సమాజం, భూమి, పర్యావరణం ఆరోగ్యవంతంగా ఉంటాయి"

"ఏహే... ఆపు నీ సొద. ఎవరవో చెప్పవు. ఏదో నా సొంత తమ్ముడైనట్టు అన్నా అన్నా... అంటూ అడ్డం దిడ్డంగా వాగుతావు" అసహనంతో అరిచాడు రైతు.

ఆ అరుపుకి రైతు భార్య నీరసంగా వచ్చి అటూ ఇటూ చూసింది. ఎవరూ కనిపించలేదు. "ఖర్మ ఖర్మ" అంటూ కుడిచేత్తో నుదిటిమీద చిన్నగా తట్టుకుంటూ, "ఈ మనిషితో ఎట్టా వేగాలో... పిచ్చి కూడా మొదలైపోయింది. ఉన్న అనారోగ్యాలకు తోడు ఇది కూడానా" అనుకుంటూ లోనికిపోయింది.

"అయ్యా... అమాయక చక్రవర్తీ... నీకెలా చెప్పను.?! నీకు అర్థమయ్యేటట్లు చెప్పగలనో లేదో. కోపగించుకోకుండా సావధానంగా వినన్నా. నీ మేలుకోరి నీతో సంభాషిస్తున్నా. నన్ను మాట్లడనీ ప్లీజ్"

కొద్ది క్షణాల మౌనం తర్వాత మళ్ళీ తనే... "వ్యవసాయంలో వేళ్ళూనుకుని ఉన్న ప్రాచీన జీవన మూలాలు ఇప్పుడున్నాయా.? ఒక్కసారి విత్తనంలోకి తొంగి చూడు. 'అసలు' విత్తనం ఉన్నదా... ఒకప్పుడు వివిధ ప్రాంతాల్లో, వివిధ నేలల్లో, వివిధ వాతావరణాల్లో రైతులు వేసిన పంటల్లో గొప్ప జీవవైవిధ్యం అందేది. మీరు స్వతంత్రంగానో, మీ స్వతంత్ర వ్యవస్థల ద్వారానో కొత్త కొత్త ఆలోచనలతో రక రకాలుగా అభివృద్ధిపరుచుకున్నారు. మీ చేతుల్లో విత్తనం గర్వంగా ఒదిగిపొయ్యేది. మీరు రూపొందించుకొని అభివృద్ధిపరుచుకున్న సంప్రదాయ జ్ఞానం, విజ్ఞానం అంత గొప్పగా ఉండేది మరి! మీరు ఆడైనా మగైనా పని చేస్తున్న క్రమంలో ప్రతి ఏడాదీ విత్తనం తీసిపెట్టుకున్నారు. సాంప్రదాయ పద్ధతుల్లో భద్రపరుచుకున్నారు. విత్తనంలో ఇమిడి ఉన్న సూక్ష్మజ్ఞానం నీకు జీవితాన్ని తెలుపుతుందని అనుకున్నావు ఆనాడు. నీ బాల్యంలోకి తొంగి చూడు. వాళ్ళు తీసి పెట్టిన విత్తనం నీకు దర్శనం ఇస్తుంది. అది విత్తనం ఒక్కటే కాదు, నాణ్యమైన ఆహారం అందించేది. పోషకాహారం అందించేది. అందుకే జీవ వైవిధ్యం కాపాడే పంటలు పండించేవారు మీరు.

నిజానికి సేద్యం చేసే రైతు అంటే మామూలు వ్యక్తా... చెప్పు. నేల వెన్నుపూస. నీలో ఒక శాస్త్రవేత్త ఉన్నాడు. ఒక అన్వేషకుడున్నాడు. ఒక సహజ వనరుల పరిరక్షణవేత్త ఉన్నాడు. ఒక విత్తన పరిరక్షకుడున్నాడు. హైబ్రీడీకరణ నిపుణుడున్నాడు. ఒక సాహసి ఉన్నాడు. ప్రకృతిని మాలిమి చేసుకున్న ప్రేమికుడున్నాడు. అటువంటి విశిష్టతలు కలిగిన నువ్వు విదేశీ కంపెనీల ముందు మోకరిల్లావ్. దేబిరించే స్థాయికి దిగజారి పోయావ్. వినియోగదారుడి స్థాయికి కుంచించుకుపోయావ్. జాలేస్తున్నదయ్యా నిన్ను చూసి" అన్నదా స్వరం.

రైతు ఛాతీ కించిత్ గర్వంతో ఉప్పొంగి ముఖంలో వెలుతురు ప్రసరించిందల్లా గాలి తీసిన బెలూన్‌లాగా అయిపోయాడు.

"నేను దేబిరించటం ఏంటి. రైతు నలుగురికీ కడుపు నింపుతాడు. కానీ దేహీ అని ఎప్పుడూ అనడు" కోపంగా రైతు.

"అనకపోవడం ఏంటీ... అంటూనే ఉన్నావ్‌గా. మార్కెట్ మాయాజాలం ముందు చేష్టలుడిగిన పసివాడిలా విత్తనంకోసం క్యూకట్టి పడిగాపులు పడి తెచ్చుకోలేదూ. అట్లాగే ఎరువులు, క్రిమిసంహారాలు నీ ఇంటికి చేర్చుకోవడం లేదూ. వెన్ను విరగ్గొట్టుకోవడం లేదూ" రెట్టించింది స్వరం.

"నా సొమ్ములు పెట్టి నేను కొనుక్కున్నా. అడుక్కోలేదు. అర్థమయిందా" రైతు గొంతులో ఆవేశం, అసహనం.

"అదే అన్నా! నేను విన్నవించుకునేది. ఈ మారుమూల కొండల్లోకి కూడా రోడ్లు వచ్చాయి. సైకిళ్ళు, ట్రాక్టర్లు, ట్రక్కులు మొదలయ్యాయి. కొన్ని సుఖాలతో పాటు కష్టాలూ మొదలయ్యాయి"

"నీకే ఏదో అం...తా తెల్సి ఉన్నట్టు? సంబంధంలేని వాగుడు" ఎగతాళిగా గద్దించాడు రైతు.

"ఉందయ్యా ఉంది. సంబంధం ఉంది. సంబంధం ఉన్న ముచ్చట్లే నేను చెప్పేది. నీకు నాకు మధ్య కూడా సంబంధం ఉంది. మన మధ్య బంధమేంటో తర్వాత మాట్లాడుకుందాం గానీ... సౌకర్యాలు నీకు అందుబాటులోకి వచ్చాక నీ వ్యవసాయంలో సంప్రదాయంగా నువ్వు అభివృద్ధి పరచుకుంటూ వచ్చిన నైపుణ్యాలు, పద్ధతులు వల్లకాట్లో కలిశాయా లేదా? ఆ స్థానంలోకి పెద్ద పెద్ద యంత్రాలొచ్చేశాయా లేదా?" నిలదీసింది స్వరం.

నిజమే ఎడ్లు, బండ్లు పోయాయి. కాడి వల్లకాట్లో కలిసింది మనసులో అనుకుంటూ "అసలు నీ బాధ ఏంటో" అంటూ భుజం మీది తుండుగుడ్డ ఒక్కసారి విదిలించి మళ్ళీ వేసుకున్నాడు రైతు. అతనిలో అసహనం పెరిగిపోతున్నది.

"నేను చెప్పేది నీకు అసంబద్ధంగా అనిపిస్తుందేమో... కానీ, నేను చెప్పకుండా ఉండలేను" అన్నది స్వరం. మళ్ళీ ఆ వెంటనే "ఇన్నాళ్ళకు, ఇన్నేళ్ళకు నోరు విప్పాను. నాలో రగులుతున్న వ్యధనంతా ఈరోజు నీతో పంచుకోవలసిందే. అంతా విన్న తర్వాత ఏమి నిర్ణయించుకుంటావో నీ ఇష్టం.

"నువ్వెవరో గానీ, నువ్వూ నాలాగే బాధల్లో ఉన్నట్లున్నావు. సర్లే చెప్పు. నా వల్ల నీకు ఇసుమంతయినా ఓదార్పు లభిస్తుందనుకుంటే..." సయోధ్యతో రైతు.

"రెండో ప్రపంచ యుద్ధం గురించి విన్నావా..?"

చిన్నప్పుడు చదువుకున్నవి గుర్తొస్తుండగా ఊ అన్నట్లు తలూపాడు రైతు.

"ఆ సమయంలో ప్రపంచం యుద్ధ అవసరాలకోసం కొత్త కొత్త రసాయనాలు తయారుచేసుకుంది. యుద్ధం ముగిసింది. రసాయనాలు చేతిలో ఉన్నాయి. వాటిని ఏమి చెయ్యాలి? ప్రశ్నించుకుంది. ప్రయోగాలు చేసింది. రసాయనాలను వుపయోగం లోకి తీసుకొస్తూ వాటితో ఎరువులు, పురుగు మందులు తయారుచేయడం మొదలు పెట్టింది. అధిక దిగుబడులు రావాలంటే రసాయన ఎరువులు వాడాలని రైతుల కుపదేశించింది. రసాయనాల వాడకం ద్వారా అధికదిగుబడి, ఆహార భద్రత, ఆర్థికాభివృద్ధి చెందవచ్చని నమ్మబలికింది. మనిషి ఎదగాలంటే మనిషికి ఆహారం కావాలి. మనిషిలాగే భూమికీ ఆహారం కావాలి. రకరకాల ఆహారం కావాలి.

నీ పూర్వీకులు ఎప్పుడూ ఆహారంగా రసాయనాలు వాడలేదు. పెంటతో పంట పండించేవారు. అదను ఎరిగి సేద్యం చేసేవారు. పదను ఎరిగి పైరు వేసేవారు. అవన్నీ వదిలి ఎప్పుడైతే రసాయన ఎరువులు, పురుగు మందులు రైతు ముందు వాలిపోయాయో, వాటిని వాడడం మొదలైందో, అప్పటి నుంచీ మీరు వేల సంవత్సరాలుగా రూపొందించుకుంటూ, అభివృద్ధి చేసుకుంటూ వచ్చిన జ్ఞానసంపద అంతా తుడిచిపెట్టుకుపోవడం మొదలైంది. మత్తుకు బానిసైన మనిషిలాగే నేలతల్లి రసాయనాలకు బానిస అయింది. ఇక ఇప్పుడు రసాయనాలు లేకపోతే బతుకు లేదన్నట్టు తయారయింది. ఒక సీజన్లో వాడిన రసాయన ఎరువులకు మరింత ఎక్కువ రసాయనాలు నేలతల్లి శరీరంలో నింపకపోతే పంట చేతికి రావడంలేదు. అందుకే రసాయన ఎరువులు రోజు రోజుకీ పెంచుకుంటూ పోతున్నావు. వేరే మార్గం లేదు కదా మరి!

రసాయనాలు వాడడం మొదలుపెట్టాక విత్తనం నిల్వ చేసే పద్ధతీ మారింది. సహజ విత్తనానికి బదులు హైబ్రీడ్ విత్తనాలు ముందుకొచ్చాయి. ప్రకృతి సహజంగా జరిగిపోయే విత్తన చక్రంలో మార్పులొచ్చాయి. జన్యుపరంగా ఉన్నతమైన విత్తనాలు మాయమవడం మొదలైంది. కొత్త కొత్త జన్యువులతో సంకరం చేయడం జరిగింది. ఆహార భద్రత పేరుతో మానవ మేధస్సు నుండి పుట్టుకొచ్చిన కొత్త కొత్త వంగడాలు రాజ్యమేలడం మొదలైంది. ఇంకేముందీ, గద్దలు, రాబందులు విత్తనం మీద వాలాయి. తమ కబంధహస్తాల్లోకి చిక్కించుకున్నాయి.

మానవ మనుగడకు బీజం మూలాధారం. సాగుకు, పర్యావరణ సమతుల్యానికి

అవసరమైన చెట్టుచేమల వృద్ధికి బీజం ప్రధానం. వ్యవసాయరంగానికి విత్తనం ప్రాణసమానం. కానీ ఇప్పుడా విత్తనం రైతు చేతుల్లో లేదు. సొమ్ములు పెట్టి కొనుక్కోవలసిందే. జీవన మూలాలను పెట్టుబడి పెళ్ళగిస్తున్నది.

ప్చ్... ప్రపంచ వ్యాప్తంగా ఉన్న స్థానిక, సాంప్రదాయ వ్యవసాయ పద్ధతుల్లో పెనుమార్పులు. తక్కువ శ్రమతో ఎక్కువ ఉత్పత్తి చేయండంటూ కలలు అమ్ముతూ మీ చేతిలోని విత్తనాన్ని మాయంచేసేసాయి మాయదారి కంపెనీలు. నీపరిస్థితి గాలిలో దీపమైంది మిత్రమా. విత్తనం త్రిశంకు స్వర్గంలో వేలాడుతోంది. నీ తాతల కాలంలోకి వెళ్ళి ఒక్కసారి చూడు. వాళ్ళు అచ్చమైన రైతులు. నలుగురికీ తిండిపెట్టే పంటలు పండించారు. పొట్ట నింపడమే కాదు ఆరోగ్యం పంచే పంటలు పండించారు. మరిప్పుడు నువ్వేం చేస్తున్నావ్.

డబ్బు పెంచే పంటలు, అదేనయ్యా వ్యాపార పంటలు అంటున్నావ్. ఎక్కువ రాబడి లక్ష్యంగా పంటలు వేస్తున్నావ్. కలలు కంటున్నావు. పోనీ నీ కలలు తీరుతున్నాయా? ఊహూ... కల్లలే అవుతున్నాయి. ఎందుకు? ఒకప్పటి రైతు వున్నంత సుఖంగా నువ్వుంటున్నావా? లేదు. దేశ ఆర్థిక వ్యవస్థ బాగుండాలంటే రైతు బాగుండాలి. రైతు బాగుండాలంటే రైతుకు నాణ్యమైన విత్తనం అందాలి. మీ తాతను చూస్తే... తన విత్తనం తానే చేసుకున్నాడు. తన పొలంలోకి ఎరువు తానే చేసుకున్నాడు. విత్తనం వేసేవాడు. వచ్చిన పంట తీసుకునేవాడు. రసాయన ఎరువులు, పురుగు మందులు, విత్తనం ఖర్చులేనే లేదు. అది మన వ్యవసాయ సాంప్రదాయం.

అధిక దిగుబడుల పేరుతో వచ్చిన సంకరజాతి విత్తనాల కోసం మీ నాన్న ఆ పద్ధతి వదిలేశాడు. ఆధునిక వ్యవసాయం వైపు మొగ్గుచూపాడు. విజ్ఞానం విస్తరించింది కానీ సదుపాయం కలుగుతున్నదా..? రైతు అనందం పెరుగుతున్నదా. లేదే... శాస్త్రీయ, సాంకేతిక విజ్ఞానం అవసరమే. ఎంతవరకూ..? అది మనకు మేలు చేసినంతవరకూ. అదే మనని వినాశనం వైపు మళ్ళిస్తుంటే... చూస్తూ అలాగే ఉండగలమా? చెప్పు.

ఇదిలా ఉంటే మరో వైపు నుండీ పర్యావరణానికి ముంచుకొస్తున్న పెను ప్రమాదం గుర్తించి రసాయనాల వాడకం తగ్గించడం మొదలైంది. ఆధునిక సాగు విధానాలు ఎన్నో అందుబాటులో ఉన్నప్పటికీ కొందరు రైతులు పర్యావరణ హితమైన సేంద్రియ వ్యవసాయంతో ప్రకృతిసిద్ధమైన సాగు పద్ధతులే అవలంబిస్తున్నారు.

ఇప్పుడిప్పుడే కొందరు రైతులు విత్తనాలను ఉత్పత్తి చేసి మిగిలిన రైతులకు అందించే వ్యవస్థలు ఏర్పరచుకునే విధానంలోకి రావాలని ప్రయత్నం చేస్తున్నారు.

కొన్నిచోట్ల వ్యవసాయ శాఖవారి ప్రోత్సాహం కూడా తోడైంది. నువ్వూ ప్రకృతి వ్యవసాయ పద్ధతులతో సేంద్రియ స్వయంసమృద్ధి చేసుకోలేవా..?"

"కాకికి కారోబార్‌తనం ఇస్తే కోటంతా నాదే అన్నదట. అట్లున్నది" అప్పటి వరకూ శ్రద్ధగా విన్న రైతు అన్నాడు.

"అయ్యా... నువ్వు ఏ ఉద్దేశంతో అన్నావో కానీ అది నిజం. దేగ కంపెనీలు చేసిందదే. ఇప్పుడు, నువ్వు ప్రతి సీజన్‌లోనూ విత్తనం కొనాల్సిందే కదా. లక్షల రకాల విత్తనాలుండేవి ఒకప్పుడు. ఆ విత్తన వైవిధ్యమంతా గత వైభవం. నేడు నకిలీలు రాజ్యమేలుతున్నాయి. నాణ్యమైన విత్తనమని అన్ని జాగ్రత్తలు తీసుకున్నా అవి జన్యుమార్పిడి విత్తనాలో, ఆధునిక రసాయనాలు పూసిన విత్తనాలో, రసాయనాలతో శుద్ధి చేసిన విత్తనాలో అవుతున్నాయి. అధిక దిగుబడేమోకానీ వాటికి పచ్చే చీడ పీడల నుంచి పంటను కాపాడుకోవడానికి, రసాయనాలతో సత్తువ కోల్పోతున్న భూమిలో బలం నింపడానికి మరింత ఎక్కువ రసాయన ఎరువులు పోస్తూ పుడమి తల్లిని సుసంపన్నం చేయడానికి తపన పడుతూనే ఉన్నావ్... అయినా ఆశించిన ఫలితం పొందడం లేదు.

మీ తాతకి శ్రమ ఉండేదేమో కానీ మానసిక వేదన ఉండేది కాదు. తుండు గుడ్డేసుకుని ఆ పొలం గట్లమీదే హాయిగా పడుకొనేవాడు. ఆనందంగా గడిపేవాడు. నువ్విప్పుడట్లా పడుకోగలవా? లేదు. పడుకోలేవు. నీ దగ్గరకొచ్చేసరికి అధిక ఆదాయం కోసం వ్యాపార పంటల్లోకి వెళ్ళిపోయావ్. వ్యవసాయాన్ని వ్యాపారంగా మార్చేశావ్. ఆదాయం ఏమో మనశ్శాంతి లేకుండా అస్థిమితంతో సతమతమవుతున్నావ్.

నువ్వు పండించే పత్తి విత్తనంలో ఒకే ఒక్క జీన్ పెట్టడం ద్వారా పత్తి విత్తన సంస్థ వేల కోట్లు తన జేబులో వేసుకుంది. అట్లా లక్షల కోట్ల విత్తన వ్యాపారం జరుగుతున్నది. అంత సంపదని ఈ ప్రపంచానికి విత్తనం అందిస్తున్నదని సంతోష పడాలా, ఆ కంపెనీల వాళ్ళు ఆవ విత్తనం వేసి తాటి విత్తనం గుంజుకు పోతున్నారని, నీ జేబు ఖాళీ చేస్తున్నారనీ బాధపడాలో తెలియని స్థితి విత్తనానిది. అదంతా ఎవరి సొమ్ము, నీ సొమ్మేగా?! రాబోయే రోజుల్లో వచ్చే తెగుళ్ళు తట్టుకునే శక్తి విత్తనానికి వుండాలి. నానోటెక్నాలజీ ద్వారా విత్తనంలో ఎన్నో మార్పులు చేస్తున్నారు. ఎన్నో రకాల టెక్నాలజీలు విత్తనంలో పొందుపరుస్తున్నారు, ఉపయోగిస్తున్నారు. అదంతా అభివృద్ధి అని భ్రమింపచేస్తూ నిన్ను పీల్చి పిప్పి చేస్తున్నారని గమనించడంలేదు నువ్వు"

స్వరం మాటలకడ్డు తగులుతూ "అంటే... ఊళ్ళోకి, రైతు ఇంట్లోకి వచ్చేదాకా ఊరపిల్లిలా ఉన్న కంపెనీ ఊర్లోకి, రైతు ఇంట్లోకి చొరబడ్డాక గండుపిల్లి అయి పోయిందంటావ్. అంతేనా..." ఏదో అర్థమయినట్టు అన్నాడు రైతు.

"హమ్మయ్య.., ఇందాకటి నుంచీ నా కంఠశోష ఊరికే పోలేదు, నీ బుర్రలోకి ఇంకుతాంది" నవ్వింది స్వరం.

"అది సరేగానీ... చెప్పు చెప్పు" తొందరపెట్టాడు రైతు.

"ఎన్ని కొత్త టెక్నాలజీలు వచ్చినా విత్తనాలు ఫ్యాక్టరీలలో పండవు. విత్తనాల కంపెనీలలో పండవు. రైతుల పొలంలోనేగా పండుతాయి. విత్తనాలు వాడుకునేది రైతులే. ఆ పంట పండించిన రైతు పొలాల్లోంచి విత్తనం సేకరించి ఫ్యాక్టరీలో రసాయనాలతో ప్రాసెస్ చేసి, చక్కటి కవర్లలో పాకింగ్ చేసి మళ్ళీ రైతులకి అమ్ము తున్నారు. అంటే విత్తనాలు పండించేది రైతులే. విత్తనం వాడుకునేది రైతులే అయినా విత్తనం, విత్తనోత్పత్తి రైతు చేతుల్లోలేదు. కొందరి చెప్పుచేతుల్లోకి వెళ్ళిపోయింది. జెనెటిక్ ఇంజనీరింగ్ వచ్చింది. కొత్త కొత్త జన్యువుల్ని కనుగొంది. శాస్త్ర, సాంకేతిక విజ్ఞానం దేగలు, గద్దల చేతుల్లో చిక్కింది. అవి నీకు కలలను అమ్ముతూ కాష్ చేసుకోవడం మొదలైంది. ప్రకృతి సహజంగా ఉన్న జీవాణువుల్ని, జన్యువుల్ని వాళ్ళే పేటెంట్ చేసుకున్నారు. విత్తన వైవిధ్యం, విత్తన స్వేచ్ఛ అంత వాళ్ళ చేతుల్లోనే"

"అంటే నన్ను విత్తనం నుండి విడగొట్టినట్లేగా... దూరం చేసినట్లేగా" ఎగాదిగా చూస్తూ అమాయక రైతు.

"అవును, నీకు తెలుసో లేదో... నీవు ఆ విధంగా ఆలోచిస్తావో లేదో గానీ, విత్తనాన్ని కంట్రోల్ చేయడమంటే రైతుని కంట్రోల్ చేయడమే. రైతును కంట్రోల్ చేయడమంటే మొత్తం ఆహార వ్యవస్థని చెప్పుచేతల్లో పెట్టుకోవడమే. విత్తనం ఒక భవిష్యత్. మానవజాతికే భవిష్యత్. ఆ రైతు కలల పంటకి ఆధారం విత్తనం. ఒక దేశానికి ఆహార భద్రత నిచ్చేది విత్తనం. ఆ దేశ ప్రజలకు పోషకాహార భద్రత నిచ్చేది విత్తనం. దేశానికి విత్తనం ఒక ఉపాధి వనరు. ఒక ఆశ. విత్తనం అంటే ఏంటి? ఒక విత్తనం వందలు, వేలు, లక్షలుగా మల్టిప్లై అవ్వాలి. అది విత్తన లక్షణం. కానీ నీ చేతిలో విత్తనం అలా అవుతుందా. కాదు. వాటి కా గుణం లేదు. మీ తాత చేతిలో, అంతకు ముందు తరాల చేతిలోని విత్తనం అలా వేలు, లక్షలుగా మల్టిప్లై అవుతూనే ఉండేది. ఒకరి నుండి ఒకరికి చేరేది. ఒక ప్రాంతం నుండి మరో ప్రాంతానికి ప్రయాణించేది. అక్కడి వాతావరణ, భూసార పరిస్థితులకు అనుగుణంగా మలుచు

కునేది. రూపాంతరం చెందేది. అందుకే ఆనాటి విత్తనాల్లో వైవిధ్యం ఉండేది. జీవ వైవిధ్యం ఉండేది. విత్తనం ఒక అనంతమైన ధనసంపత్తి. మేధో సంపత్తి. మీకు తెలుసా? ఒక చిన్న వడ్లగింజ తీసుకోండి. అందులో ఉండే జినోమ్‌ను అక్షరరూపంలోకి తీసుకొస్తే 5357 కిలోమీటర్ల దూరం ఉంటుంది. ఒక చిన్న విత్తనంలో రాబోయే రోజుల్లో ఆకులు, పువ్వులు, విత్తనంలో వచ్చే మార్పులు, వాసన, రూపు, ఎత్తు ఎలా ఉంటుంది అనేదంతా ఆ విత్తనంలో నిక్షిప్తమై వుంటుంది. ఆ జ్ఞానం అంతా సహజంగా వచ్చింది"

"నిజ్జంగానా..! అద్భుతం!" విస్మయంతో కళ్ళు పెద్దవి చేసుకున్న రైతు.

"అవును విత్తనమే ఒక అద్భుతం. నువు వాడే విత్తనాల్లా కృత్రిమమైనవి, సంకుచితమైనవి కాదు ఆనాటి విత్తనాలు. నీ చేతిలో ఉన్న విత్తనాలు ఎక్కడి నుంచి వచ్చాయి? నీవు తయారుచేసినవి కాదు కదా. మనిషి రూపొందించిన కొత్త జన్యువులతో ప్రాసెస్ అయిన విత్తనాలవి. రసాయనాలు నిండా నింపుకున్న విత్తనాలవి. అందుకే విత్తనం ఆనందంగా లేదు. నీకైనా విత్తనానికైనా, ఏ జీవికైనా జీవితానికి మూలసూత్రం ఆనందంగా బతకడం. ఆ ఆనందం ఇప్పుడు అందుతోందా..? ఇప్పుడు చూడు, వేలాది సంవత్సరాలుగా మానవుడు మెరుగు పరుచుకుంటూ వస్తున్న విజ్ఞానం మీ తాత ముత్తాతలది. అది మరుగున పడిపోయింది. ఆ కాలంలో ఉన్న అనేక రకాల ఆహారపంటలు కనుమరుగైపోయాయి. జీవవైవిధ్యం కాపాడుకోలేక పోవడంవల్ల వుపాధి కోల్పోతున్నావు. ఆహార భద్రత, పోషకాహార భద్రత, శ్రమవిభజన ఇలా ఎన్నో నష్ట పోతున్నది సమాజం. అదేవిధంగా ఆనందాన్ని కోల్పోయింది. వైవిధ్యం అంటే మనుగడ. వైవిధ్యం అంటే కొనసాగించడం లేదా ముందుకు నడవడం. వైవిధ్యం అంటేనే మరణం లేకుండా ఉండడం."

"విత్తనం మన దగ్గరే మారిపోయిందా" అమాయకంగా అడిగాడు రైతు.

"మొదట అమెరికా ఆ తర్వాత అర్జెంటీనా, పెరుగ్వే, బ్రెజిల్ వంటి దేశాలతో పాటు ఇక్కడ మనదేశంలోనూ జరుగుతున్నదదే. నీ చేతిలోని విత్తనాన్ని, విజ్ఞానాన్ని కార్పొరేట్ గద్దలు దొంగిలించాయి. గుప్పెడు మంది చేతుల్లో చిక్కుకుని విలవిలలాడు తున్నది విత్తనం ఒక్కటే కాదు, నిర్ణయాధికారం వాళ్ళ చేతుల్లోనే. ఒక్కమాటలో చెప్పాలంటే ప్రపంచ వ్యవసాయ వ్యవస్థ వాళ్ళ చేతుల్లో ఉంది. భవిష్యత్తులో విత్తన వైవిధ్యం చరిత్రంతా చెత్త కుప్పలో కలిసిపోతుంది. గ్రామీణ ఆర్థిక వ్యవస్థలో సాంప్రదాయక పద్ధతుల్లో సాధించుకున్న స్వావలంబన సంస్కృతీ నాశనం అయి

పోతున్నది. ఇప్పటికే చాలా వరకు మట్టిలో కలిసిపోయింది. విత్తన వైవిధ్యం లేదు కాబట్టే రసాయన ఎరువులు అధికంగా వాడే వ్యవసాయ పద్ధతులపై ఆధారపడే వ్యవసాయం తప్ప గత్యంతరంలేని పరిస్థితి వచ్చింది"

"ఎంత బాగా పెరిగేది పంట. పురుగుమందులు ఎన్ని కొట్టినా మళ్ళీ ఏదో ఒకటి వచ్చి పంట తుడిచి పెట్టుకుపోతున్నది. వరి, మొక్కజొన్న, పత్తి ఏది వేసినా పంట చేతికిరాక, ఆరోగ్యం బాగోక అవస్థలు పడుతున్నా" దీనంగా గొణిగాడు రైతు.

"నీ దీన స్థితికి, నీ కిడ్నీ జబ్బుకు కారణం నువ్వు అధికంగా వాడుతున్న రసాయనాలు. నీ భార్య కాన్సర్‌జబ్బుకీ మూలకారణం అవే. నువ్వు వాడే రసాయనాలతో భూమి, గాలి, నీరు, వాతావరణం అంతా కలుషితమేగా. రసాయనాలతో నేల సత్తువ కోల్పోయింది. పర్యావరణం సంక్షోభంలో చిక్కుకున్నది. నువ్వు దిగుబడికోసం మరింత రసాయనాలు వాడుతున్నావు. ఫలితంగా నీటివనరులు కలుషితం అయ్యాయి. పర్యావరణం, ప్రజారోగ్యం దెబ్బతిన్నది"

మధ్యలో అందుకుని "సొమ్మూ పోయింది శనీ పట్టింది. ఈ శనిని ఎట్లా వదిలించుకోవాలో" దిగులుగా మొహం వేలాడేసుకున్నాడు రైతు.

"ప్రకృతిని చెరబట్టారు ఇన్నాళ్ళు. ఆ చెర నుండి విముక్తి చెయ్యాల్సిందీ నువ్వే అన్నా. జీవితానికి ఆనందాన్ని సంపాదించుకోవాల్సిందీ నువ్వే అన్నా"

"నేనా ఎలా..?" అయోమయంగా రైతు.

"మీకు తెలుసో లేదో నీ దేశంలో ఇంకా అక్కడక్కడా గుప్పెడు మంది చేతుల్లో చక్కని వ్యవసాయం బతికే వుంది. ఆనాటి విత్తనమూ ఉంది. అది నాగరికులనుకునే వాళ్ళకు అనాగరిక వ్యవసాయంలాగా కనిపిస్తుందేమో కానీ అదే భవిష్యత్ ఆశ. ఆ విత్తనమే భవిష్యత్. సాంప్రదాయ పంటతో కొద్ది భూమిలో, కొద్ది నీటి వనరులతో ఆరోగ్యకరమైన పోషకాహారం అందిస్తారు. ప్రకృతిసిద్ధమైన పంటల వైవిధ్యం వుంటుంది. వాళ్ళే నేలను, నీటిని, పర్యావరణాన్ని కాపాడేది"

"నిజమా..! మా ముత్తాతల నాటి విత్తనం ఇంకా బతికే ఉందా" రైతు గొంతులో సంభ్రమాశ్చర్యం.

"ఇప్పటి వరకూ మీ ఇద్దరి సంభాషణ వింటున్నా. నా మనసులో మాట మీతో పంచుకోవచ్చా" ప్రశ్నించింది కొత్త స్వరం.

"ఎవరు నువ్వు" రైతు, మొదటి స్వరం ఒకేసారి ప్రశ్నించాయి.

"నన్ను అందరూ భూతల్లి, నేలతల్లి, భూమాత, పుడమి అంటూ రకరకాల పేర్లతో పిలుస్తార్లే"

"ఓ నేలమ్మవా..! చాలా సంతోషం. నీ పలకరింపు నాకు పులకరింత" అన్నది మొదటి స్వరం.

'కొత్త గొంతు నేలతల్లిదా! తల్లి బాధ బిడ్డతో పంచుకుంటున్నదా. వింతగా వుందే. భూతల్లికి బాధలేమి ఉంటాయి?' ఆశ్చర్యంగా చూస్తుండిపోయాడు రైతు.

"అవునా, విత్తనం ఎప్పుడూ ఆ మాటే అంటుంది. తనని చీకట్లోకి నెట్టేశారని విత్తనం ఎప్పుడూ బాధపడదు. నా మట్టిపొరల్లో చక్కగా ఒదిగిపోతుంది – తల్లి వెచ్చదనం అనుభవిస్తూన్నట్టుగా. మెత్తటి మట్టి పెడ్డల మధ్య మదుగుచేసుకున్న విత్తనం రెండు నీటిబొట్లకోసం వెతుక్కుంటుంది. వర్షపు చుక్కల కోసమో రైతు పెట్టే తడికోసమో ఎంతకాలమైనా ఎదురుచూస్తుంది. లేదంటే చెట్ల ఆకులు రాల్చే నీటిబిందువుల కోసం ఆశగా ఎదురుచూస్తుంది. ఆ నీటి చుక్కలని ఎంతో ఇష్టంగా తీసుకుంటుంది. ఆ చెమ్మ విత్తనం లోపలున్న బీజం తనలో ఇముడ్చుకుంటుంది. విత్తనపు కణాల్లో వుండే ఎంజైములు చైతన్యం అవుతాయి. నిద్రపోతున్న బీజం జాగృతమవుతుంది. ఆహారం తీసుకోవడం మొదలుపెడుతుంది. వెలుతురులోకి రావడానికి మొదటి ప్రయత్నంగా విత్తనం చుట్టూ ఉన్న రక్షణ కవచాన్ని చీల్చుతుంది. చీకట్లోంచి వెలుతురు కోసం తహతహలాడుతుంది. నేను అడ్డుగా ఉన్నానని నన్నేమీ తిట్టుకోదు. కానీ ఎలా బయటికి రావాలని ఆ అంకురం తపన పడుతూనే ఉంటుంది. నెమ్మదిగా తల్లి మెత్తని స్పర్శను అనుభూతి చెందుతూ అవ్యక్తానందంతో లోలోపలికి చొచ్చుకుపోవడానికి అనువుగా తనను మలుచుకుంటుంది. మరోవైపు నుండి సూర్యరశ్మి అందుకుంటుంది. చిరునవ్వు లొలికే ముద్దుబిడ్డలా మొలక తలెత్తి ఆకాశం కేసి చూస్తుంది. నగుమోముతో పలకరిస్తుంది. గగనమంత ఎత్తు ఎదగాలని ఉవ్విళ్ళూరుతుంది. విచ్చుకున్న విత్తనం ఆకులతో, కొమ్మలు రెమ్మలతో, పూలు పండ్లతో అలా అలా... మహావృక్షమవుతుంది. ఆ దృశ్యం ఎన్నిసార్లు చూసినా అద్భుతంగానే... అపురూపంగానే..." తన్మయత్వంతో అన్నది నేల.

"సృష్టి ఎంత అద్భుతమైనది. అపురూపమైనది" రైతు మనసులోని మాట పైకే వచ్చింది.

"ఆ... నిజమే. ఆ అద్భుతాన్ని నిలబెట్టుకోవాలిగా. అపురూపాన్ని కాపాడుకోవాలిగా. ఒకప్పుడు ఎన్నో జీవరాశులకు ఆలంబన అయ్యాను. ఇప్పుడు నాలోపలి

పొరల్లోని జీవావరణం అంతా దెబ్బతింది. ఇక తట్టుకునే శక్తి నాకు లేదు. మరణం అంచుల్లో కొట్టుమిట్టాడుతున్నాను" ఆయాసపడుతూ గొంతు పూడుకుపోతుండగా అన్నది నేలతల్లి.

"అయ్యో... తల్లీ. నువ్వే ఆ మాటంటే ఎట్లా తల్లీ" రెండు చేతులెత్తి దండం పెడుతూ రైతు.

"అంతా మీ వల్లే" అన్నది మొదటి స్వరం.

"నేనేమీ చేయలేని అల్పుడను. నన్ను నిందిస్తే ఏం లాభం? నన్ను మీ ముందు దోషిగా నిలబెట్టిన వాళ్ళది అసలు తప్పు. చేతులు కాలిపోయాయి. ఇప్పుడు ఆకులు పట్టుకున్నా ఏం లాభం" అన్నాడు రైతు.

"మీకో రహస్యం చెప్పనా" మరో స్వరం.

"తమరెవరో..." రైతు ప్రశ్న.

"ఇందుగలడందు లేడనే గాలిని. అట్లాగని నేనిప్పుడు చెప్పే ముచ్చటని గాలి కబుర్లకింద కొట్టిపడెయ్యకండి. స్వార్థపరులు కాదు విజ్ఞులు అనుకుంటున్న మాటలే మోసుకొచ్చా. చిన్న చిన్న కమతాల రైతులు అనుసరించే సేద్యంలో, పద్ధతుల్లో అంతగా పరిణతి ఉండదని, లోపభూయిష్టమైన విధానాలని ఒకప్పుడు ప్రచారం చేశారు కదా... ఇప్పుడు వాటినే అత్యంత అధునాతనమైన, సరైన పద్ధతులుగా పరిగణిస్తున్నారని మారికి విక్ జియాని, జగ్జిత్ ప్లాహే అనే శాస్త్రవేత్తలు అంటున్నారు. వాళ్ళు చిన్న కమతాల రైతుల ప్రాధాన్యతను గురించి పరిశోధన చేసి చెప్పిన మాటలివి. రైతులు నష్టాన్ని వీలైనంత తగ్గించుకునే వ్యూహాలు రూపొందించడంలో ముందుంటారట. కరువు పరిస్థితులను ఎలా ఎదుర్కోవాలో వీరికి బాగా తెలుసట. జీవవైవిధ్యాన్ని, పంటల వైవిధ్యాన్ని, విత్తన వైవిధ్యాన్ని ఎలా కాపాడుకోవచ్చో ఎలాంటి సేద్య పద్ధతులను అవలంబించాలో, అనుసరించాలో, నేల సారాన్ని ఎట్లా నిలబెట్టాలో, నీటి వనరులను ఎలా సంరక్షించుకోవాలో, వ్యవసాయ వ్యర్థాలను ఎలా ఉపయోగించుకోవాలో, వసతులు-వనరులు ఎంత జాగ్రత్తగా వాడాలో రైతుకు తెలిసినంతగా ఎవరికీ తెలియదట. రైతుకున్న పరిశీలనశక్తి, జ్ఞాపకశక్తి అపారమైనదట. తన జ్ఞానాన్ని కథల రూపంలో ఒక తరం నుండి మరో తరానికి అందిస్తూ వస్తున్నారట. విత్తనాలను భద్రపరచడంలో గ్రామీణ మహిళలు ఇప్పటివరకూ అనుసరిస్తూ వచ్చిన పద్ధతులన్నీ మరుగున పడిపోయాయట" వివరించింది గాలి.

"నువ్వు విన్నది అక్షరాలా నిజం మిత్రమా" అన్నది స్వరం.

“పరాధీనతలోకి జారిపోనంత వరకూ రైతు జీవితమంతా ఉత్సవంలాగా, పండుగలాగా ఉండేది” సాలోచనగా అన్నది భూమి.

“ఏ జీవికైనా జీవితమే ఒక అద్భుతం. ఈ లోకంలో ప్రతి జీవి పుట్టుకా మహాద్భుతమే” అన్నది గాలి.

“నా శ్రమశక్తి సరుకై పోయింది. సేద్యం ఒక జూదం అయిపోయింది. పావులెవరివో, ఆడించేదెవరో తెలియదు. కానీ నిత్య ఓటమి మాత్రం నాదయింది. నా జీవితమే విషాదమయింది” భారమైన హృదయంతో, బాధతో, దుఃఖంతో గొంతు బొంగురుపోతుండగా రైతు.

“రైతన్నా..! కడవలకొద్దీ నీ కష్టాలు, నీ చుట్టూ ముసురుకున్న చీకటి, అనుభవిస్తున్న ఘర్షణలు – సంఘర్షణలూ అన్నీ తెలుసు. అయితే నువ్వు, నిత్యం సేద్యం అనే సాహసక్రీడ ఆడే సాహసివని మర్చిపోకు. మట్టిలోంచి మెతుకు అందించే మాంత్రికుడివి నువ్వు. నీకే జరుగుతున్న విధ్వంసాన్ని సరిదిద్దే శక్తి ఉంది. వేటగాడు పన్నిన వలలోంచి నిన్ను నీవు విముక్తం చేసుకోవాల్సిన బాధ్యత ఉంది. నీ అన్వేషణలోంచి ప్రకృతిని, మానవాళిని కాపాడే విత్తనం ఎంచుకో. కమ్యూనిటీ విత్తన బ్యాంకులు వృద్ధిచేసుకో. విత్తన నాణ్యత, జన్యు స్వచ్ఛత, తేమశాతం వంటి ప్రమాణాలు పాటిస్తూ ముందుకుపో. నీ మేధస్సుతో కనుగొన్న విజ్ఞానం, శాస్త్ర సాంకేతికతల, సాంప్రదాయ పద్ధతులను జోడించుకుంటూ ఏజీవికి నష్టం కలిగించని, అనారోగ్యం కలిగించని సహజ పద్ధతుల్లోకి మళ్ళితే... వ్యవసాయాన్ని వ్యాపారంగా మార్చకపోతే ప్రకృతి మాత నిన్ను దీవిస్తుంది. జీవ వైవిధ్యంతో కూడిన వ్యవసాయంతో జీవులకెప్పుడూ ఉత్సవమే. అప్పుడు ఈ లోకంలో నువ్వున్న ప్రతి క్షణం పండుగే. అన్నా... వేగుచుక్కవై వెలుగు, ముందుకు సాగు రైతన్నా” అన్నది స్వరం.

“శరీరమూ, మనసూ, హృదయమూ పిప్పి పిప్పి అయిన సమయంలో నీతో ముచ్చట్లు నాలో కొత్త ఉత్సాహాన్ని నింపాయి. కళ్ళు తెరిపించాయి. ఇంతకీ నువ్వెవరో చెప్పనేలేదు” అజ్ఞాత స్వరం ఎవరిదో తెలుసుకోవాలన్న ఆతురత రైతు గొంతులో.

“విత్తనాన్ని” నొక్కి అన్నదా స్వరం.

– ***‘సారంగ’ అంతర్జాల పత్రిక, మార్చి 2021***

ఆకుపచ్చ కల

పచ్చని అడవి. చిక్కని అడవిలో పచ్చిక బయలు. ఆ అడవిలో ఉండే జీవజాలం తప్ప మరోజీవి అక్కడి జీవులకు తెలియదు. ఎప్పుడూ చూడలేదు.

అయితే, ఈ అడవి దాటితే పెద్ద ప్రపంచం ఉందనీ, ఆ ప్రపంచంలో మానవులు ఉంటారనీ వాళ్ళు చాలా గొప్ప వాళ్ళనీ, వాళ్ళు పక్షుల్లా ఆకాశంలో విహరిస్తారనీ, సముద్రంలో చేపల్లా ప్రయాణిస్తారని, చుక్కల్లో చందమామ దగ్గరకి వెళ్ళి వచ్చారనీ ఏవేవో చాలా విషయాలు చుట్టపు చూపుగా వచ్చిన కాకమ్మ ద్వారా విన్నాయి కొన్ని జంతువులు. అందులో ఒకటి తోడేలు.

అదిగో, అప్పటి నుండి ఆ మానవ ప్రపంచంలోకి పోయి అక్కడ వింతలు విశేషాలు పోగేసుకురావాలని తహతహలాడి పోతున్నది తోడేలు. ఒకరోజు తనతో సమావేశమైన మిత్ర బృందంతో ఎన్నాళ్ళుగానో కంటున్న కల గురించి విప్పి చెప్పింది తోడేలు.

"జరిగేది చెప్పు. అనవసరపు కలలు కనకు. వంటికి మంచిది కాదు" అన్నది రైనో.

"అమ్మో... మానవ లోకంలోకా. బాబోయ్" భయంభయంగా కళ్ళు టపటప లాడించింది దుప్పి.

"ఆకాశానికి నిచ్చెన వేద్దామంటే పడి నడ్డి విరగ్గొట్టుకున్నట్టే" నవ్వింది నక్క.

"నాకా వయసయిపోతున్నది. కోరిక తీరకుండానే పోతానేమోనని బెంగగా వున్నది" మిత్రుల మాటలు పట్టించుకోని తోడేలు దిగులు పడింది.

మిత్రుడి కోరిక ఆమోదయోగ్యంగా లేదు. ముక్కు మొహం తెలియని మానవ లోకంలోకి వెళ్తుందంట. చుట్టుపక్కలున్న తమ వంటి రాజ్యాల్లోకే ఎప్పుడూ తొంగి చూసే ధైర్యం చేయని తోడేలుకు పోయేకాలం వచ్చిందని మనసులోనే విసుక్కుంది ఏనుగు.

"ఆరు నూరైనా ఈ నెలలో మానవ ప్రపంచంలోకి వెళ్ళి తీరాల్సిందే. మీరెవరైనా నాతో వస్తానంటే సంతోషం. లేకున్నా నేనెళ్ళేది వెళ్ళేదే. ఆ ప్రపంచం చూడని బతుకు వృథా" తనలోతాను అనుకుంటున్నట్లుగా అన్నది తోడేలు.

వయసు మళ్ళుతున్న మిత్రుడి కోరికని తీర్చలేమా అన్నట్లుగా మిగతా నలుగురు మిత్రులూ ఒకరినొకరు చూసుకున్నారు.

"కొన్ని ఇబ్బందులు, కష్టాలు పడితే పడదాం. పడమటి పొద్దులో ఉన్న మిత్రుడ్ని ఒంటరిగా కొత్తలోకంలోకి పంపడం మంచిది కాదేమో" అన్నది దుప్పి.

నిజమే, మిత్రుడి కోరిక తీర్చడం మన ధర్మం అని నక్క, రైనా సిద్ధపడ్డాయి. ఏనుగు మాత్రం తన పరిస్థితుల దృష్ట్యా రాలేనని కచ్చితంగా చెప్పింది. మీరు వెళ్తే మీ నాలుగు కుటుంబాల మంచి చెడు నేను చూసుకుంటానని మాటిచ్చింది.

గతంలో కాకమ్మ ద్వారా విన్న అనేక విషయాలు మననం చేసుకున్నాయవి. తమ రూపాలతో వెళ్తే వచ్చే ఇబ్బందులను గురించి, తీసుకోవలసిన జాగ్రత్తల గురించి చర్చించుకున్నాయి. మరోలోకపు జీవితాన్ని ఉన్నతంగా ఊహించుకుంటూ ప్రయాణానికి ఏర్పాట్లు చేసుకోవడంలో నిమగ్నమయ్యాయి.

* * *

ఆకురాలు కాలం అది. కొన్ని చెట్లు ఆకు రాలుస్తుంటే కొన్ని మోడువారిపోయి, మరికొన్ని లేలేత ఆశలతో చిగురిస్తున్నాయి.

నిశ్చలంగా నిశ్శబ్దంగా సాగిపోతున్న అక్కడి జీవితాల్లో ఏదో హడావిడి. వుత్సవమేదో జరుగుతున్నట్లు సందడి. ఆనోటా ఈనోటా విషయం తెలిసిన జీవులెన్నో ఎగుడుదిగుడు కొండలోంచి చీలికలు చీలికలుగా ఉన్న సన్నని బాటల్లో వచ్చి, పచ్చిక బయలులో సమావేశమయ్యాయి. మరోలోకపు ముచ్చట్లు తెలుసుకోవడానికి ఉవ్విళ్ళూరు తున్నాయి. ఉత్కంఠతో ఎదురు చూస్తున్నాయి. నిన్నమొన్నటి వరకూ తమతో తిరిగిన నలుగురు నేస్తాలు మానవ ప్రపంచంలోకి అడుగుపెట్టి ఏడాది దాటింది. ఈ జీవాలు అసలున్నాయో లేవోననే సందేహంలో సందిగ్ధంలో ఉన్న సమయంలో అవి తమ

రాజ్యానికి తిరిగి రావడం ఆ జంతు లోకానికి పండుగ్గా ఉంది. అదీకాక ఆ లోకపు వింతలు, విడ్డూరాలు, విశేషాలు తెలుసుకోవాలనే కుతూహలం వాటినక్కడికి రప్పించాయి. ఇప్పుడు వాటి మాట కోసం ఆతృతగా ఎదురుచూస్తున్నాయి.

తమ యాత్ర పూర్తి చేసుకొచ్చిన మిత్రబృందం తోడేలు, నక్క, రైనో, దుప్పి రాకతో ఆ ప్రదేశం హర్షధ్వానాలతో మార్మోగింది. అందరి వైపు చూస్తూ చేతులూపుతూ సంతోషంగా పలకరించింది మిత్ర బృందం.

అప్పటివరకూ ఉన్న కలకలం సద్దుమణిగింది. ఆకు రాలితే వినపడేంత నిశ్శబ్దంగా మారిపోయింది ఆ ప్రాంతం. జీవులన్నీ ఊపిరి ఉగ్గబట్టుకుని కూర్చున్నాయి. అక్కడున్న వారంతా సుశిక్షితులైన సైనికుల్లా.. కానీ వాటి శ్వాస నిశ్వాసలు పక్కన వున్న వాటికి వినిపిస్తున్నాయి.

ఆ ప్రశాంతతను ఛేదిస్తూ "ఆరోజు మేం బయలుదేరినప్పుడు పలికిన వీడ్కోలు, మీ ఆదరాభిమానాలు మా వెన్నంటే ఉన్నాయి. ఇప్పుడు మళ్ళీ ఇంత మంది, చిన్నా పెద్దా, పిల్లా పాపా... మిమ్ములని చూస్తుంటే కడుపు నిండిపోయింది. మాయా మర్మం లేని మనమంతా ఒక్కటేనని రుజువవుతున్నది. మరోలోకపు లోతుపాతులు తెలుసుకోవాలని స్వచ్ఛమైన హృదయాలన్నీ ఆశపడడం ఆరాటపడడం చూస్తే మహదానందంగా ఉంది. మా అనుభవాలు మీకు ఎలాంటి అనుభూతినిస్తాయో తెలియదు. ఏడాదికాలపు అనుభవాలను, అనుభూతులను కొద్ది మాటల్లో చెప్పడం కష్టమే. కానీ చెప్పడానికి ప్రయత్నిస్తాం. మానవలోకంలో మేమెలా బతికామన్నదానికన్నా, మానిశిత పరిశీలనలో అక్కడి ప్రజల జీవితమెలా ఉన్నదో, ఆ లోకపు నగ్నస్వభావం గురించి చెప్పాలనుకుంటున్నాము" అన్నది తోడేలు.

సరేనన్నట్టు తలూపింది మిత్ర బృందం.

"మన మన్యంలో రకరకాల జంతుజాతులున్నట్టు మానవుల్లోనూ జాతులున్నాయి. అంతేకాదు కుల, మత, వర్గ, వర్ణ, ప్రాంతీయ, భాషాభేదాలు ఎన్నోవున్నాయి. అంతా బయటకు ఎంతో అందంగా, ఆనందంగా రంగురంగుల్లో కనిపించే సంక్లిష్ట లోకం. స్వార్థ లోకం. ఒకే జాతి అయినా అంతా ఒకే స్థాయిలో ఉండరు. ఒకే రీతి నడవరు. ఒకే రకం తిండి తినరు. ఒకే రకపు ఇంట్లో ఉండరు. ఒకే రకపు బట్ట కట్టరు. ఎక్కడ చూసినా కులం, మతం, జాతి, అంతస్తుల తేడాలే. మిరుమిట్లు గొలిపే వెలుతురులో అద్దాల మేడల్లో కొందరుంటే చీకటి గుయ్యారాల్లో ఆకాశమే కప్పుగా మరికొందరు. ఆకాశ వీధుల్లో విహరించే వాళ్ళు కొందరయితే చీలికలైన

కాళ్ళతో గమ్యం కేసి ప్రయాణించే వాళ్ళు మరికొందరు. ఎవరికివారు తామే గొప్పని విర్రవీగుతారు. ఎవరి అస్తిత్వం వారికి గొప్పదే కావచ్చు. ఎవరి మత నమ్మకాలు, పద్ధతులు వాళ్ళకుండొచ్చు. అవన్నీ వాళ్ళింటికే పరిమితం కావాలి. గడప దాటిన తర్వాత అందరూ సమానమే కదా. ఈ చిన్న విషయం వీళ్ళకెందుకు అర్థంకాదో... గొడవలు పడిచస్తారు. కొట్టుకుంటారు. నరుక్కుంటారు. యుద్ధాలే చేసుకుంటారు. ఏం మనుషులో ఏమో... నమ్మినవాళ్ళ మీదనుంచే తొక్కుకుంటూ పోతుంటారు" అంటున్న తోడేలు మాటలకు అడ్డొస్తూ ...

"అయ్యో... ఎట్లా?" చెట్టు మీది బుల్లిపిట్ట సందేహం వెలిబుచ్చింది.

"మనుషులకెన్నెన్నో నమ్మకాలూ, విశ్వాసాలు. వాటినే పెట్టుబడిగా చేసుకుని మతాధిపతులు, పాస్టర్లు, ముల్లాలు గొప్పగా బతికేస్తున్నారు. ప్రజల నమ్మకాలను, భక్తిని మార్కెట్ వస్తువులుగా మార్చి వ్యాపారం చేసుకుంటున్నారు. ప్రజలను నిలువు దోపిడీ చేస్తున్నారు. 'మనం' అన్నది కనిపించదు, అంతా 'నేను'లే. మైదాన ప్రాంతాల్లో ఒకచోట కాదు, ఒక ప్రాంతం కాదు, ఒక నగరం కాదు ఎక్కడికిపో... అదే తంతు. ఒకనినొకడు దోచుకోవడమే. కప్పను పాము మింగినట్టు మింగేయడమే. కులాన్ని, మతాన్ని, రిజర్వేషన్లను అడ్డం పెట్టుకుని చేసే రాజకీయంలో చిన్నపిల్లలకు బిస్కట్ ఇస్తామని ఆశపెట్టినట్లు రకరకాల పథకాలు, హామీల ఆశపెట్టి మనుషులను తమ తిండి కోసం తాము కష్టం చేయలేని సోమరులుగా మార్చే ప్రయత్నంలో ఉన్నారు. వారి అస్తిత్వాలు ఏవైనా ఆ జనం రెండుగా కనిపించారు. శ్రమ చేసేవారు, ఆలోచన చేసేవాడు. చెమటచుక్క చిందించే, ఉత్పత్తిచేసే శ్రామికులను గుప్పెడుమంది ఆలోచనా పరులు ఎప్పుడూ లొంగదీసుకుని తమ కాళ్ళ కింద అట్టే పెట్టుకుంటున్నారు. ఆరోగ్యం నుంచి ఆర్థికం వరకు, రక్షణ నుంచి సామాజిక భద్రత వరకు అన్ని రంగాల్లో ఆడ మగ వ్యత్యాసాలే" కంచుకంఠంతో చెప్పుకుపోతున్న తోడేలు కొద్దిగా ఆగి అందరి వైపు నిశితంగా చూసి ఓ దీర్ఘ శ్వాస విడిచింది.

"అన్నా.. ఏమైనా వాళ్ళు మనకంటే తెలివిగల వాళ్ళు" అంటున్న రైనోని...

"ఆహా... ఏమిటో అంత గొప్పతెలివితేటలు" తానే తెలివైనదాన్ననుకునే నక్కపిల్ల ప్రశ్నించింది.

"ఒకప్పుడు మనలాగే అడవుల్లో బతికిన మనిషి తన తెలివితేటలతో పక్షిలా ఆకాశంలో ఎగరడానికి విమానాలు, చేపలా నీళ్ళలో ప్రయాణానికి ఓడలు, ఆకాశంలో చుక్కల్లా కనిపించే గ్రహాలను, చందమామను చేరే రోదసీ నౌకలు ఇలా లెక్కలేనన్ని అద్భుతమైన ఆవిష్కరణలు చేశాడు" అన్నది రైనో.

"ఓ అవునా... ఇంకేం చేశారు? చెప్పు మిత్రమా... చెప్పు" తల్లి గర్భం నుండి వచ్చిన శిశువులా ఉత్సుకతతో చూస్తూ మిడత.

"తల్లి గర్భంలోంచి పుట్టే మనిషి మరమనిషిని తయారుచేసి తాను చేసే పనులన్నీ దానితో చేయిస్తున్నారు. అది ఊహకందడంలేదు కదూ. కానీ అది నిజం. అంతేకాదు, మనం ఇక్కడుండి మన పొరుగు రాజ్యంలోనున్న మనవాళ్ళతో మాట్లాడ గలమా..? చూడగలమా..? లేదు. కానీ, వాళ్ళు ఇక్కడుండి ఎక్కడెక్కడో ఉన్నోళ్ళను చూస్తారు. ఇక్కడ ఉన్నట్లు మాట్లాడుకుంటారు"

చెప్తున్న రైనో మాటలకు అడ్డు వస్తూ... "ఏమిటేమిటి మళ్ళీ చెప్పు" అన్నది చిరుత.

"అవునన్నా, వాళ్ళ చేతిలో ఇమిడిపోయే ఫోన్‌లున్నాయి. నేను నీతో మాట్లాడా లంటే నీ దగ్గరకొచ్చి మాట్లాడాలి. కానీ వాళ్ళు రాకుండా ఎక్కడివాళ్ళక్కడుండి చూసుకుంటూ మాట్లాడుకుంటారు" వివరించింది రైనో.

"అవును నిజమే, చేతుల్లో మొబైల్‌ఫోన్లకు బందీలైపోయారు మానవులు. అవి అందరి దగ్గరా లేవు గాని చాలామంది దగ్గర కనిపిస్తాయి. మొదట్లో వింతగా ఆశ్చర్యంగా ఉండేది. అబ్బురంగా తోచేది. పోనుపోనూ విసుగొచ్చేసిందనుకోండి. మనిషి జీవితం, వారి ఆలోచనలు వారి చేతిలో నుండి టెక్నాలజీ చేతుల్లోకి పోతున్నట్లనిపించింది. సోషల్ మీడియా అతనికి తెలియకుండానే కండిషనింగ్ చేస్తున్నది. ఇంటర్నెట్ పెను తుఫానులా మనుషుల్ని తూర్పారపడుతున్నది. ఊకలాగా గాలికి కొట్టుకుపోతున్నాడు మనిషి. ఒకవేళ ఇంటర్నెట్ లేకపోతే మనిషి ఒంటరే. ఆ మానవ సంబంధాల నిండా బోలు.." విచారపు గొంతుతో నక్క.

"అవునవును మన తెలివి మనని ముందుకు నడిపించాలి. మొద్దుశుంఠల్నిచేసి వెనక్కి నడిపిస్తే ఎలా?" గొంతు సవరించుకుంటూ ఎలుగుబంటి.

"వాళ్ళ సంగతొదిలెయ్... ఏ చావు చస్తారో చావనిద్దాం. అటు ఇటూ చేసి మన మనుగడకే ముప్పు తెచ్చేస్తున్నారు కదా. నింగి, నేల, నీరు, నిప్పు, వాయువు అన్నీ తన సొంత ఆస్తి అనుకుంటున్నాడు మానవుడు. నిన్నమొన్నటి వరకూ దట్టంగున్న దండకారణ్యాలు తరిగిపోతున్నాయి. అక్కడి జీవరాశులు నిరాశ్రయులైపోతున్నయి" దిగులుతో దుప్పి.

దూరంగా వున్న జలపాతపు సవ్వడిని గాలి మోసుకొస్తుండగా "మీరేం చెబు తున్నారో నాకైతే ఒక్క ముక్క అర్థంకాలే..." తల గోక్కుంటూ అడవి పంది.

"నీకర్థమయ్యేటట్లు మరోసారి చెబుతాలే" అని అందరి వంకా పరిశీలనగా చూస్తూ... "ప్రకృతిని తన చేతుల్లోకి తీసుకున్నానని విర్రవీగుతున్నాడు కానీ, తన అహంకారానికి, తీరని దాహానికి, స్వార్థానికి ఈ ప్రకృతిలోని సమస్త జీవజాలంతో పాటు అనాదిగా తానభివృద్ధి చేసుకొస్తున్న సంస్కృతి, జ్ఞానం, విజ్ఞానంతో పాటు తాను కూడా ధ్వంసమైపోతున్నానని, నాశనమైపోతన్నానని అతనికి ఎందుకర్థం కావడం లేదో. ప్రకృతితో పర్యావరణంతో వికృతమైన ఆటలాడుతున్నాడు" అన్నది దుప్పి.

అసహనంగా కదిలాయి పులి, సింహం, మరికొన్ని జంతువులు.

"అంటే... మనం సమిధలమా? అట్లెట్ల?" కోతి చిందులేసింది.

"మన కాళ్ళ కింద అతనికి అవసరమయ్యే తరగని ఖనిజ సంపద ఉన్నది. అతని కన్ను దీనిపై ఉన్నది. రేపోమాపో మనమంతా మన తావులొదిలి తలో దిక్కు వలస పోవాల్సిందే" హెచ్చరించింది నక్క

"నిజమే నేస్తమా... స్వచ్ఛమైన గాలి పీల్చుకుంటూ ప్రకృతిలో భాగంగా మనమున్నాం. స్వచ్ఛంగా, స్వేచ్ఛగా సంచరిస్తాం. మానవ నివాసాలలో నాకు ఊపిరి సలపలేదంటే నమ్మండి. అంతా కాలుష్యం. వాయు కాలుష్యం, జల కాలుష్యం, శబ్ద కాలుష్యం. మానవ ప్రవృత్తిలోనే కాలుష్యం. తినే తిండి, పీల్చే గాలి, చూసే చూపు, మాట్లాడే మాట అన్నీ కలుషితం. వాళ్ళకు సృష్టిపట్ల, ప్రకృతిపట్ల భవిష్యత్తుపట్ల గౌరవం లేదు" అన్నది తోడేలు.

"ప్రకృతికి విరుద్ధంగా సాగే నడక, నడత వల్ల కొత్తకొత్త రోగాలొస్తున్నాయక్కడ. ఉన్న పుట్టెడు రోగాలకుతోడు కంటికి అగుపించని క్రిమి వారిని అతలాకుతలం చేస్తున్నది. మనిషితనం మరచిన మనిషికి హెచ్చరికలు జారీచేస్తున్నది. మేము వెళ్ళినప్పుడు కళకళలాడిన లోకం, తళతళలాడిన మనుషులు ఇప్పుడు వెలవెలబోతూ పెద్ద సంక్షోభంలో" అన్నది రైనో.

"ఆ అదృశ్య క్రిమిని దుమ్మెత్తిపోస్తున్నారు" అన్నది దుప్పి.

"ఆ క్రిముల పుట్టుకకు కారణం వాళ్ళే. వ్యాప్తికి కారణం ఆ మనుషులే. వాటి పేరుతో ప్రజల రక్తం తాగేది వాళ్ళే. ప్రజలని కాపాడటానికి ఏవిటేమిటో చేసేస్తున్నాం, చాలా కష్టపడి పోతున్నామని షో చేసేదివాళ్ళే. ఈ క్రమంలో బలహీనులంతా లోకం నుండి సెలవు తీసుకుని పోతుంటే మిగిలినవారి ప్రాణభయాన్ని సొమ్ము చేసుకుంటూ చికిత్స రూపంలో, వాక్సిన్ల రూపంలో కొల్లగొట్టేస్తున్నారు" తోడేలు.

"నన్ను నిందిస్తారు కానీ అక్కడందరూ గుంటనక్కలే. మిత్ర సంబంధాలు శత్రు సంబంధాలుగా, శత్రు సంబంధాలు మిత్ర సంబంధాలుగా మారిపోతాయి. అక్కడ సంబంధాలన్నీ అర్థంతోనో, అధికారంతోనో, అహంతోనో ముడిపడినవే. కష్టమొకడిది సుఖం మరొకరిది. సొమ్మొకడిది సోకొకడిది. ఈ భూమిమీదున్న సకల జీవరాశులకు సమానహక్కు ఉన్నదన్న జ్ఞానంలేదు. అంతా తమదేనన్న పోకడలతో నాశనం పట్టిస్తున్నారు" అన్నది నక్క.

"మనలో మనకు వచ్చే గొడవలు, దాడులు ఆ పూట కడుపు నింపుకోవడానికే కానీ తరతరాల తరగని సంపద పోగెయ్యడానిక్కాదు" గంభీరంగా అన్నది మధ్యలో అందుకున్న పులి.

మానవ అభివృద్ధి దీపాల వెలుగులో నిప్పురవ్వలు రాజుకుని తమ అడవినంతా కాల్చేస్తాయేమోనన్న భయంతో... తమ కాళ్ళ కింద నేలనంతా పెకిలిస్తాయేమోనన్న అనుమానంతో... మసక మసకగా కనిపిస్తున్న భవిష్యత్ చిత్రపటం మదిలో చిత్రిస్తూ కొన్ని జీవులు.

వాటి ఆలోచనల్ని భగ్నం చేస్తూ..."విచిత్రమేమంటే, అదే లోకంలో గుండె తడి ఆరని మనుషులు ఆకాశంలో చుక్కల్లా సేద తీరుస్తారు. అడవి పుత్రులకు సేవ చేస్తారు. మర్చిపోయిన మానవత్వాన్ని తట్టి లేపుతుంటారు. మనసును కదిలిస్తూ మానవీయ బంధాలను గుర్తు చేస్తుంటారు. మనిషి మూలాలను తడిమి చూస్తుంటారు. అపారమైన ప్రేమ అందిస్తుంటారు. ఏపుగా పెరిగిన రాచపుండుకు చికిత్స చేస్తుంటారు. ముక్కలు ముక్కలవుతున్న మానవ సంబంధాలకు మాటువేసి అతికించే ప్రయత్నం చేస్తుంటారు. ఎదుటివారి నుంచి తీసుకోవడంకన్నా ఎదుటివారికి ఇవ్వడానికి ఇష్ట పడతారు. తమచుట్టూ ఉన్న నలుగురినీ సంతోషపెట్టడానికి యత్నిస్తుంటారు. ఒక్క మాటలో చెప్పాలంటే... తగలబడుతున్న మానవ ప్రపంచాన్ని కొత్త తోవలో ఆవిష్కరించ డానికి తపన పడుతుంటారు. జీవితాన్ని ఉన్నదున్నట్టుగా ప్రేమిస్తారు" వెలుగుతున్న మొహంతో అందరి వంకా చూస్తూ అన్నది తోడేలు.

ఆకాశంలో తమ నెత్తి మీదుగా ఎగురుతున్న లోహవిహంగం కేసి చూస్తూ "స్వార్థం పడగ నీడ నుండి కాపాడేది, బతికించేది ఆకుపచ్చని మనసులే... వారితో కలిసి అడుగేయాలి" చెట్టుమీద చిలుక పలికింది.

ఆకుపచ్చని కలగంటూ వెనుదిరిగాయి ఆ జీవులన్నీ.

– 'గోదావరి' మాసపత్రిక, ఏప్రిల్ 2021

నాణేనికి రెండోవైపు

మరణం అనివార్యం.

ఎవరూ కాదనలేని సత్యం.

ప్రతిరోజూ అనేకానేక మరణాలు. కారణాలు అనేకం.

ఓ కవి అన్నట్లుగా కళ్ళు తెరిస్తే జననం. కళ్ళు మూస్తే మరణం. ఈ రెండింటి మధ్య నడిచే జీవితం. ఆ కాలాన్ని మాటువేసి కాటువేసి కబళింపచూస్తున్న మాయదారి కరోనా.

ఇది సహజ పరిణామంలో భాగమో, లేక మానవ నిర్మితమో, లేక మానవ ప్రయోగమో, లేక జీవసాంకేతిక ఆయుధమో... తెలియదు.

కానీ, అమెరికా నుంచి ఆఫ్రికా వరకు, ఇండియా నుంచి ఈజిప్ట్ వరకు ఎల్లలు లేకుండా లోకమంతా సమభావం చూపిస్తూ విలయతాండవం ఆడుతున్నది. ప్రపంచమంతా యుద్ధభూమిగా మారిపోయింది. అటువంటి క్లిష్టసమయంలో డాక్టర్ శ్రీరామ్ కదనరంగంలో సైనికుడిలా రాత్రీ పగలు పని చేసాడు. శ్రీరామ్ వంటి ఎందరో వైద్య సిబ్బంది నిద్రాహారాలు మరచి కరోనాపై పోరాటం చేశారు. చేస్తున్నారు.

కరోనా ఇటలీలో అడుగుపెట్టి వారిని అతలాకుతలం చేస్తూ వేలకు వేలమందిని మట్టిలో కలిపేస్తున్నప్పుడు కూడా తమ ప్రభుత్వం పెడచెవిన పెట్టింది. అసలది పెద్ద సమస్య కానేకాదని కరోనా పాజిటివ్‌లపై దృష్టి పెట్టలేదు. ప్రమాదాన్ని పసిగట్టలేదు. నిపుణుల సూచనలు చెవికెక్కించుకోలేదు. తప్పంతా చైనాదంటూ ఆడిపోసుకోవడం

తప్పు చేసిందేమీ లేదు. నిర్దిష్ట ప్రణాళిక సిద్ధం చేసుకుని ముందుకు వెళ్ళాల్సిన ప్రభుత్వం, పోరాడాల్సిన ప్రభుత్వ వైఫల్యం కారణంగా పరిస్థితి భయానకంగా మారింది. ఎటు చూసినా శవాల కుప్పలతో అంటువ్యాధికి పెద్ద మూల్యం చెల్లించుకుంది. న్యూయార్క్ నగరాన్ని సునామీలా 'కోవిడ్-19' చుట్టేసినప్పుడు కరోనా వైరస్ టాస్క్‌ఫోర్స్ కోఆర్డినేటర్‌గా పనిచేశాడు డాక్టర్ శ్రీరామ్.

ఇబ్బడి ముబ్బడిగా పెరిగిపోతున్న ఐసీయూ బెడ్స్ అవసరం గుర్తించి తాత్కాలిక ఆసుపత్రుల ఏర్పాటులో కీలకపాత్ర వహించాడు. మాన్‌హట్టన్‌లో జేవిట్స్ సెంటర్ వంటివాటిని ఆసుపత్రులుగా మార్చేశారు. అందుబాటులో ఉన్న వనరులతో ఆగమేఘాల మీద అదనపు బెడ్స్ ఏర్పాటు, వైద్య సదుపాయాలు సమకూర్చుకోవడం జరిగింది. రోగులకు వైద్యం అందుబాటులోకి తేవడంలో ఇతోధికంగా కృషి చేశాడు డాక్టర్ శ్రీరామ్. అతని సూచనలకు రాష్ట్ర ప్రభుత్వం కూడా సానుకూలంగా స్పందించి సహకరించింది.

రోజులు గడిచే కొద్దీ అనూహ్యంగా కుప్పలుతెప్పలుగా వచ్చి పడిన మరణాలు, చూసి చూసి మెలిపెట్టే మనసును శాంతపరచుకుంటూ తనవంతు కృషి చేయడంలో కృతకృత్యుడయ్యాడు డాక్టర్ శ్రీరామ్.

వైద్యులు, వైద్య సిబ్బంది తమ ప్రాణాలు పణంగాపెట్టి రోగుల ప్రాణాలు కాపాడడంలో నిమగ్నమయ్యారు. భయంతో వస్తున్న రోగులకు మానసిక ధైర్యాన్ని అందిస్తే, ఆ క్రమంలో కొందరు డాక్టర్లు, వైద్యసిబ్బంది తమజీవితాల్ని త్యాగం చేశారు.

చేతులు కాలాక ఆకులు పట్టుకున్న అమెరికా ప్రభుత్వం నియంత్రణ చర్యలు చేపట్టింది. క్రమంగా పరిస్థితి కాస్త మెరుగుపడింది. వ్యాక్సిన్ ప్రక్రియ వేగవంతం అయ్యింది. దేశంలో పరిస్థితి అంతకంతకు మెరుగవుతున్నది. జన జీవనం సాధారణ స్థితికి వస్తున్నది.

భారత్ కంటే వందకోట్లకు పైగా తక్కువ జనాభా ఉన్న, అభివృద్ధి చెందిన దేశం అమెరికా కంటికి కనిపించని క్రిమితో తలకిందులైంది. అంత పెద్ద కష్టం వస్తే భారత్ తట్టుకోగలదా అమెరికా పౌరుడిగా మారిన డాక్టర్ శ్రీరామ్ మదిలో ప్రశ్న.

మొదటి దశలో మాతృదేశం సులభంగానే బయటపడడం అతనికి ఎంతో ఊరట నిచ్చింది. హమ్మయ్య గండం గట్టెక్కింది అనుకున్నంతసేపు పట్టలేదు రెండో దశ విరుచుకుపడి విస్తరించడానికి.

పేదలు అధికంగా ఉన్న మాతృదేశంలో కరోనా సెకండ్ వేవ్ సృష్టిస్తున్న

విలయం, రోజు రోజుకు పెరుగుతున్న కరోనా మరణాలు డాక్టర్ శ్రీరామ్‌ను తీవ్ర ఆందోళనకు గురిచేసాయి. తనలో తనే తీవ్రంగా మదనపడుతున్నాడు.

అతనిలాగే ప్రపంచం నలుమూలలా ఉన్న భారతీయ సంతతి వారు మాతృదేశం పట్ల ఆందోళన పడుతున్నారు. మాతృభూమి కోసం మానవత్వంతో స్పందిస్తున్నారు. తమ వంతు సహకారం అందించడానికి సమాయత్తం అయ్యారు. విరాళాలు డబ్బు రూపంలో, అవసరమైన వైద్యపరికరాల రూపంలో సహాయం అందించడమే కాకుండా తాము ఉంటున్న దేశాల నుంచి సహాయం కోసం ఆ ప్రభుత్వంపై ఒత్తిడి తెస్తున్నారు. టెలిమెడికల్ అసిస్టెన్స్ ఇవ్వడానికి బృందాలుగా ఏర్పాట్లు చేసుకుంటున్నారు.

శ్రీరామ్ ఆలోచనలు మాత్రం జన్మభూమికి వెళ్ళి సేవచేసి ఋణం తీర్చుకొమ్మని బోధిస్తున్నాయి. ఇప్పుడు నీ అవసరం ఈ దేశంలో కంటే నీ మాతృదేశంలో ఎక్కువ. ఇక్కడ నువ్వు సుఖంగా ఉండటం కాదు. నువ్వు అందలంఎక్కడానికి నీ దేశం చాలా చేసింది. మరి నీ దేశానికి నువ్వేం ఇచ్చావ్? నీకు జన్మనిచ్చిన దేశం శవాల దిబ్బగా మారకముందే వెళ్ళు. కొందరినైనా కాపాడు. ఆ శక్తి, ఆ బాధ్యత నీపై ఉంది. వెళ్ళు శ్రీరామ్... వెళ్ళు. అంతా అయిపోయాక నువ్వేం చేయగలవు? ఎవరికి చేయగలవు? ఇప్పుడే వెళ్ళు. నీకు జన్మనిచ్చిన దేశానికి నువ్వు ఇంతవరకు ఇచ్చింది ఏమీ లేదు. కన్నతల్లిని కాపాడుకోవడంలో నువ్వు సమిధ అయినా పర్వాలేదు వెళ్ళమని డాక్టర్ శ్రీరామ్ మనస్సు ప్రబోధిస్తున్నది.

నిజానికి అతనికి మాతృదేశంతో ఉన్న సంబంధ బాంధవ్యాలు చాలా తక్కువ. అయినా ఈ ఆపద కాలంలో అతని ఆలోచనలన్నీ అటువైపే ప్రయాణిస్తున్నాయి.

జనాలు ఎక్కువ, సౌకర్యాలు తక్కువున్న దేశం మరింత అప్రమత్తంగా వుండాలి. మరింత జాగ్రత్తగా ఉండాలి. కానీ అలా జరగడం లేదెందుకు? ప్రజల ప్రాణాలకు విలువ ఇవ్వని తనం, భయంకరమైన నిర్లక్ష్యం స్పష్టంగా కనిపిస్తుంది. ప్రజా ఆరోగ్య వ్యవస్థ డొల్లతనం బయటపడింది. అయ్యో... ఎలా? ఎన్ని వేల, లక్షల ప్రజల ప్రాణాలు గాలిలో కలిసి పోనున్నాయో... గాలిలో దీపం పెట్టి, తప్పెట్లు తాళాలతో కరోనా మాయం చేసేశాం అని విర్రవీగిన వాళ్ళు ఇప్పుడు ప్రజలకు ఏమి సమాధానం చెప్పగలరు? ఇంత బాధ్యతారాహిత్యం ఏంటి? ఎన్నో ప్రశ్నలు అతనిలో. తెగని ఆలోచనలతో అశాంతిగా, అన్యమనస్కంగా ఉంటున్నాడు శ్రీరామ్.

అతని భార్య రేష్మ నాలుగు రోజులుగా శ్రీరామ్‌ని గమనిస్తున్నది. ఇన్నాళ్ళు నిద్రాహారాలు ఉన్నా లేకున్నా ధైర్యంగా యుద్ధరంగంలో నిలిచిన రామ్‌కి ఏమైంది.

ఇప్పుడిలా మారిపోయాడు. తనలో తనే ఉంటున్నాడు. ఏదో కోల్పోయినట్లు కనిపిస్తు న్నాడు. ఎందుకో అర్థం కావడం లేదు. దీర్ఘాలోచనలో పచార్లు చేస్తున్న భర్తను చూస్తూ అనుకుంది.

శ్రీరామ్, రేష్మలది పాతికేళ్ళ సహజీవనం. శ్రీరామ్ భారతీయుడు, రేష్మ పాకిస్తానీ. ఇద్దరూ న్యూయార్క్ నగరంలో వైద్యులు. ఇద్దరి మతాలు వేరు, దేశాలు వేరు, భాషలు వేరు. ఎల్లలులేని ప్రేమ ఇద్దరినీ ఒకటి చేసింది. ఒకరినొకరు అర్థం చేసుకుంటూ ముందుకు సాగుతున్నది వారి జీవనం. వారి ప్రేమఫలంగా ఇద్దరు మగపిల్లలు. ఒకరికి 18, ఒకరికి 16 ఏళ్ళు. భార్య కళ్ళలో మెదులుతున్న ప్రశ్నలు శ్రీరామ్‌కి అర్థమవుతున్నాయి.

గత వారంగా మొద్దుబారిన చైతన్యాన్ని తట్టి లేపి భార్య, పిల్లలని సమావేశ పరచాడు. కరోనా ప్రకృతి వైపరీత్యమో, మానవ తప్పిదమో, వైద్య వ్యవస్థల వైఫల్యమో, అన్నీ కారణమో తెలియదు కానీ కరోనా రెండో దశలో వేగంగా విస్తరిస్తోంది. భారతదేశంలో రోజురోజుకూ విజృంభిస్తున్న కరోనా రోగులతో ఆసుపత్రులన్నీ నిండిపోయి, సరైన చికిత్స దొరక్క ఎంతోమంది ప్రాణాలు గాలిలో కలిసిపోతున్నాయి. అటువంటి క్లిష్ట పరిస్థితుల్లో అక్కడ ఉండాలని కోరుకుంటున్నాను అంటూ మనసులో సుళ్ళు తిరుగుతున్న ఆలోచనలు, గాయమై సలుపుతున్న భావాల మడతల్ని వారి ముందు విప్పాడు.

ముగ్గురి ముఖాలలో అంతులేని ఆశ్చర్యం. నిశ్శబ్దంగా విన్న ముగ్గురూ మౌనమే సమాధానంగా అతని కేసి తదేకంగా చూస్తున్నారు.

ఆ మౌనాన్ని ఛేదిస్తూ "మా ఊహకి అందని నిర్ణయం. హాట్సాఫ్ టు యూ నాన్నా... మనసుకు నచ్చిన పనిలో ఉండే కిక్కే వేరు. పెను విపత్తు కాలంలో ఒక డాక్టర్‌గా మీ స్పందన అభినందనీయం" అంటూ వెళ్ళి తండ్రిని అభినందిస్తూ హగ్ చేసుకున్నాడు పెద్ద కొడుకు సమీర్.

నిన్నమొన్నటి వరకు చెయ్యిపట్టుకొని తిరిగిన కొడుకు ఆరడుగుల ఎత్తే కాదు వ్యక్తిగా ఎదిగిపోయాడు. హుందాగా వ్యవహరిస్తున్నాడు, పరిణతితో ఉన్నాడు అని ఆశ్చర్యంగా సమీర్‌ని చూస్తున్నాడు శ్రీరామ్.

"నాన్నా... నీకెవరున్నారక్కడ? నానమ్మా తాతయ్యా ఎవరూ లేరుగా. అయినా అక్కడికి వెళ్ళకుండా కూడా సాయం చేయవచ్చుగా... కొంతమంది అమెరికన్ ఇండియన్స్ భారతదేశానికి సహాయం అందించవలసిందిగా బిడెన్‌పై ఒత్తిడి తెస్తున్నారు.

కొందరు తమవంతు సాయంగా డబ్బులు పంపిస్తే, మరికొందరు అవసరమైన వైద్య పరికరాలు, ఆక్సిజన్ సిలిండర్లు పంపిస్తున్నారు. మీరు అలా చేయొచ్చుగా నాన్నా" చిన్నవాడి ప్రశ్న.

నాకు జన్మనిచ్చిన తల్లిస్పర్శ, ప్రేమ తెలియదు. నాన్నే పెంచారు. ఆర్థికపరిస్థితి అంతంత మాత్రం. ఫీజు కట్టి నన్ను మెడిసిన్ చదివించేంత స్థోమత లేదు. శ్రద్ధగా చదివి మెడిసిన్ సీటు తెచ్చుకుంటే సరిపోదు. నా దేశమే నాకీ చదువు ఇచ్చింది. ప్రభుత్వం ఇచ్చే స్కాలర్‌షిప్‌తోనే చదివా. అదే కనుక లేకపోతే ఈ రోజు ఏ స్థితిలో ఉండేవాన్నో. ఉస్మానియా వైద్య కళాశాలలో ఎంబీబీఎస్, తర్వాత ఢిల్లీలోని ఎయిమ్స్‌లో పీజీ మాతృదేశపు భిక్షే కదా... ఈరోజు ఇంత వైభోగం వెలగబెడుతున్నానంటే కారణం నా మాతృభూమి. అదంతా చెప్పినా వీళ్ళకి అర్థం కాదు మనసులోనే అనుకున్నాడు డాక్టర్ శ్రీరామ్.

ఉవ్వెత్తున ఎగుస్తున్న ఉద్వేగాన్ని అణుచుకుంటూ "నువ్వన్నది నిజమేరా. ఎవరి పరిధిలో వారు మాతృభూమికి చేయూత ఇచ్చే ప్రయత్నంలో ఉన్నారు. నేను ప్రత్యక్షంగా పాల్గొనాలనుకుంటున్నాను" అన్నాడు శ్రీరామ్.

"నాన్నా కష్టకాలంలో ఎక్కడో ఉన్నవాళ్ళు గుర్తొచ్చారు. నీ చుట్టూ ఉన్నవాళ్ళు నీ వాళ్ళు కాదా?" రెండోవాడు సాహిర్ తండ్రి కళ్ళలోకి సూటిగా చూస్తూ మరో ప్రశ్న సంధించాడు.

"మనకి కూడు గుడ్డ ఇస్తున్న ఈ దేశాన్ని కాదని అనలేదుగా. ఇది ఎక్కువ అది తక్కువ కాదు. ఇక్కడున్న వాళ్ళకి నాన్న తక్కువ చేయలేదుగా. అక్కడ భారత్ బొందలగడ్డగా మారకూడదని నాన్న తాపత్రయం" తండ్రివైపు వకాల్తా పుచ్చుకున్న సమీర్.

"మనిషి కష్టకాలంలో ఉన్నప్పుడు మాతృదేశంపై ప్రేమ అభిమానం గౌరవం అర్థమవుతుంది కావచ్చు" అన్నది రేష్మ.

"ఇక్కడ మా గురించి మీరేమి దిగులు పడకండి. మేం చిన్నపిల్లలం కాదు. మాతో అమ్మ ఉంటుంది. ఇక్కడ ఉండి ఏమీ చేయలేకపోతున్నానని బాధపడడం కన్నా వెళ్ళడం ఉత్తమం నాన్నా. అది మీ ఆరోగ్యానికి మంచిది. ఆ దేశానికి మీలాంటి వాళ్ళు అవసరం" తండ్రి తన వృత్తిని ఎంత ప్రేమిస్తాడో ఎరిగిన సమీర్.

"నాన్నా నిన్ను నొప్పించాలని కాదు నా సందేహం వెలిబుచ్చానంతే" పుట్టిన గడ్డపై తండ్రి మమకారాన్ని అర్థం చేసుకోవడానికి ప్రయత్నిస్తూ సాహిర్.

రేష్మ వచ్చి భర్త పక్కన కూర్చుంది. అతని చేయి తన చేతిలోకి తీసుకుని ఆత్మీయ స్పర్శనందిస్తూ "మనం డాక్టర్లం. ఇక్కడ ఉన్న, ఎక్కడ ఉన్న యుద్ధం చేయాల్సి వచ్చినప్పుడు యుద్ధం చేయాల్సిందే. పోతున్న ప్రాణాలు నిలబెట్టాల్సిందే. అది మన వృత్తి ధర్మం రామ్" ప్రోత్సహిస్తూ రేష్మ.

తన మనసెరిగిన భార్యాపిల్లలకి ధన్యవాదాలు తెలిపి తన ప్రయాణ ఏర్పాట్లు చేసుకోవడంలో మునిగిపోయాడు శ్రీరామ్. ఎక్కడికి వెళ్ళాలి? ఢిల్లీ వెళ్ళాలా... హైదరాబాదా? ప్రశ్న తలెత్తింది.

"ఢిల్లీలో పరిస్థితి చాలా అధ్వానంగా ఉంది. మొదట కొంత కాలం ఢిల్లీలో వుండి ఆ తర్వాత హైదరాబాద్ వెళితే బాగుంటుందేమో" సలహా ఇచ్చింది భార్య రేష్మ.

ఆ సూచన, సలహా నచ్చింది. ఢిల్లీ వెళ్ళాలని నిర్ణయించుకున్నాడు కాబట్టి, తన రాకను తెలియజేస్తూ ఎయిమ్స్‌లో పనిచేస్తున్న మిత్రులు రాబర్ట్, 'వేదాంత'లకు, వైజాగ్‌లో ఉంటున్న మూర్తికి మెయిల్ చేశాడు. ఆ క్షణమే తన ప్రయాణానికి టికెట్ బుక్ చేసుకున్నాడు. న్యూయార్క్‌లో తను పనిచేస్తున్న హాస్పిటల్‌కి మూడు నెలలు సెలవు పెట్టాడు. కావలసిన సరంజామా ఏర్పాట్లు చేసుకున్నాడు. ఏ విషయంలోనూ ఎవరికీ భారం కాకూడదని నాలుగు జతల బట్టలతో పాటు పి.పి.ఇ కిట్స్, సర్జికల్ మాస్క్ లు, 'ఎన్-95' మాస్కులు, గ్లౌవ్స్ అన్నీ ప్యాక్ చేసుకున్నాడు. కోవిడ్ హాస్పిటల్‌కి దగ్గర హోటల్‌రూమ్ బుక్ చేసుకున్నాడు. స్వచ్ఛందంగా మాతృదేశానికి సహకరించ డానికి బయలుదేరాడు శ్రీరామ్.

* * *

శ్రీరామ్ ఊహించిన దానికంటే మరింత అధ్వానంగా ఉంది వాస్తవ పరిస్థితి. ప్రజా ఆరోగ్య వ్యవస్థ కుప్పకూలింది. యంత్రాలు ఉంటే టెక్నీషియన్స్ లేరు. టెక్నీషియన్స్ ఉంటే యంత్రపరికరాలు లేవు. ఆక్సిజన్, మందులు సరిపోవు. సరిపడా స్టాఫ్ లేరు. ఉన్న సిబ్బంది కూడా వివిధ కారణాలతో తగ్గిపోతున్నారు. వృత్తిధర్మం మరిచి ప్రాణాలపై తీపితో కొందరు డాక్టర్లు ఇంట్లో కాలక్షేపం చేస్తున్నారు.

ఉన్న పరికరాలు, పనిముట్లు ఉపయోగించే స్థితి లేదు. పనిచేస్తున్న ఆరోగ్య సిబ్బందిపై పనిభారం విపరీతంగా పెరిగి పోతున్నది. పీజీ విద్యార్థులు, తాత్కాలిక సిబ్బంది పనిభారం మోస్తున్నారు. ప్రాణాలకు తెగించి వైరస్‌తో పోరాడుతున్న వైద్య సిబ్బంది తీవ్ర ఒత్తిడి, ఆందోళనకు గురవుతున్నారు. కొందరు కరోనాకి గురయ్యారు.

మరోపక్క అత్యాధునిక వైద్యం పేరుతో కొండచిలువలా చుట్టేసిన పెద్ద పెద్ద ఆస్పత్రులు. ప్రజా ఆరోగ్య రక్షణ వ్యవస్థ ఎంత బలహీనంగా ఉందో స్పష్టమవుతున్నది. ఈ విధమైన బలహీన ఆరోగ్య వ్యవస్థ ప్రపంచంలో ఏ దేశంలో ఉండదేమో..!

సెకండ్ వేవ్ రావచ్చని తెల్సినా సన్నద్ధత లేదు. సిబ్బంది నియామకం, ఆక్సిజన్ సరఫరా, బెడ్స్ పెంచడం, మందులు అందుబాటులోకి తేవడం వంటి వాటి గూర్చిన ఆలోచన ఉన్నట్లే లేదు. దేశం కరోనా కోరల్లో పడి నలిగిపోతున్న సమయంలో అగ్నికి ఆజ్యం పోస్తున్నట్టుగా జరిగిన భారీ రాజకీయ సభలు, సమావేశాలు, మేళాలు. చాపకింద నీరులా వ్యాపించిన వ్యాధి... కార్చిచ్చులా ఇళ్ళను, వీధుల్ని, పల్లెల్ని, పట్టణాల్ని, నగరాల్ని చుట్టేస్తున్నది. మృత్యువు కల్లు తాగిన కోతిలా సంచరిస్తున్నది. జీవితాల్ని కబళించి వేస్తున్నది. నిధుల లేమి, అరకొర వెంటిలేటర్లు, ఆక్సిజన్ సిలెండర్లు, సిబ్బందికి రక్షణ కవచాలు వంటి వసతుల లేమి మృత్యుగీతానికి సహకరిస్తున్నాయి.

ఉక్కిరిబిక్కిరి అవుతున్న ప్రజా ఆరోగ్య వ్యవస్థను అందరూ కాకపోయినా నిబద్ధులైన వైద్యబృందం భుజాలపై మోస్తున్నది. రోగుల ప్రాణానికి ప్రాణవాయువు అందించి వల్లకాట్లో కలవకుండా తమవంతు ప్రయత్నం చేస్తూనే ఉన్నది.

ఆ ఆసుపత్రిలో సీనియర్ వైద్యులు ఇద్దరు కరోనా బారిన పడ్డారు. సీనియర్ సిటిజన్ వైద్యుడొకరు తప్ప మిగతా వారంతా జూనియర్ డాక్టర్లు. జస్పాల్‌సింగ్, యోగేశ్వర్, సిద్దిఖీ అలీ, ఆస్మాబేగం, మేరీశ్యామల, ప్రసాద్, డేవిడ్ చైతన్య, ప్రీతిరావు తదితరులున్నారు. వరదలా వచ్చిపడుతున్న రోగులకు సేవ చేస్తున్నారు కానీ భుజం తట్టి ముందుకు నడిపే వాళ్ళు కొరవడ్డారు. ముసురు పట్టిన మనసుతో నిర్వేదంతో పనిచేసుకుపోతున్నారు వాళ్ళంతా.

సరిగ్గా ఇటువంటి తరుణంలో అప్రమత్తంగా ఉండవలసిన సమయంలో డాక్టర్ శ్రీరామ్ మాతృదేశానికి రాక ఆ డాక్టర్లలో, వైద్య సిబ్బందిలో కొండంత స్థైర్యాన్ని నింపింది. స్ఫూర్తినిచ్చింది.

పరిస్థితిని అంచనా వేసిన డాక్టర్ శ్రీరామ్ మొదట నర్సింగ్, పారానర్సింగ్ సిబ్బంది, డాక్టర్లలో మానసిక స్థైర్యం నింపడం మొదలుపెట్టాడు. ఉన్న అతికొద్ది వనరులతో, సిబ్బందితో రోగులకు చికిత్స అందించడం కష్టమే. అయినప్పటికీ వీలైనంత వరకు రోగులను బెడ్స్‌లేవని తిప్పిపంపకుండా వైద్యం అందించే ఏర్పాట్లు మొదలు పెట్టాడు. కానీ వైద్య పరికరాలను సమకూర్చుకోవడం చాలా కష్టంగా ఉంది.

మానవ విపత్తులో అహర్నిశలు కృషి చేస్తున్నారు. వందలాది మంది రోగుల

ఆరోగ్యం కోసం తమ జీవితాలను పణంగా పెట్టి పనిచేస్తున్నారు. వారు జీవించడం కోసం కాదు ఎదుటివారి జీవితాల్లో ఊపిరినిలపడం కోసం రాత్రీ పగలు తిండి నిద్ర త్యాగం చేస్తూ పనిచేస్తున్నారు. కానీ ఆపదలో వస్తున్న రోగులందరికీ చికిత్స చేయలేకపోతున్నారు. తిప్పిపంపాల్సి వస్తున్నది. నేలమీద పడుకోబెట్టి చికిత్స చేయడానికి కూడా వీలుకాని పరిస్థితి.

అధునాతన వైద్యపరికరాలు ఉన్నప్పటికీ మొదటిదశలో చాలా అవస్థలు పడిన స్థితి గుర్తొచ్చింది శ్రీరామ్‌కి. అప్పుడు పరిస్థితి అందరికీ కొత్తే. గందరగోళమే. కానీ ఇప్పుడు ఇక్కడి పరిస్థితి అది కాదు. మొదటిదశ అనుభవం ఉంది. బయట దేశాల్లో పరిస్థితిపై అవగాహన ఉంది. అయినా అధ్వాన్నంగా పరిస్థితులు.

ఆ రోజు ఉదయం నుంచి ఏమీ తినలేదు డాక్టర్ శ్రీరామ్. ఆకలితో ఓపిక తగ్గి అలసట, నీరసం ముంచుకొస్తున్నది. షుగర్ లెవెల్స్ తగ్గినట్లుంది. వచ్చి కూర్చున్నాడు. రేష్మ నుంచి వచ్చిన మెసేజ్‌లు చూస్తూ తను తెప్పించుకున్న పార్సెల్ విప్పుతున్నాడు డాక్టర్ శ్రీరామ్. అదే సమయంలో డాక్టర్ జస్పాల్‌సింగ్, డాక్టర్ ప్రీతి రావు కూడా బ్రేక్‌ఫాస్ట్ చేయడానికి వచ్చారు. పి.పి.ఇ. కిట్, గ్లోవ్స్, ఫేస్‌మాస్క్, ఫేస్ షీల్డ్ తీసి శుభ్రంగా చేతులు కడుక్కొని శ్రీరామ్ ఎదురుగా ఉన్న కుర్చీలో కూర్చున్నారు ఇద్దరు.

మాటల మధ్యలో ఒక్కసారి నా భవిష్యత్ ఏంటో నాకు దిగులేస్తున్నది అన్నాడు జస్పాల్‌సింగ్. అది జస్పాల్‌సింగ్ ఒక్కడి బాధ మాత్రమేకాదు. దాదాపు పీజీ విద్యార్థు లందరిలో ఆ భయం తొంగి చూస్తున్నది. అకడమిక్ ఉపన్యాసాలు లేక తమ చదువు నిర్లక్ష్యానికి గురవుతున్నా, భవిష్యత్తు ఎలా ఉంటుందోనన్న దిగులు మేఘాలు కమ్ము కొస్తుంటే వాటిని పక్కకుతరిమేసి పనిచేస్తున్నారు పీజీ విద్యార్థులు. వచ్చే జీతం అరకొర అయినా, అధిక పనిభారం మీదేసుకుని కంటిమీద కునుకు లేకుండా చేస్తున్నారు. కరోనా రోగుల ప్రాణం గాలిలో కలిసిపోకుండా పనిచేస్తూ వైరస్‌కి గురవుతున్నారు.

కాసే చెట్టుకే దెబ్బలు అన్నట్టు పనిచేస్తున్న వారిపైనే భారమంతా. ఉన్నవారికి పనిభారం నాలుగింతలు పెంచిన ప్రభుత్వ, ప్రయివేటు ఆసుపత్రులు అదనపు వైద్యులను నియమించలేదు. సీనియర్ వైద్యులు ఎందరో వైరస్ బారినపడ్డారు. కొందరు కుప్పలు తెప్పలుగా తగలబడే కాష్టాల్లో కలిసిపోయారు.

“గాలికి విరిగిన చెట్టు కొమ్మలలాగా మన భవిష్యత్ ఉన్నమాట నిజమే. రేపనేది ఉంటేనే కదా ఆ ఆలోచన. రేపటిని నిలబెట్టుకోవడం మన తక్షణ కర్తవ్యం.

ఇప్పటికే మనపై చాలా ఒత్తిడి ఉంది. అనవసర ఆలోచనలతో మరింత ఒత్తిడి పెరుగుతుంది మిత్రమా. అటు చూడు వాళ్ళని, ఇంట్లో అయినవాళ్ళు ఎవరూ స్పర్శించడానికి, దరి చేరడానికి ఇష్టపడని సమయంలో రోగుల్ని, ఆసుపత్రులను పరిశుభ్రంగా ఉంచే ప్రయత్నంలో ఆ సిబ్బంది. వాళ్ళకన్నా మనం ఎన్నోరెట్లు మెరుగ్గా ఉన్నామని నా మనసుకు నచ్చచెప్పుకుంటూ ఉంటా" అన్నది డాక్టర్ ప్రీతిరావు.

ఆమె మాటలు వినపడనట్లే ఉన్న జస్పాల్ "పాలన పడకేసింది. వ్యవస్థ కుప్ప కూలింది. నందిని నంది, పందిని పంది అని కుండబద్దలు కొట్టలేకపోతున్నారు. ప్రైవేటు వైద్యపు దోపిడీపై దుమ్మెత్తిపోస్తున్నారు కానీ చేవచచ్చిన ప్రభుత్వం గురించి మాట్లాడరు. ప్రశ్నించరు. బెడ్లులేక కోవిడ్ బాధితుల అవస్థలు, ఆర్తనాదాలు చూడలేక పోతున్నాం. ఆక్సిజన్ లేక ఈ రోజు ఇప్పటికే ముగ్గురు ఈ భూమ్మీద తమ చోటు ఖాళీచేసి పోయారు. సమాజానికి ఎంతో చేయాల్సినవాళ్ళు, ఇవ్వాల్సినవాళ్ళు సుడిగాలికి రాలిన ఆకుల్లా రాలిపోతున్నారు. కళ్ళముందే ప్లాస్టిక్ మూటల్లోకి బదిలీ అయిపో తున్నారు. శవాలను దహనం చేయడానికి చోటులేని స్మశానం, తమ వంతు కోసం రోజుల తరబడి ఎదురుచూసే శవాల గుట్టలు. సామూహిక అంత్యక్రియల కవురు వాసన... మనసంతా దేవేస్తున్నది. పరిస్థితి చూస్తుంటే ఊపిరి ఆడడంలేదు." ఆవేశపడ్డాడు డాక్టర్ జస్పాల్‌సింగ్.

"కూల్... మిస్టర్ కూల్. ఇది తప్పులు ఎంచాల్సిన సమయం కాదు. వైద్యులుగా రోగుల్ని గట్టెక్కించే మార్గంతప్ప, కరోనా కర్కశకోరల నుంచి బయటకి తేవడం తప్ప మరో ఆలోచన మన మెదళ్ళలో రానివ్వకపోవడం మంచిది. హాహాకారాల నడుమ ఉండే మనం ఎంత ప్రశాంతంగా ఉంటే మన ఆరోగ్యానికి అంత మంచిది. మనం అందించే చిన్న ఓదార్పు కూడా ఆక్సిజన్‌లా పనిచేస్తుంది. ఛిద్రమైన మనసుకు సాంత్వన ఇస్తుంది. పోతున్న ప్రాణాన్ని నిలబెడుతుంది. బి పాసిటివ్ యంగ్‌బోయ్" అనునయంగా అన్నాడు డాక్టర్ శ్రీరామ్.

"ఇక్కడ వైద్యులు కొందరు ప్రజల అసహాయతను ఆసరా చేసుకుని శవాల మీద పేలాలు ఏరుకుంటున్నారు. సొమ్ము చేసుకుంటున్నారు. మీరేమో సంపాదన వదులుకుని, సొంత ఖర్చుతో ఇక్కడ సేవ చేస్తున్నారు. పరాయి దేశ పౌరసత్వం తీసుకున్నప్పటికీ భారతదేశంపై మమకారమింకా పోనందుకు ఆశ్చర్యం. ఆపత్కాలంలో మాతృదేశానికి వెన్నుదన్నుగా నిలిచే మిమ్ములను చూస్తే మా అందరికీ గౌరవం సార్. కారుచీకట్లో వెలుతురులా..." అంటున్న డాక్టర్ ప్రీతిరావు మాటలకు మధ్యలోనే అందుకుని,

"అది నా గొప్పతనం కాదు. మనం ఎంచుకున్న వృత్తి బాధ్యత మై డియర్ డాక్టర్. మనం కొందరిలా కలల్ని అమ్మడం లేదు. మౌనంగా ఉండటం లేదు. ధైర్యం నింపుతున్నాం. సునామీలా విరుచుకుపడుతున్న సెకండ్‌వేవ్‌లో మనమంతా సర్వశక్తులూ ఒడ్డి మృత్యు విహారానికి అడ్డుకట్ట వేయాలి. అలా జరగాలంటే మన మెదడు, మనసు పచ్చగా ఉంచుకోవాలి. మనం చేయగలిగినంత చేయాలి. అది ఏ దేశమైనా, ఏ ప్రాంతమైనా మన బాధ్యత" చిరునవ్వుతో శ్రీరామ్.

"బయటకు చూడండి సార్... జనం వీధుల్లో, అంబులెన్సుల్లో ఆస్పత్రిలో బెడ్ కోసం గంటలకొద్దీ పడిగాపులు పడుతున్నారు. ఆక్సిజన్ దొరక్క, వెంటిలేటర్లు లేక, ప్రాణధార ఔషధాలు అందక అల్లాడుతూ కొందరు నిర్భాగ్యులు కన్నుమూస్తున్నారు. కడుపు తరుక్కుపోతుంది. అక్కడికీ, పోటెత్తుతున్న రోగులకు పడకలు లేక కారిడార్లలో, ఆవరణలో అనుకూలంగా ఉన్న చోట్లలో వుంచి వైద్యం అందిస్తూనే ఉన్నాం. ఆమాత్రం జాగా కూడా లేక తిప్పి పంపాల్సి వస్తున్నప్పుడు నా మీద నాకు కోపం వస్తుంది. ప్రశాంతంగా ఎలా ఉండగలను సర్? బతుకు భయంతో వచ్చిన రోగులను వెనక్కి పంపాల్సి రావడం క్షమించరాని నేరం కదా. ఆ బాధ నన్ను దహించి వేస్తున్నది సర్. ఇంటికి వెళ్ళినా వారి ఆర్తనాదాల హోరు వినిపిస్తూనే ఉంటుంది" అన్నాడు డాక్టర్ జస్పాల్.

మనసు భారం విప్పే ప్రయత్నంలో జస్పాల్ ఆవేదనలో అర్థం ఉంది అనుకున్న డాక్టర్ శ్రీరామ్... నాలుగు రోజుల క్రితం ఇన్ఫెక్షన్‌కి గురైన డాక్టర్ ఆస్మాబేగం, సీనియర్ డాక్టర్ యశపాల్ గురించి వాకబు చేశాడు. డాక్టర్ ప్రీతి ఏదో చెప్పబోతున్నది. ఈలోగా పెద్ద పెద్ద అరుపులు, కేకలు వినిపిస్తున్నాయి. ముగ్గురూ అటుకేసి పరుగెత్తారు.

"డాక్టర్లపై నమ్మకంతో రాత్రి నుండి హాస్పిటల్స్ చుట్టూ పిచ్చివాడిలా తిరుగుతున్నా. ఆకాశమంత ఆశతో ఈ కోవిడ్ ప్రత్యేక ఆస్పత్రికి తీసుకొచ్చా. తప్పు చేశా... చాలా పెద్ద తప్పు చేశా. మీ చుట్టూ తిరిగి సమయం వృథా చేసుకున్నా. కావాల్సిన వైద్య పరికరాలు కొనుక్కుని మా ఇంట్లో ట్రీట్మెంట్ ఇచ్చినా బతికేవాడు మా అన్న. తలబాదుకుంటున్నవాడల్లా ఆగి, ఎందుకురా! అంతంత తగలేసి మీ చదువులు? కళ్ళ ముందు ప్రాణాలు గాల్లో కలుస్తుంటే దిక్కులు చూడ్డానికా దద్దమ్మల్లారా... లేకపోతే కాకమ్మ కబుర్లు చెప్పడానికా సన్నాసుల్లారా?" బూతులు తిట్టడం మొదలుపెట్టాడు. గాల్లో కలిసిన అన్న ప్రాణం తలుచుకుంటూ అయ్యో.., అయ్యయ్యో, భర్తను క్షేమంగా ఇంటికి తీసుకొస్తానని ఎదురుచూసే ఆ నిండు గర్భిణీకి

ఏమని సమాధానం చెప్పను? అతని గుండె పగిలింది. మనసు మండింది. శవం ముందు చతికిలబడి అరుస్తున్నాడు. హిస్టీరిక్‌గా అరుస్తున్నాడు.

ఇటువంటి హృదయవిదారక దృశ్యాలు చూడడం, ఆర్తనాదాలు వినడం ఆసుపత్రి సిబ్బంది జీవితంలో భాగం అయిపోయింది. అన్నిటినీ గుండె గుప్పెట్లో మూసేసి మౌనంగా తమ పని చేసుకుపోతున్నారు వాళ్ళు.

నెత్తి కొట్టుకుంటున్న యువకుడికి ఎదురుగా వస్తున్న డాక్టర్ చైతన్య, సమీపం లోనే ఉన్న స్టాఫ్‌నర్స్ ఫాతిమా, వార్డుబాయ్ లక్ష్మీనారాయణ కనిపించారు.

"ఒరే... ఊపిరి అందక విలవిల్లాడుతుంటే, మనిషి ప్రాణం పోతుంటే చోద్యం చూస్తున్నార్రా" అని బూతులు జోడించి తిడుతూ జూనియర్ డాక్టర్ చైతన్యపై దాడి చేశాడు ఆ వ్యక్తి.

ఊహించని పరిణామానికి చేష్టలుడిగిన సిబ్బంది. చేతనలోకి వచ్చి పరుగు పరుగున అక్కడికి చేరి అతన్ని అడ్డుకోబోయిన శ్రీరామ్‌కి, జస్పాల్‌కి కూడా కొన్ని గాయాలు అయ్యాయి. డాక్టర్ చైతన్య పి.పి.ఇ. కిట్, దుస్తులు చినిగిపోయాయి. తీవ్రంగా గాయాలయ్యాయి.

అతని ఆవేశానికి కారణం తన సోదరుడికి సకాలంలో ఆక్సిజన్ అందక శ్వాస విడవడం. ఆ రోజు ఆక్సిజన్ అందక నాలుగో మరణం. ఇంకెన్ని చూడాలో... ఏమీ చేయలేని నిస్సహాయతతో కళ్ళు మూసుకున్నాడు డాక్టర్ చైతన్య.

దేశ రాజధానిలో ఆస్పత్రుల చుట్టూ తిరిగి చివరకు కోవిడ్ తాత్కాలిక ఆసుపత్రికి చేర్చారు. ఆ యువకుడు చాలా అలసిపోవడమే కాదు, అన్న ఏమైపోతాడో అనే మానసిక ఆందోళన, భయం వెంటాడుతుండగా అన్నను హాస్పిటల్‌లో అడ్మిట్ చేసుకొమ్మని చాలా బతిమాలాడు. ఎట్లాగయినా తన సోదరుడిని కాపాడుకోవాలన్న తాపత్రయం అతనిలో.

'బెడ్స్ ఖాళీ లేవు' అని చెప్పిన డాక్టర్ చైతన్య అతని దృష్టిలో నిందితుడిగా కనిపిస్తున్నాడు.

"బెడ్ లేకపోయినా పర్వాలేదు. వైద్యం చేయండి. ఆక్సిజన్ పెట్టండి. ప్లీజ్ డాక్టర్! మా అన్న బాగా నలిగిపోయాడు. నిరాశ పడిపోతున్నాడు. నన్ను ఎలాగైనా బతికించాలి అని వేడుకుంటున్నాడు. చూడండి. పెదాలు రంగు మారిపోతున్నాయి. ఆక్సిజన్ తక్కువ అవుతున్నది. శ్వాస తీయడం చాలా కష్టం అవుతున్నది డాక్టర్. ప్లీజ్.. కాపాడండి నడిచే దేవుళ్ళు మీరే" అంటూ ప్రాధేయపడ్డాడు.

కనిపించిన చిన్న జాగా చూపుతూ "ఇదిగో ఇక్కడే ఓ పక్కకి కూర్చుంటాడు. ఆక్సిజన్ పెట్టండి. ప్లీజ్, మా అన్నను కాపాడండి ప్లీజ్" అంటూ కాళ్ళావేళ్ళాపడిన వ్యక్తి ఇప్పుడు ఆవేశంతో రగిలిపోతున్నాడు.

బెడ్, ఆక్సిజన్ ఏమీ అందుబాటులో లేవు. కుప్పలుతెప్పలుగా వచ్చిపడుతున్న రోగుల్ని వెనక్కి పంపడం తప్ప నేనేం చేయలేను. నిమిత్తమాత్రుడినని చెప్పిన డాక్టర్ చైతన్య దోషి అయ్యాడు.

రోగి ప్రాణం కాపాడాలని తన ప్రయత్నం చేసే క్రమంలో ప్రోన్ పోసిషన్‌లో పడుకోబెట్టమని నర్స్‌కి చెప్పి ఐసియులో ఉన్న పేషెంట్ పరిస్థితి క్రిటికల్‌గా వుండడంతో అటు పరుగెత్తాడు డాక్టర్ చైతన్య. అది అతని నేరం అయింది.

ఇప్పటికే పద్నాలుగు గంటలు పనిచేసిన సిస్టర్ ఫాతిమా శరీరం విశ్రాంతి కోరుతున్నది. ఇప్పట్లో ఇంటికి వెళ్ళే పరిస్థితి లేదు. ఓ పక్క ఇంటి వద్ద ఒంటరిగా అనారోగ్యపు తల్లి గుర్తుకొస్తుండగా "అరె, ఎన్నిసార్లు చెప్పాలయ్యా మీకు. మాకు నడవడానికి కూడా చోటు ఉండొద్దా" కసిరింది సిస్టర్ ఫాతిమా. అది ఆమె తప్పయింది.

ఆ తర్వాత కొద్ది క్షణాల్లోనే పేషెంట్ ప్రాణం గాల్లో కలిసిపోయింది. చేతినిండా డబ్బు ఉంది. హోదా ఉంది. పరపతి ఉంది. అయినా ప్రాణం కాపాడుకోలేక పోయిన బాధలో తన అక్కసంతా డాక్టర్ చైతన్యపై చూపించాడు ఆ మృతుడి తాలూకు వ్యక్తి.

డాక్టర్ చైతన్యను దగ్గరకు తీసుకుంటూ "వైరస్ సోకి చనిపోయిన వారికన్నా ఎక్కువమంది సకాలంలో ఆక్సిజన్ అందక ప్రాణాలు వదులుతున్నారు. ఈ పరిస్థితి ప్రతి హాస్పిటల్‌లో స్పష్టంగా కనిపిస్తుంది. ఆ మాట వాస్తవమే కానీ అందుకు డాక్టర్ బాధ్యులు కాదు కదా. ప్రాణాలు నిలిపే డాక్టర్లకి విలువ లేకుండాపోయింది. డాక్టర్లపై దాడి చేస్తున్నారు కానీ అందుకు కారకులైన వారిని అడగలేరు. నిందించలేరు. విలువైన ఓట్లేసి ఎన్నుకున్న వాళ్ళని గల్లా పట్టి అడగలేరు. కొట్టాల్సింది ఓట్లేసి గెలిపించిన వాళ్ళని కదా..! స్మశానవాటికలుగా మార్చుతున్న వారిని కదా..! అందలమెక్కిన వాళ్ళు అందనంత దూరంలో ఉంటే ఎదురుగా ఉండి సేవలు చేస్తున్న వాళ్ళని ఎగిరెగిరి తంతున్నారు" జస్పాల్‌సింగ్ గుండెల్లోంచి తన్నుకొస్తున్న ఉద్రేకాన్ని అదుపు చేసుకుంటూ అన్నాడు.

ఆలింగనం చేసుకోవడం మర్చిపోయిన కాలంలో తోటి వైద్యుడి ఆత్మీయ ఆలింగనం, స్పర్శకు డాక్టర్ చైతన్య ఉద్వేగం ఉవ్వెత్తున ఎగిసింది.

"చీకటి సొరంగంలో ఉన్నట్లు హెవీ పి.పి.ఇ. కిట్స్‌తో రోజంతా ఉండడం,

వైరస్ లోడ్ ఎక్కువగా ఉన్న కరోనా రోగులతో సహవాసం చేయడం ఎంత కష్టమో వాళ్ళకేం తెలుసు? అరకొర వసతులతో డాక్టర్లు చేస్తున్న సేవ కన్పించడం లేదు. తమ ప్రాణాలను పణంగా పెట్టి ఎదుటివారిని రక్షించే వాళ్ళకు ఇచ్చే బహుమానం ఇదా...” డాక్టర్ సిద్ధికీఅలీ ఆవేదన.

“వైద్యులు, వైద్య సిబ్బంది కూడా కష్టంలో, బాధలో, భయంతో ఉన్న వాళ్ళలో ఒక్కరేనని ప్రజలు అర్థం చేసుకోవడం లేదు” వాపోయారొకరు.

“చీకట్లో ఎంత తన్నుకులాడినా ఏం లాభం? మనం ఆటంబాంబులు తయారు చేసుకుంటాం. కానీ ప్రాణాలు నిలిపే ఆక్సిజన్‌పట్ల శ్రద్ధ చూపం. యుద్ధ ట్యాంకర్లు ఉంటాయి కానీ ఆక్సిజన్ ట్యాంకర్లు ఉండవు. అంతరిక్ష నౌకల తయారీకి ఎంతైనా ఖర్చు చేయగలం కానీ అతిచిన్న పరికరం ఆక్సిజన్ కాన్‌సన్‌ట్రేటర్ తయారు చేసుకోవడానికి ఆసక్తి చూపం. వ్యవస్థ వైఫల్యానికి మూల్యం చెల్లిస్తున్నాం. అత్యంత వేగంగా విస్తరిస్తున్న కరోనా వైరస్ కాదు జనాన్ని చంపేది, మన వ్యవస్థ. వ్యవస్థే ప్రజలను చంపుతోంది. కరోనా మరణాలన్నీ మన వ్యవస్థ సాగిస్తున్న మారణహోమంలో భాగమే. మొదటివేవ్ నుంచి గుణపాఠం నేర్చుకోలేదు. సెకండ్‌వేవ్ గురించి మార్చి మొదటి వారంలో చేసిన శాస్త్రవేత్తల హెచ్చరికలను నెత్తికెక్కించుకున్నదీ లేదు. పొంచివున్న ముప్పు పట్ల ప్రజల్ని జాగృతం చేసింది లేదు. చేయవలసిన వాళ్ళు చేయాల్సిన పని చేయక చేతులెత్తేయడం వల్ల ప్రజలు ఊపిరి తీసుకోలేక ఉక్కిరిబిక్కిరి అవుతున్నారు. జీవితాలు గాలిలో పెట్టిన దీపంలా మారాయి” ఎంతో సౌమ్యంగా మాట్లాడే డాక్టర్ ప్రసాద్ గొంతు ఉద్రేకంతో జీరగా.

“జనానికి సభలు, సమావేశాలు, పెళ్ళిళ్ళు, పార్టీలు, మేళాలు, సినిమాలు సరదాలు సంబరాలన్నీ కావాలి. చెప్పినా వినిపించుకోరు. ముప్పును అర్థం చేసుకోరు. అడకత్తెరలో పోకచెక్కలాగా మనం చచ్చిపోతున్నాం” అన్నాడు సిద్ధికి.

“జబ్బు శారీరకంగా చేసే హానికన్నా మానసికంగా చేసే హాని ఎన్నో రెట్లు ఎక్కువ. వైద్యం అందలేదనే నిరాశ అగాధంలోకి నెట్టేస్తుంది” ఆలోచనగా అన్నది డాక్టర్ ప్రీతిరావు.

“మూఢనమ్మకాలు, వింత వింత పుకార్లతో, వాట్సాప్ యూనివర్సిటీ సమాచారంతో, భయంతో హాస్పిటల్ దాకా రాకుండా ప్రాణాల మీదకు తెచ్చుకుంటున్న వాళ్ళని వేలెత్తి చూపుతున్నాం. కానీ, మనమీద మన వైద్యంమీద నమ్మకంతో హాస్పిటల్‌కి వచ్చిన వాళ్ళకి, రెండు చేతులూ జోడించి వేడుకున్న వాళ్ళకి ఏం సాయం చేయగలుగు

తున్నాం? బెడ్స్ లేవని వెనక్కి పంపిస్తున్నాం. ఆక్సిజన్ లేక, వెంటిలేటర్స్ లేక మన కళ్ళ ముందే అచేతనంగా మారిపోతుంటే, చెట్టు ఆకుల్లా రాలిపోతుంటే దోషులుగా తలదించుకోవాల్సిన దుస్థితిలో మనం. చివరికి స్వంత కుటుంబ సభ్యులకు కూడా ఏమీ ఏర్పాటు చేయలేని దుస్థితి" దుఃఖం గొంతులో సుడులు తిరుగుతుండగా జస్పాల్.

నడిచే దేవుళ్లనే నమ్మకంతో వచ్చిన వాళ్ళకి వైద్యం అందించాలనే తాపత్రయం తోనే, ఆపద మీద దండెత్తుతూనే ఉన్నా పడుతూన్న నిందలని, దెబ్బలని కప్పుకున్న తొడుగుల వెనక దాచేస్తూ... ఉన్న అతి కొద్ది వనరులతోనే తమ విధి నిర్వహణలో నిమగ్నమయ్యారు వైద్యులు.

నివురుగప్పిన నిప్పులా వైద్యుల మనస్సులో చెప్పలేని ఆవేదన, ఆక్రోశం, తెలియని కోపం, నిస్సహాయత లోపలికి ఇంకిపోతూ...

నిజానికి ప్రజల కోపం వైద్యులపై కాదు, వ్యవస్థపై. వ్యవస్థని ఇలా తయారు చేసిన రాజకీయ నాయకులపై, పాలకులపై, బ్యూరోక్రాట్లపై. వారి ఆవేదన, ఆక్రోశం వాళ్ళపై వెల్లడించలేక కళ్ళ ముందు కనిపించే వైద్యులపై వెళ్ళగక్కుతున్నారు. దేశంలో ఎక్కడ చూసినా ఇదే పరిస్థితి.

ఆ యువ డాక్టర్లను, వైద్య సిబ్బందిని ఆత్మీయ ఆలింగనం చేసుకుని ధైర్యం చెప్పాలని, లోపల గూడుకట్టుకున్న విషాదాన్ని తోడేసెయ్యాలని డాక్టర్ శ్రీరామ్ మనసు ఆరాటపడింది. నిండా తొడుక్కున్న ముసుగుల్లోంచి అల్లాడుతున్న వైద్యసిబ్బందికి నాలుగు ధైర్యవచనాలు చెప్పి డాక్టర్ చైతన్యను తీసుకుని ముందుకు కదిలాడు శ్రీరామ్.

మరో రెండు రోజుల తర్వాత, పరిగెత్తుకుంటూ వచ్చిన నర్స్ సువార్త చెప్పిన వార్త శ్రీరామ్ నవనాడులు కుంగదీసింది. నిన్నటి వరకు తమతో కలిసి చురుకుగా పని చేసిన జూనియర్ డాక్టర్ జస్పాల్‌సింగ్ ఇక కనిపించడు.

విపత్తు విసిరిన పెనుసవాళ్ళు ఎదుర్కొంటూ వచ్చిన ప్రతి రోగిని కాపాడేందుకు శక్తివంచన లేకుండా శ్రమిస్తున్న ఆ డాక్టర్ ఆత్మహత్యకు కారణం... హాస్పిటల్ వాతావరణం సృష్టించే ప్రతికూల ప్రభావం.

రోజుల తరబడి పుట్టెడు దుఃఖాన్ని మోస్తూ, మనసు లోలోపలి సంక్షోభం అణచ ప్రయత్నిస్తుంటే ఎప్పుడో ఓ బలహీన క్షణం కాటేస్తుంది. కాటికి పంపిస్తుంది. అదే జరిగిందిపుడు.

ఏ మనిషికైనా ఆత్మీయ స్పర్శ, అభిమానంతో కూడిన పలకరింపు కొండంత

బలాన్ని ఇస్తుంది. మనోధైర్యాన్ని నింపుతుంది. కష్టానికి ఫలితంగా రోగి ఇంటికి వెళ్తుంటే సంతోషం. చలనంలేని మూటగా చుట్టుకుపోయినప్పుడు గుండె తరుక్కుపోతుంది. ముసలివాళ్ళు, రోగిష్టివాళ్ళతో పాటు నిండు యవ్వనంలో ఉన్నవాళ్ళు, ఇంకా లోకం తెలియని వయసువాళ్ళు కూడా మరుభూమికి చేరుతుంటే దుఃఖం పొంగుకొస్తున్నది. గుండె బద్ధలవుతున్నది. అదే జరిగింది జస్పాల్‌సింగ్ విషయంలో.

సున్నితమైన మనసు మీద పడే ఒత్తిడి ఫలితమే ఆత్మహత్య.

"బాలింత అయిన భార్యను, నలభై రోజుల పసిబిడ్డను వదిలి విధి నిర్వహణలో ఉన్న డాక్టర్ జస్పాల్‌సింగ్ చాలా తెలివైనవాడు. పేదకుటుంబం నుంచి వచ్చిన జస్పాల్ సింగ్ చాలా సవాళ్ళు ఎదుర్కొని ఈ స్థాయికి వచ్చాడు. ఉజ్వల భవిష్యత్తుపట్ల ఎన్నో కలలు ఉన్నవాడు. రోజూ వైరస్ ముంగిట్లో తిరుగాడే తన ద్వారా ఇంట్లో వాళ్ళకి వైరస్ చేరుతుందేమోననే భయం, ఆందోళన చుట్టుముడుతుండగా ఇంటికి వెళ్ళడం తగ్గించేసాడు. వెళ్ళినప్పుడు కూడా దూరంగా, వేరే గదిలో వారి ఆత్మీయ స్పర్శకు దూరంగా ఒంటరిగా ఉండేవాడు. భర్త వృత్తిలో ఉన్న ఒత్తిడిని అర్థం చేసుకున్న ఆ బాలింత ఒంటరిగా పసిబిడ్డతో ఇబ్బందులు పడుతున్నది. ఆ విషయం జస్పాల్‌సింగ్‌కి తెలుసు. కానీ, ఏమీ చేయలేని స్థితి. గతంలో కంటే ఐదు రెట్లు పెరిగిన పని భారం. విపరీతమైన ఒత్తిడి. నిద్రలేని రాత్రులు, హృదయవిదారక దృశ్యాలు ఆ డాక్టర్‌ను డిప్రెషన్‌కి గురిచేశాయి. ఇప్పుడు ఆమె పరిస్థితి ఏమిటో.." ఊటలాగా ఉబికి వస్తున్న దుఃఖంతో పూడుకుపోయిన స్వరంతో ప్రియారావు.

డాక్టర్ శ్రీరామ్‌తో పాటు మిగతా వైద్యులందరినీ ఆ సంఘటన బాగా కలచి వేసింది. గొంతులోంచి తన్నుకొస్తున్న దుఃఖాన్ని ఎలా ఆపుకోవాలో తెలియక భోరుమన్నారు. రాళ్ళు రప్పలు కాదు కదా. మనసున్న మామూలు మనుషులు వాళ్ళు.

మరుక్షణాన, అంతటి దుఃఖంలోనూ, దౌర్భాగ్య పరిస్థితిలోనూ తనను తాను కూడదీసుకుని గంభీరత ముసుగేసుకుని బుసలుకొట్టే ఉచ్ఛ్వాస నిశ్వాసల మధ్య తిరుగాడడం మొదలుపెట్టారు. బతికించే దారుల కోసం వెతుకుతున్నారు. రోగులకు కొండంత ధైర్యం అందిస్తూ ఊపిరిపోస్తున్నారు ఆ వైద్యబృందం.

డాక్టర్ జస్పాల్‌సింగ్‌ది ఆత్మహత్య కాదు. వ్యవస్థ చేసిన హత్య అని అక్కడున్న వైద్యుల మనసులో వేదన కలచివేస్తున్నది. అంత నిశ్శబ్దంలోనూ మెడికల్, పారా మెడికల్ సిబ్బంది రోదన, వారి లోలోపల ఉంగలు చుట్టుకుంటున్న దుఃఖం చేస్తున్న సవ్వడి తననేదో ప్రశ్నిస్తున్నట్లుగా అస్థిమితంగా ఉంది డాక్టర్ శ్రీరామ్‌కి.

"దారితప్పిన ప్రభుత్వాల చేతిలో జవసత్వాలు కోల్పోయిన ప్రజా ఆరోగ్యవ్యవస్థ గురించి తర్వాత ఆలోచించవచ్చు. ఇప్పుడు ఫైర్ ఫైటింగ్‌లో ఉన్నాం. దానిపైనే శ్రద్ధ పెట్టాలని పాజిటివ్‌గా ఆలోచించమని జస్పాల్‌తో చాలాసార్లు చెప్పాను సర్. ఎందుకింత పిచ్చి పని చేశాడో... పదే పదే గుర్తుకొస్తున్నాడు సర్" బేలగా అన్నది ఎదురుపడిన డాక్టర్ ప్రియారావు. వాళ్ళిద్దరూ పీజీలో క్లాస్‌మేట్స్. మంచి స్నేహితులు.

పేషేంట్ల మీద చూపిన శ్రద్ధ వైద్యులపై కూడా చూపాలి. సున్నిత మనస్కులైన జస్పాల్ వంటి వైద్యులని ప్రేమపూర్వక పలకరింపు, ఆత్మీయత నిండిన చూపు బతికించ గలవు. లోపలి దుఃఖాన్ని దింపుకునేంత విరామం, అవకాశం వైద్యులకి లేకుండా పోయింది. నర్సింగ్ సిబ్బందిలో, వైద్యుల్లో పేరుకొంటున్న నిర్లిప్తతని గమనించి వచ్చిన దగ్గరనుండి వారిలో సానుకూల దృక్పథం పెంచే ప్రయత్నం చేస్తూనే ఉన్నాడు డాక్టర్ శ్రీరామ్.

రెండు రోజుల క్రితం జస్పాల్ మాటల ధోరణి విన్నాక కౌన్సిలింగ్‌తో అతని ఆలోచనల్ని కొత్త కోణంలో మళ్ళించాలని అనుకున్నాడు శ్రీరామ్. అంతలోనే ఇంతటి తీవ్ర ప్రతికూల పరిస్థితుల్లోకి వెళ్ళిపోతాడని ఊహించలేకపోయాడు. 'సారీ జస్పాల్' మనసులోనే క్షమాపణలు చెప్పుకున్నాడతను.

అసలే వైద్యుల కొరతతో సతమతమవుతున్న సమయంలో ప్రతిభావంతుడైన డాక్టర్‌ని కోల్పోవడంతో అతని మనసంతా నిస్సత్తువ ఆవరించింది. ఇక మరెవరు ఇలా వెళ్ళిపోకూడదు తనకు తాను గట్టిగా చెప్పుకున్నాడు. అంతటి విషాదంలోనూ మొహం మీద సన్నని చిరునవ్వు చెదరనీయకుండా పేషెంట్స్‌ని పలకరిస్తూ క్రిటికల్ కేర్ యూనిట్‌లోకి నడిచాడు డాక్టర్ శ్రీరామ్.

గోడవారగా జారగిలబడి కూర్చోబోయే స్టాఫ్‌నర్స్ సరోజ డాక్టర్ శ్రీరామ్‌ని చూసి "సారీ డాక్టర్" అంటూ లేచి నుంచుంది. విశ్రాంతి కోరుకునే ఆమె శరీరానికి పడక అవసరం లేదు. కూసింత జాగా దొరికితే చాలు ఎక్కడైనా నిద్రలోకి జారిపోయేంత అలసటగా ఉంది.

ఇలాంటి దృశ్యాలు చూడడం ఆ డాక్టర్లకి అలవాటైపోయింది.

ఇటువంటి గడ్డు పరిస్థితులను ఎదుర్కోవడంలో అనుభవం ఉన్న శ్రీరామ్ తోటి వైద్యులకు ఆక్సిజన్ లాంటి చతురోక్తులతో ఉత్సాహపరుస్తూ ముందుకు నడిపే ప్రయత్నంలో ఉన్నాడు. క్రిటికల్ కేర్‌లో ఉన్న రోగులను కాపాడడమే కాదు సిబ్బందిలో

పెరిగిపోతున్న ఒత్తిడి, స్తబ్ధతలకు ముసుగువేసే ప్రయత్నం చేస్తున్నాడు. ఒంటరిగా ఉన్నప్పుడు అనేకానేక ప్రశ్నలు, సందేహాలు అతన్ని చుట్టుముడుతున్నాయి.

వేల కోట్లతో ఏర్పాటు చేసిన ఎత్తైన విగ్రహం, ఆలయ నిర్మాణం, అధునాతన పార్లమెంట్ భవనాలు, బుల్లెట్ ట్రైన్ దేశ ప్రతిష్టను పెంచుతాయని దేశం ఉజ్వలంగా వెలిగిపోతోందని అమెరికాలో ఉన్నప్పుడు భావించాడు శ్రీరామ్. కానీ వెలిగిపోతున్నదా? దేశ ప్రజలకు వైద్యం, విద్య, ఆహారం వంటి మౌలిక సదుపాయాల ఏర్పాటు తర్వాత కదా ఇవన్నీ... గతంలోనే, అంటే పాతిక ముప్ఫై ఏళ్ళనాడే ప్రజా ఆరోగ్య పరిస్థితి మెరుగ్గా ఉందేమో?! ప్రపంచమంతా అతలాకుతలం చేస్తున్న కరోనా గురించి ఏడాది కాలంగా అందరికీ తెలుసు. అయినా చీమకుట్టినట్టు లేదే...

శ్రీరామ్ ఆలోచనల్లోకి జస్పాల్ పదే పదే వస్తున్నాడు. అతను మాట్లాడిన మాటలు మైండ్‌లో సుడులు తిరుగుతున్నాయి.

“మొదటి వేవ్‌లోనే వణికిపోయారు. అప్పుడు ప్రభుత్వం చేసిన దానికంటే ప్రజల కోసం ప్రజలు స్పందించి స్వచ్ఛందంగా చేసింది ఎక్కువ. కానీ గుణపాఠం నేర్చుకోలేదు. ఎప్పుడైనా కరోనా సెకండ్ వేవ్ పడగ విప్పొచ్చని అందరికీ తెలుసు. అటువంటప్పుడు పాలకులు ఏంచేయాలి. ఎంత వేగంగా స్పందించాలి. దాహం అయిన తర్వాత బావి తవ్వుకోవడం కాదు కదా చేయాల్సింది. రాబోయే విపత్తుకు సన్నద్ధం అవుతూ, ఆరోగ్య సంరక్షణ వ్యవస్థకు అధిక బడ్జెట్ కేటాయించి బలపరచుకోవాలి. ప్రతి జిల్లాలో ఆరోగ్య వ్యవస్థలను మెరుగుపరుచుకోవాలి. అత్యవసర చికిత్సా కేంద్రాలు, తాత్కాలిక శవాల గదులు, ఆక్సిజన్, వైద్యపరికరాలు తదితరాలన్నీ అందుబాటులో ఉంచుకోవడం వంటి ప్రయత్నాలు చేయాలి. పదవీ విరమణ చేసిన వైద్యసిబ్బందిని, శిక్షణలో ఉన్న వైద్య, నర్సింగ్, పారామెడికల్ విద్యార్థులను విధుల్లో చేర్చుకోవాలి. దేశంలో తయారవుతున్న వ్యాక్సిన్ పట్ల ప్రజలకు అవగాహన పెంచాలి. ప్రజలందరికీ వీలైనంత త్వరగా వ్యాక్సిన్‌ను అందించే ఏర్పాటు చేయాలి. అది చేయక పోగా ప్రపంచానికి మనమే వాక్సిన్ అందిస్తున్నామని డబ్బా కొట్టుకున్నాం. కానీ దేశంలో 137 కోట్ల ప్రజల కోసం ఏర్పాటు చేసింది ఎంత? దాదాపు 280 కోట్ల వ్యాక్సిన్ డోస్ కావాల్సిన చోట విదిలిస్తున్న వాక్సిన్ ఏ మూలకు సార్?

ఒక్క ముక్కలో చెప్పాలంటే కరోనా పరిస్థితులు సమగ్ర పర్యవేక్షణకు ఓ కేంద్రీకృత వ్యవస్థ ఏర్పాటు చేసుకోవాలి. అదేమీ జరగకపోగా, కరోనా కట్టడికి ఖర్చుచేయాల్సిన సమయాన్ని ఎన్నికల యుద్ధతంత్ర రచనలో, కుంభ మేళా నిర్వహణలో

పెద్ద ఎత్తున జనసమీకరణ, భారీ సభలు, ర్యాలీలు, లక్షలాది జన మేళాల నిర్వహణలో వెచ్చించడం, జనం ప్రాణాలను గాలికి వదిలేయడం వల్ల కదా సార్ నేటి కరోనా విస్ఫోటనం! ఈ పరిస్థితుల్లో కుంభమేళా ఏడాది ముందుకు జరపాల్సిన అవసరం వుందా? చెప్పండి డాక్టర్ గారూ.

మన హాస్పిటల్స్‌లో వైద్యులు లేక, సిబ్బంది లేక, వైద్యసామాగ్రి లేక నానా అవస్థలు పడుతున్నాం. అయినా నిధులు లేవు. నియామకాలు లేవు. ఎప్పుడు చేస్తారో తెలియదు. కానీ ఎన్నికలు నిర్వహించారంటే పాలకుల ప్రాధాన్యత ఏంటో తెలిసి పోతున్నది. ఎన్నికలు అంత అర్జెంటా? పార్లమెంటు భవనం కోసం, వేల అడుగుల విగ్రహం కోసం నిధులు వస్తాయి. హూ... దేనిమీద ఖర్చుపెట్టాలో దానిమీద పెట్టడం లేదు. పక్కన ఉన్న చిన్న దేశాన్ని భూతంగా చూపి లక్షల కోట్లు ఖర్చు చేస్తున్నారు. దేశమంటే మట్టి కాదు మనుషులని వీళ్ళకి ఎప్పుడు తెలుస్తుందో" పోగుపడిన డాక్టర్ జస్పాల్‌సింగ్ ఆవేశం.

"తెలియకపోవడం కాదు ఆసేతు హిమాచలం తమ పార్టీ జెండా ఎగుర వేయాలని ఆరాటం" అని ప్రీతి రావు సమర్థింపు గుర్తొచ్చాయి డాక్టర్ శ్రీరామ్‌కు.

మాతృదేశంలో అడుగు పెట్టిన తర్వాత పరిస్థితిని క్షుణ్ణంగా అవగాహన చేసుకుంటున్న డాక్టర్ శ్రీరామ్‌కి యువడాక్టర్ల ఆవేదనలో అతిశయం ఏమీ కనిపించ లేదు. ఆ మాటలు పదే పదే శ్రీరామ్ చెవుల్లో గింగురుమంటున్నాయి.

ఇంతమంది జనాన్ని బలితీసుకోవడం కోసమేనా వీళ్ళకి అధికారం కట్టబెట్టిం దని అక్కసు వెళ్ళగక్కిన ఓ పేషెంట్ ఆవేదనలో, ఆక్రోశంతో న్యాయం వుందని శ్రీరామ్‌కి స్పష్టంగా తెలుస్తూనే ఉంది.

నేతల తీరు ఇచ్చిన ఊతంతో విందులు వినోదాల్లో, ప్రార్థన మందిరాల్లో యథేచ్ఛగా కలియ తిరిగిన జనం... స్వీయ రక్షణ మరచిన ప్రజలు గుంపులు గుంపులుగా ఉండడం వల్ల కదా సెకండ్‌వేవ్ విజృంభణ. డాక్టర్లని, ఆసుపత్రులని నిందించేవాళ్ళు కొందరు. చీకటిని తలుచుకుంటూ, తిట్టుకుంటూ కూర్చోవడం వల్ల లాభం లేదు. కళ్ళముందు కనబడుతున్న బీభత్స దృశ్యాల్లోంచి వెలుతురు జాడలు వెతుక్కోవాలి.

ఓ పక్క పట్టపగ్గాలు లేకుండా విజృంభిస్తున్న కరోనా సరికొత్త రికార్డు సృష్టిస్తూ తన రికార్డులను తానే అధిగమిస్తూ ఉంటే... చావు కౌగిలి కోరల్లో చిక్కి దేశ ప్రజలంతా

అల్లాడిపోతూ భయంతో బిక్కుబిక్కుమంటూ గడుపుతుంటే... దేశం ఎదుర్కొంటున్న సవాళ్ళపై యుద్ధప్రాతిపదికన చర్యలు చేపట్టాలంటే పిల్లిమెడలో గంట కట్టాలి. నిజాలు పలకాలి. ఆఖరికి పిట్టల్లా రాలిపోతున్న జనాలు 'మాకు మందులు కావాలి, హాస్పిటల్‌లో బెడ్ కావాలి, ఆక్సిజన్ కావాలి, మా ప్రాణాలు పోతున్నాయి ఏమైనా చేయండి' అని ప్రాధేయపడుతున్నారు. మీరు డాక్టర్ కదా ఏమైనా చేయగలరు అనే నమ్మకంతో వచ్చిన వాళ్ళని వెనక్కి పంపాల్సి రావడం ఏ డాక్టర్‌కైనా రంపపుకోతే. తమ పరిధి దాటి డాక్టర్ చేయగలిగింది చాలా తక్కువ. అది ప్రజలకు అర్థం కాదు. ప్రభుత్వాలు మీనమేషాలు లెక్కిస్తూ కాలం గడిపేస్తాయి.

నేరము ఒకరిదైతే శిక్ష మరొకరు అనుభవిస్తున్నారు. నిజమే, కానీ ఇప్పుడు విపత్కర పరిస్థితి నుండి గట్టెక్కే మార్గాలు మాత్రమే చూడాలని తనలో రగిలే ఆవేదనను, దుఃఖాన్ని చితిమంటల చిటపటల్లో కలిపేసే ప్రయత్నం చేస్తున్నాడు శ్రీరామ్. కానీ అగ్నిజ్వాలల్లా అతని ఆలోచనలు ఎగిసిపడుతూనే ఉన్నాయి.

సందట్లో సడేమియా అన్నట్లు కొన్ని ప్రవేటు ఆసుపత్రులు, కొందరు వ్యక్తులు జలగల్ని మించిపోయారు. మందులు, ఆక్సిజన్ తదితరాలన్నీ బ్లాక్‌చేసి చావు వ్యాపారం చేస్తున్నారు. ప్రజల అవసరాన్ని అవకాశంగా చేసుకుని లాభాల లెక్కలు వేసుకుంటున్నారు. దాంతో వైద్యులందరూ బదనాం అవుతున్నారు. విశ్వసనీయత కోల్పోతున్నారు.

చాలా తీవ్రంగా ఉన్న సంక్షోభం. మరింత తీవ్రంగా ఉండబోతున్న వినాశనం. అది ఎంత కాలమో, ఎంత దూరమో, ఎన్ని దశలో, ఎంత వేదనో మరెంత రోదనో తెలియదు. అంతు, దరి తెలియని స్థితి. అనేకసార్లు సంక్రమణ చెందుతూ తనను తాను మార్చుకుంటూ మరింత బలంగా తయారవుతున్న కంటికి కనిపించని క్రిమి. మునిగిపోతున్న పడవను ఎట్లా గట్టెక్కించాలి... వెంటాడుతున్న ఆలోచనలతో ఎన్ఆర్ఐ డాక్టర్ శ్రీరామ్.

విపత్కర పరిస్థితిలో దిశానిర్దేశంచేసే ఒక నమ్మకమైన వ్యవస్థ ఏర్పాటు లేదు. అధికారంలో ఉన్నవాళ్ళు బాధ్యతతో మెలగాల్సిన వాళ్ళు ఎవరిష్టం వచ్చినట్లు వారు మాట్లాడుతున్నారు. ఇదిగో పులి అదిగో తోక చందంలా లేని పోనీ అపోహలు, భయాలు సృష్టిస్తున్నారు. వాక్సిన్‌పై ప్రజలని తీవ్ర గందరగోళానికి గురిచేస్తున్నారు.

ఒక కమాండ్ కంట్రోల్ ఉండాలి. ప్రజలని హెచ్చరించడం కాకుండా చైతన్యం చేసే విధంగా ఎడ్యుకేట్ చేసే విధంగా ఆ కంట్రోల్ పనిచేయాలి. జన్యు విశ్లేషణలు ఎక్కువ జరుపుతూ ప్రజలలో షికార్లు చేస్తున్న కొత్త స్ట్రయిన్స్‌పై భయాలు పోగొట్టాలి.

చేతులెత్తేసిన ప్రభుత్వాన్ని నమ్మే స్థితిలో ప్రజలు లేరు. ప్రజలకి ఊపిరిపై భరోసా కలిపించాలి. దేశ భవిష్యత్‌పై నమ్మకం ఇవ్వాలి. ఎలా..? తన పరిధి చాలా చిన్నది. కనీసం ఈ దేశ పౌరుడుకూడా కాదు. అయితేనేం, మా మూలాలు ఈ దేశంలో ఉన్నాయి. నేను చెయ్యవలసిన, చేయగలిగిన పని చెయ్యాల్సిందే. పర్యవసానాలు ఎలాగైనా ఉండనీ. రేష్మ అన్నట్లు యుద్ధం వచ్చినప్పుడు యుద్ధమే చేయాలి. అవును, విధ్వంసం సృష్టిస్తున్న శత్రువుపై యుద్ధం చేయాల్సిందే. నేరం ఎవరిదైనా, లోపం ఎక్కడున్నా సరి చేసుకోవడానికి రణరంగంలో నిలిచి యుద్ధం చేయాలి తప్పదు.

గతి తప్పుతున్న శరీరారోగ్యాన్ని, సునామీ కెరటాలలా ఎగిరిపడుతున్న మనసును అదుపులోకి తెచ్చుకునే ప్రయత్నం చేస్తూన్న డాక్టర్ శ్రీరామ్ కళ్ళముందు పెనువిపత్తు విచ్చుకుంటున్న దృశ్యం, మహా ఉత్పాతంలో స్మశానాలుగా మారిన ఊళ్ళు వువ్వెత్తున ఎగిసే చితిమంటలు సాక్షాత్కరిస్తుండగా ధర్మాగ్రహంతో కేంద్ర, రాష్ట్ర ప్రభుత్వాలకు లేఖ రాయడం మొదలుపెట్టాడు.

దేశంలోని వైద్యులందరి తరపున వకాల్తా తీసుకుని నాణేనికి రెండో వైపు గురించి రాయడం మొదలుపెట్టాడు. నడవడం మొదలుపెట్టకపోతే గమ్యం ఎలా చేరగలమని రాయడం మొదలుపెట్టాడు. రాతి హృదయంమీద పేరుకుపోయిన దుమ్ము కొద్దిగానైనా తొలిగిపోతుందేమోనని రాయడం మొదలుపెట్టాడు. ఎండమావుల్లో తడి చినుకులు, రాతి పగుళ్ళలోంచి పచ్చదనం వస్తాయన్న ఆశతో రాయడం మొదలు పెట్టాడు. చితికిన బతుకుల చితి వాసనలు రాకూడదని రాయడం మొదలు పెట్టాడు.

అక్షరాలు పదాలుగా, పదాలు వాక్యాలుగా, వాక్యాలు ప్రజల గొంతుకగా మారుతున్నాయి. రాబోయే వినాశనాన్ని ఎదుర్కోవడానికి సన్నద్ధం అవుతున్నాయి. ప్రపంచమంతా విలయతాండవం చేస్తున్న మాయదారి రోగం భారతావనికి ఏ గుణపాఠం నేర్పుతుందో... ఏ నీతిపాఠం చెబుతుందో..!

– కొలిమి, జులై 2021

మాయావి

ఆ నిశిరాత్రి ప్రపంచమంతా నిద్రలో జోగుతున్నది. నిశాచర పక్షులు రెక్కలు తపతపలాడిస్తూ సంచరిస్తున్నాయి. కీచురాళ్ళు అదే పనిగా తమ రణగొణ సంగీతం వినిపిస్తున్నాయి. ఆరుబయట అనువైన ప్రదేశంలో వైరస్ బృందం సమావేశమైంది.

చాలాకాలం తర్వాత అనుకోకుండా కలిసిన బంధు-మిత్ర బృందం అలాయ్ బలాయ్ ఇచ్చుకొని ఒకరినొకరు అభిమానంగా నఖశిఖపర్యంతం పరీక్షగా చూసుకుంటు న్నారు. అంతలో 'కోవిడ్-19' కేసి చూస్తూ "ఏమోయ్ మస్తు జోష్ మీదున్నావే. దునియా అంతా దున్నేస్తున్నావ్ గద. ఇందుగలడందు లేడనట్లు ఎక్కడ చూసినా అలలు అలలుగా ఎగిసిపడుతున్న నీ సంతతే. మీ తలపులే" అన్నది ఎబోలా.

"మీరు నంగనాచిలా ఉంటారు కానీ ఒకటా రెండా... ఎన్నెన్ని సంక్షోభాలు మీ వల్ల. ప్రపంచమంతా ఆరోగ్య సంక్షోభం, ఆర్థిక సంక్షోభం, సామాజిక సంక్షోభం, సాంస్కృతిక సంక్షోభం ఇలా ఎన్నెన్నో సంక్షోభాలు సృష్టించేశావ్. ఘటికురాలివే" దీర్ఘం తీసింది మార్స్.

"లోకంలో ఎక్కడ చూసినా నీ పాదముద్రలే. నీ గురించిన ఆలోచనలే. గ్లోబంతా గిరగిరా తిరిగేస్తున్నావ్. అదీ... పైసా ఖర్చు లేకుండా" చిన్నగా నవ్వుతూ అన్నది ఇన్‌ఫ్లూయంజా.

కూర్చున్న చోటు నుంచి కొద్దిగా కదులుతూ "చూడడానికి నాజూగ్గా, అందంగా ఉంటావ్. ఎక్కడేస్తే అక్కడ జంతువుల దగ్గర పడుండే సోంబేరువనుకునేవాళ్ళం. ఇప్పుడేంటి.. నువ్వు నువ్వేనా! నన్ను మించిపోయావ్" ఎకసెక్కంగా నవ్వింది హెచ్ఐవి.

"ఊ... ఉద్యోగాలు లేవు, వ్యాపారాలు లేవు, చదువులు లేవు, సినిమాలు లేవు, షికార్లు లేవు అన్నీ చట్టుబండలైపోయే. జనం దగ్గర పైసలు లేవు. రోగం-రొష్టు, ముసలి-ముతక అందర్నీ తుడిచేస్తున్నావ్. ఓ యబ్బో... తమరి మహిమ అంతా ఇంతా కాదుగా" అందరివైపు చూస్తూ అన్నది మార్స్.

మళ్ళీ తానే "ఆసుపత్రుల్లేవు. వైద్యం లేదు. చావుకి బతుక్కి మధ్య వేలాడుతున్న జనం. ముఖ్యంగా వృద్ధులు, వ్యాధిగ్రస్తులు, పేదవాళ్ళ త్యాగాలతో వారి సమాధుల వరుసల్లో రాళ్ళు ఏరుకు తినే రాక్షసగణం తయారయ్యారు. ఆ అయినా పోయేకాలమొస్తే మనమేం చేస్తాం" అన్నది మార్స్.

నీ ధాటికి భయపడి సూర్యుడు వణుకుతూ సూర్యమండలంలోనే హోమ్ క్వారంటైన్‌లో ఉండిపోయాడట కదా. ఆనోటా ఈనోటా అనుకోగా విన్నాలే. నిజమేనా" కళ్ళు పెద్దవి చేసి అడుగుతున్న ఎబోలా గొంతులో దాచుకుందామన్నా దాగని అసూయ కనిపించింది మిగతా వైరస్‌లకు.

"నిన్ను కట్టడి చేయడానికి ప్రపంచమంతా కంకణం కట్టుకున్నదట కదా. ప్రవహించే నీటికి అడ్డుకట్ట వేయడం అంత సులభమా" దీర్ఘం తీసింది హెచ్ఐవి.

"అవునుమరి, బుసలు కొట్టి కాటువేసే సర్పాన్ని ఎవరు మాత్రం ప్రేమగా పెంచుకుంటారు చెప్పండి. కోరలు పీకి పడేస్తారు. పీక నులిమి పాతరేస్తారు గానీ..." తన వెనుక పుట్టిన దానికింత పేరుప్రఖ్యాతులు రావడం కంటగింపుగా ఉన్న మార్స్ దీర్ఘం తీసింది.

"ఎందుకర్రా... దాన్నలా ఆడిపోసుకుంటారు. అది పడగవిప్పి బుసలు కొడుతూ వెంటాడితే లోకమిలా ఉంటుందా? లాక్‌డౌన్ ఎత్తేస్తుందా? ప్రపంచమంతా ఇప్పటికీ లాక్‌డౌన్‌లోనే మగ్గిపోయేది కదా. జీవావరణంలో అన్ని జీవులతోపాటు, కణజాలంతో పాటు మనమూ ఉన్నాం. అదంతా ఇప్పుడెందుగ్గానీ... చాన్నాళ్ల తర్వాత కలిశాం. కాసేపు సరదాగా గడుపుదాం" అప్పటివరకు అందరి మాటలు విన్న జికా అన్నది.

కొన్ని క్షణాలు జికా వైపు అభిమానంగా చూసి "బంధు మిత్రులంతా నన్ను తిడుతున్నారో పొగుడుతున్నారో అర్థం కావడంలేదు" అయోమయంగా అన్నది 'కోవిడ్-19'.

ఆ వెంటనే "కాలం నన్ను కౌగలించుకుంది. తనతోపాటు తీసుకు పోతున్నది. ఎటు తీసుకుపోతే అటుపోతున్నా అంతే. నేను నిమిత్త మాత్రురాలిని. జనమే అనుకున్నా

మీరు కూడా నన్ను కేంద్ర బిందువు చేసి ఆడిపోసుకుంటున్నారు" ఉక్రోషంగా మిత్ర బృందం కళ్ళలోకి సూటిగా చూస్తూ అన్నది 'కోవిడ్-19'.

మళ్ళీ తానే "ఈ సృష్టిలో ప్రతిజీవి పుట్టినట్లే నేను పుట్టాను. నాకు నేనుగా ఈ పుట్టుక కావాలని కోరుకుని పుట్టలేదుగా. నా మనుగడకి అనువైన ఆవాసాలు తెలియక ఎవరి కంట పడకుండా ఇన్నాళ్ళు ఎక్కడెక్కడో అనామకంగా పడిఉన్నానేమో..! మానవ శరీరంలో నా పునరుత్పత్తికి అనువైన కేంద్రాలున్నాయని తెలిసుకున్నా. ఈ సృష్టిధర్మం ప్రకారం జీవమున్న ప్రతి కణం చేసే పని నేనూ చేసుకుపోతున్నా. అంతే తప్ప స్వార్థంతో, ఎవరి మీదో కక్షతో, కసితో కోపంతో కాదుగా" అదేమన్నా తప్పా అన్నట్లు అందరి వైపు చూస్తూ భుజాలెగరేసి చెప్పింది కరోనా అని పిలుచుకునే 'కోవిడ్-19'.

"రెచ్చిపో బ్రో... రెచ్చిపో. ఇంత మంచి తరుణం మళ్ళీ మళ్ళీ వస్తుందా..! ప్రపంచ రాజ్యాలకు ప్రజల ఆరోగ్యం ఎలాగూ ప్రాధాన్యం కాదు. వాళ్ళ ప్రాధాన్యాలు వాళ్ళవి. యుద్ధాలు, ఆయుధాలు, వర్తక వాణిజ్యాలు... ఎవరి ప్రయోజనాలు వారివి. హూ... సామాన్య జనం ఉంటే ఎంత, పోతే ఎంత. ఆఫ్టాల్.. ఏం ఫరక్ పడదులే భాయ్.. విజృంభించడానికి మంచి సమయం ఎంచుకున్నావ్" అన్నది మార్స్.

"'కోవిడ్-19' ఎంచుకున్నదనుకుంటున్నారా? ఉహూ... లేదు లేదు. నెత్తుటి కూడు తినే మానవ గణాలు కొన్ని ఉన్నాయి. ఏమీ ఎరగని పత్తిత్తుల్లా కనిపిస్తాయి కానీ మహా జిత్తులమారులు. తమ పబ్బం గడుపుకునేందుకు తెరవెనుక పావులు కదుపుతుంటాయి. అవే ఒలిచిన పండును మన ముందు పెడతాయి. మనకి పండగే పండుగ. తిన్నవాళ్ళకు తిన్నంతని విజృభించేస్తాం" తన ధోరణిలో అన్నది హెచ్ఐవి.

"నీలాగా, నాలాగా దీనిది ఉగ్రతత్త్వం కాదులే. సాధు స్వభావి. దానికది పోయి మానవుడిని కౌగలించుకోదు. తనను కలిసిన వారినొదలదు. తెలిసో తెలియకో మానవులే ఆకాశమార్గం పట్టిచ్చారు. నౌకల్లో మోసుకుపోయారు. సముద్రాలు దాటించారు. ఖండాంతరాలు విస్తరింపజేశారు" ఎబోలాను చూస్తున్న మార్స్ అన్నది.

"నిజమే... మానవుని నడక, నడతదే తప్పు. మనని మనం ఆట పట్టించు కోవడం, నిందించుకోవడం సరైంది కాదేమో" పెద్దరికంగా అన్నది జికా.

"ఇదేమన్నా ఎడ్లబళ్ళు, గుర్రబ్బగ్గీల కాలమా. జెట్ యుగంలో ఉన్నాం మరి! మానవుడు రోదసీలోకెళ్ళి వస్తున్నప్పుడు అతనితో మనం ఆ మాత్రం ప్రయాణం చేయలేమా ఏమిటి? ఎక్కడికైనా అలా అలా వెళ్ళిపోగలం" జికా మాటని పట్టించుకోని హెచ్ఐవి అన్నది.

"అవునవును, కానీ... జీవితంలో ఎన్నో గెలిచినవాళ్ళు, అంటువ్యాధుల జాడ లేని పూదోటగా మారాయనుకునే దేశాల వాళ్ళు కంటికి కనిపించనంత అతిసూక్ష్మ క్రిమికి బెంబేలెత్తిపోవడం, భయపడిపోవడం, మరణశయ్య నెక్కడం విచిత్రం!" బుగ్గన వేలేసుకుని ఎబోలా.

"అదే నాకు అంతు చిక్కడంలేదు. అసలు నేనెంత వాళ్ళముందు. ఆ... చెప్పండి. మానవ మేధ, జ్ఞానం, విజ్ఞానం ముందు మనమెంత? నలుసులో వెయ్యో వంతో, లక్షో వంతో కూడా లేని నేనెంత? నాపై ఇంత ప్రచారమా! ఎన్ని నిందలో... మరెన్ని కట్టుకథలో... వింటుంటే మొదట్లో బాధేసేది. కానీ ఇప్పుడవన్నీ వింటూ నవ్వుకుంటూ నా పని నేను చేసుకుపోతున్నా. నాకా స్థితి కల్పించిన రాక్షసగణం మనోగతం అర్థమయింది. ఈ బాగోతంలో మనిషికీ మనిషికి మధ్య, దేశానికీ దేశానికి మధ్య, రాజకీయాలకీ రాజకీయాలకు మధ్య, రాజ్యాల భౌగోళిక రాజకీయ ప్రయోజనాల మధ్య, వ్యాపార వాణిజ్య ప్రయోజనాల మధ్య ఎన్నిరకాల సిద్ధాంతాలు... మరెన్ని ప్రచారాలు... ఎన్ని అపోహలు, ఎన్ని అపనమ్మకాలు. ఏవీ నేను సృష్టించినవి కాదు. నన్నడ్డం పెట్టుకుని కొన్ని గణాలు తెరవెనుక ఆడుతున్న పెద్ద ఆట. ఆ క్రీడలో భాగమే ఇప్పటి సంక్షోభాలు, విపత్తులు, యుద్ధాలు, దాడులు" వివరణ ఇస్తున్నట్లుగా అన్నది సార్స్ 'కోవిడ్-19'.

"నీ ప్రతాపాన్ని, ప్రకృతి ప్రకోపాన్ని కూడా మానవుడికి అంటిస్తావేం" కొంచెం విసుగ్గా అన్నది ఎబోలా.

"బ్రో... ఆ జీవి ఎప్పుడు తలుచుకుంటే అప్పుడేమైనా జరగొచ్చని అతని అతి తెలివితేటలే కాదు చరిత్ర చెబుతున్నది. చరిత్రలోకి తొంగి చూడండి. వనరులకోసం, సంపద కోసం, స్వార్థం కోసం, అధిపత్యం కోసం జరుగుతున్నదేనని స్పష్టమవుతుంది" నిదానంగా అందరి కేసి చూస్తూ అన్నది 'కోవిడ్-19'.

అప్పటివరకూ సరదాగా మాట్లాడుతున్న మిత్ర బృందం ఒక్కసారిగా సీరియస్ అయ్యారు. 'కోవిడ్-19' మాటల్లో అంతరార్థం వెతకడానికి ప్రయత్నిస్తున్నారు.

"ఆలోచిస్తే నువ్వన్నది నిజమేననిపిస్తుంది మిత్రమా. చేతులతో గరళం విరజిమ్మ డానికి సిద్ధమవుతూ నాలుకనుంచి తేనెలూరించే మురిపించే మాటలు, చేతలు ఎన్ని చూడడం లేదు" అన్నది జికా.

"ప్రజల అమాయకత్వాన్ని, అవగాహన లేమిని ఆసరా చేసుకుని ఆందోళన సృష్టించారు. ఒక మామూలు వైరస్‌ని బూచాడుని చేశారు. భూతద్దంలో చూపారు.

బ్రహ్మాండంగా జేబులు నింపుకుంటున్నారు. ఒకప్పుడు నా విషయంలో జరిగిందదే" హెచ్ఐవి.

"అయ్యో... ఈ మనుషులు చేసే చిత్ర విచిత్ర విన్యాసాలు చూస్తే నవ్వాలో ఏడవాలో తెలియలేదంటే నమ్మండి. మానవులలో కొందరు కొందరిని అంటరానివారిగా చూస్తూ, అవహేళన చేయడం గురించి చరిత్ర ఎన్నో సాక్ష్యాలు చూపుతుంది. ఇప్పుడు కోవిడ్ ఎవరితోనైనా కనిపిస్తే చాలు అలాగే వారిని అంటరానివారిగా చూస్తున్నారు. బంధుమిత్రులు దూరంగా పెడుతున్నారు. నిన్నటివరకూ ఆత్మీయతానురాగాలు కురిపించినవాళ్ళే అంటరానివారిగా చూడటం భరించలేని కొందరు ప్రాణత్యాగం చేస్తున్నారట" అన్నది ఇన్ఫ్లూయంజా.

"నిజమే. నవమాసాలు మోసి కనిపెంచిన తల్లికి పాజిటివ్ రాగానే నడిరోడ్డుపై అనాథలా వదిలేసిన ప్రబుద్ధుల్ని చూస్తున్నా. అంతేనా... పాపం! ఆయనెంతో మందికి విద్యాబుద్ధులు చెప్పారు. ఇప్పుడు వాళ్ళంతా ఆయన శవం ఖననాన్ని అడ్డుకున్నారు. మరొకాయన గొప్పవైద్యుడు. నిన్నటివరకూ తుమ్మినా దగ్గినా ప్రజలకు ఉచిత వైద్యం చేసిన మహానుభావుడు. నేడాయన శవాన్ని అక్కడ కాల్చడానికి ఆ ప్రజలంతా వ్యతిరేకమే. ఊళ్ళ మధ్య ముళ్ళకంపలు, పాజిటివ్‌ల వెలి, తోటిమనిషిని అక్కున చేర్చుకోలేనితనం. అయ్యో... ఏమని చెప్పను, ఎన్నని చెప్పను. కొల్లలు కొల్లలుగా కథలు కథలుగా విషయాలు బయటికొస్తున్నాయి. అయ్యయ్యో... ఏది మానవత్వం..? ఏవీ మానవీయ విలువలు..? మననంటారుగానీ మనకంటే తీవ్రమైన నీచమైన వైరస్ మనిషిలోని స్వార్థం. ఆ జబ్బుతో సహజీవనం చేస్తూ మనను ఆడిపోసుకుంటారు" వాపోయింది హెపటైటిస్.

'ఏ మాత్రం వైద్య సదుపాయాలు లేని రోజుల్లో కూడా వైరస్ జాతులున్నాయి. కొన్ని వేల ఏళ్ళుగా మనుగడ సాగిస్తున్నాయి. మనిషిలో మార్పు వచ్చినట్లు వాటిలో కొద్దో గొప్పో మార్పొచ్చిందేమో. అయినా తట్టుకుంటూ, కాపాడుకుంటున్న మానవుడు ఇప్పుడెందుకు చిగురుటాకులా వణికిపోతున్నట్లు, రాలిపోతున్నట్లు? మానవ ప్రవృత్తిలో, ఆహార విహారాలలో మార్పుతెచ్చే కుట్రలు చాపకింద నీరులా సాగించిన రాక్షసమూకకి ఇప్పుడు పండుగగా ఉంది. పెద్ద పెద్ద కబుర్లు చెప్పే గొప్ప దేశాలన్నీ చతికిలబడి అదృశ్యక్రిమిని ఎదుర్కోలేకపోవడం అభివృద్ధి నమూనా విచిత్రం. కారణం ఎవరు..? అలక్ష్యం, దాచివేత, దాటవేత, అలసత్వం, అసమర్థత, నేరపూరిత నిర్లక్ష్యం కనిపించకుండా కళ్ళకు గంతలు కట్టి వైరస్‌ని నిందిస్తున్నారు.

మెరుగైన ఆరోగ్య సదుపాయాలు సాధించామనుకుంటూ ప్రజా ఆరోగ్య వ్యవస్థల విచ్ఛిన్నం చేసుకున్నారు. వైద్యం, ఆరోగ్యం లాభసాటి వ్యాపారంగా మార్చేశారు. జబ్బు పడితే జేబుకు చిల్లేనాయే. ఐదు నక్షత్రాల వైద్యం, మూడు నక్షత్రాల వైద్యం కొనలేక కొందరు, తప్పని పరిస్థితిలోనో, బతుకుమీద తీపితోనో ఉన్నదంతా ఊడ్చి తర్వాత చిప్పట్టుకుంటున్న వైనం కళ్లారా చూస్తున్నా. అయినా, గొర్రె కసాయి వాడిని నమ్మినట్లు కార్పొరేట్ వైద్యం చుట్టూ తిరుగుతారు. ఇళ్ళు ఒళ్ళు గుల్ల చేసుకుంటున్నార'ని అనుకుంది వైరస్ మిత్ర బృందం మాటలు మౌనంగా ఆలకిస్తున్న గబ్బిలం.

"ఎగిరే పక్షికి వల పన్నినట్టు మన చుట్టూ వలపన్ని మనను మట్టుబెట్టడానికి యాంటీబయోటిక్స్, యాంటీ వైరల్‌డ్రగ్స్, వాక్సిన్స్ కోసం వాటిపై ఆధిపత్యం కోసం విచ్చలవిడిగా ఖర్చు చేస్తున్నారు. ఏవేవో కనిపెట్టామంటున్నారు. అయినా అన్ని తట్టుకుని మనంపుట్టుకొస్తూనే ఉన్నాం. మన ఉనికివల్ల, మనం ప్రాబల్యం చూపడంవల్ల కొంత మంది జనం ఎప్పుడూ ప్రాణాలు పోగొట్టుకుంటూనే ఉన్నారు. ప్చ్... పాపం పుణ్యం ఎరుగని బీదాబిక్కి బలైపోతున్నారు. అది వేరే విషయమనుకో" అన్నది 'కోవిడ్-19'.

"ఇందుగలడందు గలడు అన్నట్లు ఎక్కడ చూసినా నువ్వే, నిరంతరంగా పరివర్తన చెందుతుంటే మేధావులు తయారుచేసుకున్న మందులు పనికిరాకుండా పోతున్నాయి. హహ్హాహ్హా ..." గుంపులోంచి పగలబడి నవ్విందో వైరస్.

"నిజమేనోయ్... మానవులెంతో తెలివిగలవారనుకున్నా. మనని వల్లకాట్లో కలపడం వాళ్ళకి తెలియక కాదు. బాగా తెలుసు. అయినా పీడకలలుగా కలవరిస్తూనే ఆదమరచి నిద్దురపోతారు. అప్పుడప్పుడు మొద్దునిద్దుర లేచి హడావిడి చేస్తారు తప్ప నిజంగా కల్లోలాన్ని ఆపాలని చిత్తశుద్ధితో కాదు" అన్నది మార్స్.

"వాళ్ళ లెక్కలు వాళ్ళకుంటాయిగా... అవి తేలాలిగా" నవ్వింది 'కోవిడ్-19'.

"పెరిగిపోతున్న జనాభాని తగ్గించడానికి దేవుడు కోవిడ్ ప్రవేశపెట్టాడట. చప్పట్లు, దివ్వెలు, మంత్రాలకు చింతకాయలురాలడం ఎప్పుడైనా ఎక్కడైనా చూశామా? పిచ్చిమూక. లోగుట్టు ఎరగక, మనుషుల పాపానికి దేవుడు విధించిన శిక్ష అనే మత గురువులు, ప్రార్థనలతో వైరస్‌ను తరిమికొడతానని ప్రార్థనలు చేసే పాస్టర్, రాగి వస్తువులతో నయం చేస్తాననే వైద్యులు, పూజలు దైవప్రార్థనతో తగ్గిస్తానని పూజారి, ఎండమావుల్లో నీళ్ళు తెస్తాననే ముల్లా అందరూ బాధితులై మట్టిలో కలిసిపోతున్నారు. అయినా మంత్ర తంత్రాలకు గిరాకీ తగ్గలేదు. మనుషులు ఉన్నపళాన ఎగిరిపోతున్నా, పవిత్ర గంగానదిలో కళేబరాలు ప్రవహిస్తున్నా బుద్ధిలేని జనం ఎట్లా నమ్ముతున్నారో.

కన్నీళ్ళు పోగుపడుతున్నా వాక్సిన్ వేసుకోవడానికి మీనమేషాలు లెక్కబెడుతున్నారు. మాస్క్ లేకుండా, శానిటైజ్ చేసుకోకుండా ఎడం ఎడం లేకుండా తిరుగుతారు. కుంభమేళా, ఎన్నికల ర్యాలీలు, సభలు, పబ్లిక్ మీటింగులు ఏవీ తగ్గవు. కానీ ప్రాణం అంటే చచ్చేంత భయం. డబల్ స్టాండర్డ్ మనుషులు. థూ..." అంటూ తుపుక్కున ఊసింది – ఇప్పటివరకు మౌనంగా వైరస్‌ల మాటలు వింటున్న గబ్బిలం.

'అలలు అలలుగా కోవిడ్ రాకపోయుంటే జనం వాక్సిన్ తీసుకునే వాళ్ళు కాదేమో' అనుకుంది నిద్రలో మెలుకువ వొచ్చి వైరస్ బృందం మాటలు వింటున్న చీమ.

"నాది సమదృష్టి. కుల, మత, వర్ణ, వర్గ, ప్రాంత, జెండర్ వివక్షలు నాకు లేవు. నాకు అందరూ ఒకటే. గుళ్ళో పూజారి, చర్చి పాస్టర్, మసీదులో ముల్లా, దేశ ప్రధాని, ప్రెసిడెంటు ఎవరైనా నాకంతరం తెలియదు. నా దగ్గర కొస్తే... నా పాత్ర నేను పోషిస్తా. వారు నన్నెదుర్కొన్న దాన్నిబట్టే ఫలితాలు" తనని నిందిస్తున్నారని బాధ మొహంలో కన్పిస్తుండగా 'కోవిడ్–19'.

మానవులలో ఉన్నన్ని తారతమ్యాలు మరెక్కడైనా ఉన్నాయా? వాళ్ళలో కుల, మత, వర్గ, వర్ణ, రాజకీయ, ఆర్థిక, ప్రాంత, జెండర్ ఇలా ఎన్నెన్నో వివక్షలు, భేదాల గురించి పుట్టెడు విని ఉంది. మందిరాల్లోనో, మసీదుల్లోనో, చర్చిల్లోనో తమ గోడు వెళ్ళబోసుకున్న వాళ్ళ ఊసులు ఎన్నో వింటూనే ఉన్నానుగా. ఈ వైరస్‌ల మాటల్లో అతిశయం ఏమి లేదనుకుంది గబ్బిలం.

"కురచ మనుషుల వాదనలకు నువ్వేం బాధపడకు బ్రో. ఇదేమన్నా ఇప్పటి కిప్పుడు ఊడిపడిన ఉత్పాతమా? నింగి నుంచి నేలరాలిన ఉల్కాపాతమా? చేసుకున్న వాళ్ళకి చేసుకున్నంత" ఊరడిస్తూ అన్నది మార్స్.

"మానవ మనుగడకు, అస్తిత్వానికే ప్రమాదం తెస్తూ నెత్తుటి కూటి కోసం కాచుకునే మాయావుల ఇనుప డేగరెక్కల చప్పుడు వినలేదా. ఆ మాయావులే కదా మన వ్యాప్తికి కారణమయ్యేది. ఆ మాయావి డేగలే కదా... వ్యాధి వ్యాప్తికి కారణమంటూ జాతి, మత దురహంకారాన్ని రెచ్చగొట్టేది. విద్వేష ప్రచారం చేసేది... విషపూరిత వాతావరణం సృష్టించింది" అన్నది జికా.

"అవును మిత్రమా, ఆ టక్కు టమారపు గారడీ విద్యలతో సముద్రంలో నీరంతా తోడేసుకుందామని ఆశపడేది. అందుకోసం పావులు కదిపేది ఆ తాంత్రికులే" అన్నది హెచ్ఐవి.

ఆ ఆశతోనే కదా అభివృద్ధి మంత్రం జపిస్తూ అధిక ఉత్పత్తి పేరుతో అత్యాశతో సహజత్వానికి దూరమయింది. సహజంగా, స్వచ్ఛంగా ప్రకృతిచ్చే వాటిని తీసుకోవడం మానేసి ప్రకృతిని తమ చేతుల్లోకి తీసుకున్నారు. కృత్రిమత్వాన్ని అలవాటు చేశారు. సహజంగా తినే వాటిలో, సహజమైన గాలిలో, ఎండలో తిరిగితే వ్యాధి నిరోధక శక్తి పెరుగుతుంది. ఒళ్ళు కదలకుండా, కండ కరగకుండ కొత్త రుచులు, కొత్త కొత్త సుఖాలతో అంబర మెక్కి ఊరేగుతున్నామనుకుంటున్నారు కానీ అధఃపాతాళంలోకి వెళ్తున్నామని తెలుసుకోలేకపోతున్నారు పిచ్చి సన్నాసులు. తాను చూస్తున్న మానవ జాతిని తలచుకుని జాలిపడింది చీమ.

వైరస్ బృందం మాటలు వింటూ చప్పుడు చేయకుండా చుట్టూ చూసింది. నిశాచరి గబ్బిలం కనిపించింది. నెమ్మదిగా గబ్బిలం చెంతకు బయలుదేరింది చీమ.

"ఎండమావుల్లో నీళ్ళేతుక్కునే వాళ్ళు కొందరయితే నేతి బీరకాయలో నెయ్యి పట్టుకుంటామనేవారు కొందరు. మనమేం చేస్తాం. తన ఇంటిని తానే తగల బెట్టుకుంటూ మన మీద పడి ఏడుస్తున్నాడు" వైరస్ మిత్ర బృందం నుంచి మాటలు వినిపిస్తున్నాయి.

ఒకపక్క దట్టమైన మేఘంలా కమ్ముకొస్తున్న ముప్పుని కప్పేస్తున్న వ్యాపార, వాణిజ్య విధానాలతో పర్యావరణ విధ్వంసం నిర్విరామంగా జరిగిపోతున్నది. తమ చేతకానితనాన్నో, రాజకీయ ప్రయోజనాలకో, వ్యాపార సామ్రాజ్యాలు విస్తరించుకోవ డానికో, లాభసాటి వ్యాపారం కోసమో, ఒక మామూలు వైరస్‌ని సంక్షోభంగా, పెను విపత్తుగా మార్చేసిన వారిని చూస్తే దుఃఖంగా ఉంది. రేపు తమ గతేంటి... గొణుక్కుంటూ గబ్బిలాన్ని చేరింది చీమ.

"మిత్రమా... ఈ దెబ్బతో ప్రపంచం మారిపోతుందా. కొత్తయుగంలోకి ప్రవేశిస్తుందా. భవిష్యత్ చిత్ర పటం ఎలా ఉంటుందంటావ్" గబ్బిలాన్ని ప్రశ్నించింది చీమ.

"నాకైతే ఏ మాత్రం నమ్మకం లేదురా. వందేళ్ళ క్రితం స్పానిష్ ఫ్లూ వచ్చి కోట్లాది మంది పోయారు. అంతకు ముందు ఇలా చనిపోయి ఉంటారు. అయినా మనిషి బుద్ధి మారిందా? లేదే. ప్రజాసమస్యల్లోనూ లాభాల వేట తప్ప ప్రజాసంక్షేమం శూన్యమైనప్పుడు, వ్యక్తిగత ప్రయోజనం ప్రాధాన్యం అయినప్పుడు పరిస్థితులు ఎలా మారతాయి? శవాల మీద నెత్తుటి పంట పండిద్దామనుకునే క్రూరులున్నారుగా. వాళ్ళున్నది పిడికెడే. కానీ ప్రపంచ సంపదంతా వాళ్ళ చేతుల్లోనే, వాళ్ళ అదుపాజ్ఞల్లోనే,

అజమాయిషీలోనే. ఆకలి కేకల చీకటి బతుకులకు బాసటై తమకు తోచిన విధంగా సహాయం చేసేవాళ్ళు మానవత్వం ఉన్నవారు పెరగాలి. అదిగో... ఆ గుడిలో ఉండే దేవుళ్ళు చేయలేని పనులంటే చెడ్డ పనులు కాదు మంచి పనులు చేస్తూ ఆపదలో వున్నవారికి ఎంతటి కష్టంలోనైనా తోడు ఉండేవాళ్ళు పెరిగినప్పుడు, భరోసా ఇచ్చేవాళ్ళు పెరిగినపుడు మారుతుందేమో" ఆశగా అన్నది గబ్బిలం.

ప్రతి ప్రయాణానికి అనివార్య ముగింపు ఉంటుంది అనుకుంటూ చీకటిని చీల్చుకుని వచ్చే వెలుగు దిశగా కదిలింది చీమ.

- గోదావరి, సెప్టెంబర్ 2021

బతుకుచెట్టు

ఉదయం నుండి భగభగ మండిన సూర్యుడు కాస్త శాంతించాడు. వాతావరణం చల్లబడుతున్నది. తయారయిన వరి పొలాల మీదుగా సన్నని గాలి వీయడం మొదలైంది. ఆకాశంలో తెల్లటి మేఘాలు నెమ్మదిగా చిక్కదనం నింపుకుంటూ దట్టమైన బూడిద రంగులోకి మారుతున్నవి. మధ్యాహ్నం రెండు గంటలకే చీకటి కమ్ముకుంటున్నది.

వేపచెట్టు, తాటిచెట్టు లోంచి మొలిచి ఊడలు దిగిన మర్రిచెట్టు లోకాభి రామాయణం చెప్పుకుంటున్నాయి. మర్రిచెట్టు కొమ్మల కింద తాటిచెట్టు చిన్నబోయి చూస్తున్నది. జడలు విరబోసుకున్నట్టు ఊడలతో తన సామ్రాజ్యాన్ని విస్తరించుకున్న మర్రిచెట్టుపై కోతులు, చిలుకలు, ఇంకా రకరకాల పక్షులు ఆశ్రయం పొందుతున్నాయి.

ఆకుపచ్చని ఆకుల్లోంచి ఎర్రని చిన్న చిన్న పళ్ళు గుత్తులు గుత్తులుగా ఆ జీవుల్ని ఊరిస్తున్నాయి. ఆ పళ్ళని చిలుకలు కోతులు మరికొన్ని పిట్టలూ... సగం తిని, సగం తినక కింద జారవిడుస్తున్నాయి.

మారిన వాతావరణం చూసి చీకటి పడుతున్నదని భ్రమపడ్డాయి పక్షులు. ఆహారాన్వేషణలో ఎక్కడెక్కడికో పోయిన పక్షులు చెట్లపై చేరడంతో కిలకిలలు, గల గలలుతో ఆ వాతావరణం సందడి సందడిగా ఉంది.

అప్పటివరకూ ఉన్న ఎండవేడికి ఆ చెట్ల కింద చేరిన రెండు మేకలు – పిట్టలు రాల్చిన మర్రికాయల్ని తిని తేన్చాయి. పొట్టనిండిన మేకలు ఓ చిన్న కునుకు తీశాయి. ఓ పక్కన నాలుగు బర్రెలు, ఒక బక్కచిక్కిన ఆవు పడుకుని నెమరువేస్తూ

నెమ్మదిగా నిద్రలోకి జారుకున్నాయి. పక్షుల రాకతో మెలకువలోకి వచ్చి చుట్టూ అయోమయంగా చూశాయి.

ఏంటి అప్పుడే చీకటిపడిపోయిందా... అంతమొద్దు నిద్దుర పోయానా... అయినా ఇంత బద్ధకంగా ఉందేంటి. కళ్ళు మండిపోతున్నాయి అనుకుంటూ చుట్టూ చూసింది పల్లెమేక.

'ఏమిటో! మనుషుల్లాగే వాతావరణానికీ ఓ పద్ధతి లేకుండా పోయింది' గొణిగింది ఈ మధ్య పట్నం నుంచి వచ్చిన మేక.

"ఏమిటి మిత్రమా... ఏమైంది? అంత విసుగ్గా ఉన్నావ్" అడిగింది పల్లెమేక.

"ఏం చెప్పను... అట్లా ఊళ్ళో తిరిగొచ్చానా... అంతా యుద్ధ వాతావరణం. పట్నంలోనే అనుకున్నా... పల్లెకొచ్చినా అదే వాతావరణం" అని జవాబొచ్చింది.

అది పల్లెమేకకు ఏమీ అర్థం కాలేదు.

"యుద్ధమా...! ఎక్కడా బాంబుల మోతలు, రక్తపాతాలు ఏమీ లేకుండానే. కనీసం కత్తి అంచునో, బల్లెపు మొననో నెత్తురు చిందిన జాడలు లేకుండానే" చిన్నగా నవ్వుతూ వెక్కిరింతగా అన్నది పల్లెమేక.

"ఈనాటి యుద్ధాల్లో బాంబులు, కత్తులు, కటార్లు ఉండవులే... రక్తపుటేరులు పారవులే" అంతా తనకు తెలుసునన్నట్లుగా చూస్తూ అన్నది పట్నపుమేక.

"అదేమీ లేకుండా యుద్ధమా!" నోరెళ్లబెట్టింది పల్లెమేక.

"అవును, అవేమి లేకుండానే యుద్ధం మొదలైంది. ఈ యుద్ధంలో మనుషులు చస్తారు. మూలన పడతారు"

అక్కడ మొదలైన యుద్ధ ప్రభావం తమ మీద పడిన తర్వాతేగా... రోడ్లమీద తిండి దొరకని పరిస్థితుల్లోనే కదా తానిక్కడికి వచ్చింది. 'ఆ మాయదారి రోగం మన్నుషుల్నించి తనకొస్తే' అనే ఆలోచనేగా తనని భయపెట్టింది. బతికుంటే బలుసాకు తినొచ్చులే అని కదా ఎన్నడూ ఇటుకేసి చూడని తాను ఇప్పుడొచ్చింది... మనసులోనే అనుకుంది పట్నపుమేక.

"నువ్వేం చెబుతున్నావో నాకేం అర్థం కాలేదు" అన్నది పల్లెమేక.

"నీకింకా పల్లెటూరి వాసనలు పోలేదు" ఎగతాళిగా అన్నది పట్నపుమేక.

ఆ మాటలకు చిన్నబుచ్చుకున్న పల్లెమేక "ఏమోనమ్మా... మీ పట్నపు పోకడలు,

మాటల తిరకాసు మాకు తెలియవు. లోపలొకటి పైనఒకటి ఉండదు మాకు. పల్లెటూరివాళ్ళం మరి" అని, ఏదో గుర్తొచ్చిన దానిలా ఒక నిమిషం ఆగి "మీ పట్నంలో ఏదో మహమ్మారి వచ్చిందట కదా" అడిగింది.

"అవునవును, ఆ మహమ్మారి పైనే ప్రపంచమంతా యుద్ధం చేస్తున్నది. లక్షలాది ప్రాణాలు పోతున్నవి. ఆ మహమ్మారిని 'కోవిడ్-19' అంటున్నారు. అది దేశమంతా వ్యాపించవద్దని లాక్‌డౌన్ పెట్టారు. రవాణా బందయింది. దుకాణాలు బందు. అన్ని పనులు బంద్. ఎవరింట్లో వాళ్ళే. ఎక్కడివాళ్ళు అక్కడే ఉండాలన్నారు. విషయం తెల్సిన జనం వాళ్లకు కావలసిన సరుకులు, వస్తువులు ముందే తెచ్చి పెట్టుకున్నారు. కొందరైతే ఎగబడి ఏడాదికి సరిపడా కొనిపెట్టేసుకున్నారు. ఎవరి ముందుచూపు వాళ్ళది. అదిగో అటు చూడు... ఆ వచ్చే వాళ్లని చూడు. మూటాముల్లె సర్దుకుని పిల్లాపాపలను చంకనేసుకుని ఇటే వస్తున్నారు. అట్లాటి వాళ్ళకి ఇవేమీ తెలియదు. ఒళ్ళొంచి పన్చేసుకోవడం, వచ్చిన పైసలతో పూటగడపడం. లాక్‌డౌన్ ఏంటో, ఎంత కాలం ఉంటుందో, ఆ సమయంలో ఏ ఏర్పాట్లు చేసుకోవాలో ఏమీ తెలియదు. చెయ్యడానికి పని లేదు. చేతిలో సొమ్ములు లేవు. తింటానికి గింజలు లేవు. ఏంజేస్తారు? ఏదైతే అయిందని సొంత ఊరికి బయలుదేరారు - అయినవాళ్లందరి మధ్యే చావయినా బతుకయినా అని కావచ్చు. పని కోసం వలసవెళ్లిన దగ్గరయినా అంతే కదా. ఆకలితో చావాల్సిందే... అందుకే తిరుగుబాటలో ఉన్నారు" అన్నది అనుభవం ఉన్న పట్నపుమేక.

"ఓ అందుకేనా... రోడ్లమీద బయ్ బయ్ అంటూ తిరిగే వాహనాల రొద తగ్గిపోయింది. అవి విడిచే పొగలేక గాలి శుభ్రంగా ఉంది. ఇదిగో ఇట్లా దూరాభారాలు లెక్కచేయకుండా రెండుకాళ్ళ బండిపై వచ్చే వాళ్ళని గత పది పదిహేను రోజులుగా చూస్తున్నా. రోజు రోజుకీ పెరిగిపోతున్నారు" అన్నది పల్లెమేక.

మాటల్లో ఉండగానే వైజంక్షన్‌లో ఉన్న ఆ చెట్టు కిందకి వాళ్ళు చేరారు.

తండ్రి భుజాలపై కూర్చున్న చింపిరి జుట్టు పిల్ల. నాలుగైదేళ్ళుంటాయేమో. తల్లి చంకలో ఏడాది నిండని కొడుకు, చెరొక మూట, చేతి సంచీలు. ఎప్పటి నుండి నడుస్తున్నారో. వాళ్ళ బట్టలు నలిగిపోయి దుమ్ముకొట్టుకుపోయి ఉన్నాయి. వాళ్ళ శరీరాలు చెమట వాసన.

పిల్లలని దించి తమ బరువు దించుకున్నారు ఆ జంట. వందల కిలోమీటర్లు నడిచిన కాళ్ళు ఇక తమవల్లకాదంటూ మొరాయిస్తున్నాయి. చెప్పులు తొడగని పాదాలు కాళ్ళ కింద వేడికి బొబ్బలు కట్టి, మడమలు నెర్రలువాసి మంటలు పెడుతున్నాయి.

ఆ కాళ్ళ మీద కొద్దిగా నీళ్లు జల్లుకుందామని నీళ్ల సీసా చూసాడతను. అడుగున కొద్దిగా ఉన్నాయి. ఆ నీళ్ల సీసా చూడగానే పిల్ల "నాన్నా దాహం దాహం" అన్నది. అవి పిల్లలిద్దరికీ పట్టిచ్చి మిగిలిన కొద్దిచుక్కలతో భార్యా భర్తలిద్దరూ గొంతు తడుపుకున్నారు.

ఇప్పటికి ఎనిమిది రోజులుగా నడుస్తూనే ఉన్నారు. ఇంకా ఒక్క రోజు నడిస్తే వాళ్ళ రాష్ట్రం, మరో రోజు నడిస్తే గానీ ఇంటికి చేరలేరు.

మర్రి పండ్ల వాసన. రాలినవో పిట్టలు తినిపడేసినవో గానీ మర్రి పండ్లను చూడగానే సంతోషంతో చింపిరి జుట్టుపిల్ల కళ్ళు మెరిసాయి. చకచకా కొన్ని పండ్లు ఏరింది. వాటిని తినుకుంటూ కొన్ని పండ్లు తల్లి చేతిలో పోసింది. తమ్ముడి నోట్లో పెట్టింది.

దారిలో ఎవరో ధర్మాత్ములు అందించిన ఆహారం అప్పటివరకూ శక్తినిచ్చింది. ఇక శక్తి లేక నీరసంతో, నిస్సత్తువతో ఉన్న వాళ్ళకి ఆ ఎర్రటి మర్రిపండ్లు జీవం పోసినట్లయింది... ఆకలి మీద ఉన్నారేమో.

అతను మంచి నీళ్లు దొరుకుతాయేమోనని చుట్టూ కళ్ళతోనే వెతుకుతున్నాడు. కొంత దూరంలో వరి పొలాల మధ్యలో బోరు ఉండడం గమనించాడు. ఖాళీ అయిన బాటిల్స్ తీసుకొని వెళ్తుంటే పిల్ల వస్తానని వెంటపడింది. పిల్లని వీపున వేసుకొని వెళ్ళాడు.

వానొచ్చేటట్టుంది తొందరగా వచ్చెయ్యమని వెనకనుండి కేకేసింది ఆమె.

ఆ జంటని చూసి పల్లెమేక హృదయం ద్రవించింది. ప్చ్... పాపం ఎంత కష్టం వచ్చి పడింది అని జాలి పడింది. మనసులో మాటే పైకి అన్నది.

"బతుకుపోరాటంలో ఎంత నలిగిపోయారో... చితికిపోయారో. కాళ్ళకు బొబ్బ లెక్కినా నిశ్శబ్దంగా గబగబా నడిచిన నడకను చూస్తున్నాగా. ఆ సుదీర్ఘ బాటసారుల మాటలు ఈమధ్య రోజూ ఈ చెట్టుకింద వింటున్నాగా. అయినా నువ్వూ అట్లా వచ్చినదానివేగా" అన్నది పల్లెమేక.

'అవును, ఆకలి బాధేంటో తనకు తెలుసు. తనకి లాక్‌డౌన్ నియమ నిబంధన లేవీ వర్తించవు. కానీ వాళ్ళకలా కాదే... దారిపొడవునా ఎన్ని అడ్డంకులో' అనుకుంది పట్నపుమేక .

చెట్టు వెనక వైపునుండి శ్వ్... నిట్టూరుస్తూ వచ్చి తల మీద ఉన్న బరువు

దించుకున్నాడు. మూతికి బిగించిన మాస్క్ కిందకు జారవిడిచాడు – ఓ పాతికేళ్ళలోపు యువకుడు.

రక్తసిక్తమైన బట్టలతో, కాళ్ళ నుండి కారుతున్న నెత్తుటి చారికలతో పసిగుడ్డును చీర మడతల్లో పట్టుకుని అతన్ని అనుసరించి వచ్చిందో యువతి. పద్దెనిమిది ఏళ్ళు ఉంటాయో ఉండవో. పసిదనంపోని ఆమె చేతుల్లో పసిబిడ్డ – ఆచ్ఛాదన లేకుండా.

చెట్టుమీద ఉన్న పక్షులు, చెట్టు కింద ఉన్న మేకలు తమ ముచ్చట్లు ఆపి అక్కడ చేరుతున్న ఆగంతకుల్ని గమనిస్తున్నాయి.

చెట్టు మీదున్న పక్షులు, కోతులు; చెట్టు కిందున్న మేకలు, బర్రెలు, వర్షం వస్తుందేమోనని మార్గమధ్యలో ఆగిన జనం చేష్టలుడిగి చూస్తుండిపోయారు కొంచెంసేపు – తల్లీ బిడ్డల్ని.

'అయ్యో... ఎప్పుడు కాన్పు అయిందో' అనుకుంటూ వచ్చి ఆ యువతిని అడిగింది మొదట వచ్చిన బాటసారిణి.

కాన్పు అయిన యువతి మాట్లాడే స్థితిలో లేదు. బిడ్డను అట్లా పొత్తిళ్ళలో పట్టుకునే మర్రిచెట్టు మొదట్లో కూలబడింది. నిస్సత్తువ ఆవరించిన ఆమె కళ్ళలో జీవం ఉన్నట్లు లేదు.

"రెండు గంటలయిందేమో... రోడ్డుమీద నడుస్తుండగానే కాన్పు అయింది. ఏం చెయ్యాలో తెల్వలేదు మాకు. ఎదురు వచ్చిన వాళ్ళలో ఒకామె సాయం జేసింది. ఆ బాటలో ఉండేతట్టు లేదు. మీద ఎండ, కాళ్ళ కింద ఎండవేడి. అట్లనే నెమ్మదిగా ఎల్లి వచ్చినం. ఇక్కడ కొంచెంసేపు సేదతీరొచ్చు అని" చెట్టు చుట్టూ చూస్తూ అన్నాడు ఆమె భర్త.

'అయ్యో... ఎంత పనయిపోయింది. తొలిచూరు కాన్పు... నడుస్తుండగా...' మనసులోనే చింతపడింది పల్లెమేక. మానవ జీవితాల్లో ఇంత పెద్ద సంక్షోభం, ఈ శతాబ్దపు అత్యంత విషాద ఘట్టం నా జీవితంలో నేనెప్పుడూ చూడలేదనుకుంది వందేళ్ళు పైబడ్డ మఱ్ఱివృక్షం.

'ఈ లాక్‌డౌన్ గురించి ముందే చెప్పి అమలుచేస్తే జనానికి ఈ బాధలు తప్పిపోయేవేమో... రాకపోకలు పెరిగి వ్యాధిలేని ప్రాంతాలకు చేరుతుందనే జాగ్రత్త అనుకున్నారు కానీ... అయ్యయ్యో... ఎంతకష్టం వచ్చింది తల్లీ' అనుకున్నది పట్నపు మేక.

మొదట వచ్చిన బాటసారిణి “ఎక్కడి దాకా?” అడిగింది యువకుడిని.

తల పైకెత్తి మర్రిచెట్టును చూసి ఆ తర్వాత రాలిన మర్రిఆకులు, పండ్లు, చెత్తా శుభ్రం చేసి భార్యను, పసిబిడ్డను పడుకోబెట్టడానికి ఏర్పాటు చేసుకుంటున్నా డతను. పెద్ద వర్షం వస్తే ఏమోగానీ చిన్నపాటి వర్షాన్నించి ఈ చెట్టు కాపాడుతుందని భరోసా వచ్చిందతనికి.

తనపని చేసుకుంటూనే జవాబిచ్చాడతను. “రాజస్థాన్ వరకూ అంటే మాటలా..! చాలా దూరం అట కదా. వేల కిలోమీటర్లు అనగా విన్నాను. అంత దూరం పసిగుడ్డుతో పచ్చిబాలింతతో ఎట్లా పోతావయ్యా. మేము చెన్నై నుంచి ఆదిలాబాద్ అవతలకి పోవడానికే చాలా బాధలు పడుతున్నాం. మీరంత దూరం ఎట్లా పోతారో” అన్నది.

శుభ్రం చేసిన జాగాలో భార్యని, పసిదాన్ని పడుకోబెడుతూ “ఏమి జేస్తం... ఇట్లాగే నడచిపోతాం. దారిలో ఎవరైనా దయతలచి పెడితే ఇంత తిండి, నీళ్ళు లేకపోతే లేదు”

“అయ్యో పసిగుడ్డుతో, పచ్చిబాలింత అంత దూరం నడుస్తుందా? అసలు ఇంటికి చేరతామన్న ఆశ ఉన్నదా” సూటిగా అడిగింది.

“ఈ పూటకు ఇక్కడ విశ్రాంతి తీసుకుందామని అనుకుంటున్న. తప్పుతదా... ఆశతోనే బయలెల్లినం. ఎప్పుడు ఎట్లుంటదో ఎవరికి తెలుసు. మొన్నటిదాకా జీవితం మీద ఎన్ని కలలు... జిందగీ ఇట్లా తిరగబడుతదని ఎన్నడన్నా అనుకున్నమా. అంతా గాచారం. చేతినిండా పని, తిండికి ఢోకా ఉండదని నమ్మినం. కానీ లాక్‌డౌన్ వచ్చి ముంగిట ఉన్నది. ఎన్ని రోజులుంటదో తెలియదు. ఎప్పుడు పనులు మొదలుపెడతరో కాంట్రాక్టర్ చెప్పడం లేదు. రావాల్సిన పైసలే ఇవ్వలేదు. పని మొదలైనంకనే అంటున్నడు. బాకీ తీసుకుని పని చేసి తీర్చుకుంటామన్నా ఇచ్చేవాళ్లెవరూ... చుట్టూ అన్నీ మాలాంటి బతుకులే కదా. మా నసీబు... పుట్టిపెరిగిన గడ్డకి, పనిజేసుకు బతుకుతున్న జాగకు మేమవసరం లేదు. సరే ఏదయితే అయింది. ఎక్కడున్నా సచ్చేదే కదా... బయలుదేరాం” అన్నాడతను భార్యాబిడ్డలకు పాత చీర కప్పుతూ.

ఎప్పుడొచ్చారో సైకిల్ ఆపుకుని అలుపు తీసుకుంటున్న యువకులు నలుగురు ఆ తల్లీ బిడ్డలను చూశారు. వారి దుస్థితికి కడుపులో దేవినట్లయిందేమో... వాళ్ళలో వాళ్ళు ఏదో చెప్పుకుంటున్నారు.

మేడ్చల్ ఫుడ్ క్యాంప్‌లో ఇచ్చిన స్నాక్స్, పెర్కిట్‌లో ఇచ్చిన బిస్కట్స్, మజ్జిగ పాకెట్స్, రొట్టె ఉన్నాయి. అవి తీసి మొదటి బాటసారిణికి ఇవ్వబోయారు.

అందుకామె తిరస్కరించి "మేము మరో రెండు రోజుల్లో మా ఇంటికి చేరుకోగలం. మాకు కాదు, వాళ్ళకివ్వండి. వాళ్ళకి చాలా అవసరం. ఇప్పుడు తినడానికే వాళ్ళ దగ్గర ఏమీ ఉండకపోయి ఉండొచ్చు" అన్నది.

అంతలో పెద్ద పెద్ద చినుకులు గాలి మొదలయింది.

నీళ్ళ కోసం వెళ్ళిన వాళ్ళు రాలేదని ఎదురుచూస్తూనే తన సంచిలోంచి కొడుకు బట్టలు తీసి రెండు జతలు పసిగుడ్డుకు వేయమని ఇచ్చింది మొదటి బాటసారిణి.

చెట్టుకు అవతలి వైపు కొమ్మ కింద ఆగిన వ్యక్తికి భార్యాబిడ్డల్ని చూసుకుని భోరున ఏడవాలని ఉంది. తనవాళ్ళ దగ్గర చేరి గుండెబరువు దింపుకోవాలని ఉంది.

అదంతా గమనిస్తున్న కాకి 'ప్చ్... భావోద్వేగాలు సంతలో సరుకులు కావు. వీటిని కొలిచే కొలబద్దలు లేవు. తూచే తూకం రాళ్ళు లేవు' అనుకుంది.

'ఈ తండ్రి రాకకోసం ఎదురుచూసే కన్నబిడ్డల బంధాన్ని ప్రేమబంధాన్ని, తపించే కన్నతల్లిదండ్రుల పేగుబంధాన్ని, ప్రేమని ఏ తూకంతో కొలవగలం' అని కూడా అనుకున్నది కాకమ్మ.

అంతలో పొరుగూరు నుంచి బైక్ మీద వచ్చిన నర్సు మర్రిచెట్టు కింద బండి ఆపుకుంది. వర్షం చినుకులు టపటపా పెద్దవి అక్కడొకటి ఇక్కడొకటి పడుతున్నాయి. గాలి మాత్రం ఊపేస్తున్నది. చెట్టుకొమ్మలు విరిగి పడతాయేమోనన్నట్లుగా ఉన్నది. అయినా ఇంకాకొందరు ఆ చెట్టుకింద చేరారు. అంతకుమించి గత్యంతరం లేని పరిస్థితి.

"అక్కడంతా ఖాళీగా కనిపిస్తున్నది. ఇంకాస్త చెట్టు దగ్గరకు జరగండి" గదమాయించింది బండిపై వచ్చినామె.

"అక్కడ పచ్చిబాలెంత పడుకున్నది" అని చెప్పింది బాటసారిణి.

"అవునా..." అంటూ గబగబా లోనికి వచ్చి బాలెంతను చూసి స్థాణువైంది ఆ నర్స్.

నర్స్‌తో పాటు చూసిన వారంతా స్థాణువులై నిలబడ్డారు. అటువంటి స్థితి పగవాళ్ళకు కూడా రావద్దని కోరుకున్నారు.

స్పృహలేకుండా చొప్పకట్టలాగా పడి ఉన్న ఆమె చేయి పట్టుకు చూసింది. పల్స్ చాలా వీక్‌గా ఉంది. పసిగుడ్డు ఎండకు సొమ్మసిల్లినాడో... ఇప్పుడు వస్తున్న

చల్లగాలికి హాయిగా ఉన్నదో కానీ చప్పుడు లేదు. కళ్ళు మూసి ఉన్నాయి. ఆ తల్లీ బిడ్డలను చూస్తుంటే ఆ ఏఎన్ఎం గుండె ఆగినంత పనయింది.

బైక్ దగ్గరకు వచ్చి డిక్కీ తీసింది. తన దగ్గరున్న కిట్‌లోంచి రెండు మాస్కులు తీసి ఆ భార్యాభర్తలకు ఇచ్చింది. తన పిల్లలకోసం పక్క ఊర్లో కొన్న డజను అరటి పండ్లు బాలెంత భర్తకు ఇచ్చింది.

"మాది పక్క ఊరే. మీరు ఎటూ వెళ్ళకండి. వెంటనే వచ్చేస్తా" అని వర్షంలోనే ప్రతికూల వాతావరణంలోనే వెళ్ళిపోయింది.

అరగంటలో తిరిగి వచ్చింది. వస్తూ వస్తూ తల్లీబిడ్డలను పరీక్షించడానికి కావలసిన సరంజామా తెచ్చింది. సెలైన్ పెట్టింది. ఏవో ఇంజెక్షన్స్ ఇచ్చింది. వాడిన కాటన్ చీరలు రెండు, సానిటరీ నాప్కిన్స్ తెచ్చింది. ఫ్లాస్క్‌లో వేడివేడి పాలు తెచ్చి పట్టించింది. పసిగుడ్డుకు బట్టలు అందించలేకపోతున్నానని ఒక మెత్తటి షాల్, కొన్ని డైపర్‌లు తెచ్చింది.

ఆగిన జనంలో ఆ ప్రాంతపు పత్రిక విలేకరి ఉన్నాడు. అతను బాలెంత భర్త కేసి చూస్తూ "తొందర పడకండి. ఇటుగా ఏదైనా లారీ వస్తే ఎక్కిస్తాను. కొంత దూరమైనా అందులో పోవచ్చు" అన్నాడు.

ఆ తర్వాత అక్కడ ఆగిన వలస కూలీలను ఉద్దేశిస్తూ "మళ్ళీ వెనక్కి హైదరాబాదు వస్తారా..." అనడిగాడు.

"ఏమో... రాకతప్పదు కదా పొట్టతిప్పల కోసం. హైదరాబాదు కాకపోతే ముంబై... ఇంకోటి ఇంకోటి... ఎటొకటు పోవాల్సిందే. ఇప్పుడు ఇంటికి పోతున్నాం- చేతిలో పైసా లేకుండా. అక్కడ పూటగడవటం కోసం అప్పుచేయక తప్పదు.

"మీ ఊళ్ళో పని దొరకదా? ఇంత దూరం వచ్చారు"

"మా ఊళ్ళోనా... మా ఊరేకాదు, ఏ పల్లెకు పోయినా పనులెక్కడివి? ఒకప్పుడు కొద్దో గొప్పో భూమి జాగా ఉండేవి. వాటిల్లో పనులు చేసుకునేవాళ్ళం. ఒకపూట తిండికి డోకా ఉండేదికాదు. ఇప్పుడవన్నీ అప్పుకింద కొట్టుకుపోయాయి. నాకేనేంటి... మా ఉర్లో దాదాపు అందరి పరిస్థితి ఇదే. రైతులం కాస్తా కూలీలం అయినాం. మాకు వచ్చిన పని, తెల్సిన పని వ్యవసాయం చేయడమే. కానీ ఇప్పుడు వ్యవసాయంలో కూలీలతో పని ఎక్కడ? అన్నీ మిషన్లే చేస్తున్నాయి. మనుషులకంటే మిషన్లతో తక్కువ ఖర్చుతో పని చేపించుకుంటున్నాడు పెద్ద రైతు. చేతులూపుకుంటూ పోతున్నాం.

మళ్ళీ బాకీ చేయక తప్పని పరిస్థితి. ఉన్నబాకీ, కొత్తబాకీ తీర్చాలంటే ఊరు విడువక తప్పదు. పని వెతుక్కుంటూ మళ్ళీ దేశం మీద పడక తప్పదు" అన్నాడు ఎనిమిది వరకూ చదివిన యువకుడు.

ముంబై నుండి కాలినడకన బయలుదేరిన రెండు కుటుంబాల వారు వచ్చి ఆ చెట్టు కింద చేరారు. ఇంకొక రోజు నడిస్తే తమ ఊరికి పోతామన్న ఊహల్లో వున్నారు వాళ్ళు. అంతలో వచ్చిందా ఫోన్. గాలి హోరుకి, వర్షం చినుకుల చప్పుడు, అక్కడ చేరిన జనం మాటల మధ్యలో అవతలి వాళ్ళు చెప్పేది సరిగ్గా అర్థం కావడం లేదు ఫోన్ వ్యక్తికి. దానికి తోడు సిగ్నల్స్ కూడా సరిగ్గా అందడం లేదనుకుంటా... అతని మొబైల్ కట్ అవుతూ మళ్ళీ మళ్ళీ వస్తూనే ఉన్నది.

కొద్దిసేపటికి గాలి కాస్త శాంతించింది. దట్టమైన మబ్బులు నెమ్మదిగా కదిలి పోతున్నాయి. అంతలో మళ్ళీ ఫోన్... ఆ ఫోన్ మాట్లాడిన తర్వాత అతని మొహం చిన్నబోయింది. ముప్పతిప్పలు పడి ఊరివాకిట్లోకి వచ్చిన వారిని ఊళ్ళోకి రానివ్వడం లేదని. ఊరవతల చెట్లకిందే క్వారంటైన్ అవ్వాలంటున్నారని తమ బృందంతో చెప్పాడు.

"మరి నర్సింహా ఇంటికి పోయాడుకదా..." అన్న ప్రశ్న లేపింది ఆడమనిషి.

"నర్సింహనా... రాత్రి ఊరంతా నిద్రపోయాక ఇంటికి చేరాడట. రెండు రోజులాగి ఇంట్లోంచి బయటికొచ్చాడట. అంతే ఊరంతా కలసి అతని కుటుంబంపై పెద్ద వత్తిడి తెచ్చారట. వెలివేశారట. ఊరవతల చెట్టుకిందే ఉంటున్నారట. నిత్యావసర వస్తువులు పైసలిచ్చి తెప్పిచ్చుకొని చెట్లకిందే వండుకు తింటున్నారట. వడగాలులతో, ఎండా వానలతో బిక్కు బిక్కుమంటూ పదిహేను రోజులు ఆ చెట్లకిందే ఉండాలట" చెప్పాడు ఫోన్‌వ్యక్తి.

"వలసకూలీలకు అధికారులు పరీక్షలు చేసి హోమ్ క్వారంటైన్ ఉండమని చేతిపై స్టాంప్ వేసి పంపుతున్నారు. అయినా కొన్ని ఊర్లలో వాళ్ళని రానివ్వడం లేదు అన్నాడు" ఆ మాటలు విన్న విలేకరి.

"మన తెలంగాణ వాళ్ళు ముంబయ్, సూరత్ ఇట్లా పోతుంటే అక్కడివాళ్ళు హైదరాబాదుకు, తెలంగాణ జిల్లాలకు ఇక్కడికి వస్తున్నారు. ఎక్కడి వాళ్ళక్కడ పని చేసుకుంటే ఇటువంటి ఇబ్బందులుండవుగా" సైకిళ్ళపై వచ్చిన చదువుకున్న యువకుల్లో ఎవరో అన్నారు.

"కరోనా కరోనా... ప్రపంచమంతా ఈ జపమే... ఈ భయమే ఇదంత ప్రమాద

కరమైనదా అని సందేహం. కరోనా యాక్షన్ కంటే మనం ఎక్కువ స్పందిస్తున్నామేమో. అతిగా స్పందించడం మరింత ప్రమాదమేమో. ప్రమాదాల్ని తెచ్చి పెడుతుందేమో. ఇది అప్పుడెప్పుడో వచ్చిన ప్లేగులాగా టపటపా జనాల్ని రాల్చి పడెయ్యడం లేదు కదా. రోగం వచ్చినంత మాత్రాన చావు రాదు కదా. ఎందుకింత భయం. అన్ని పనులు చుట్టచుట్టి పక్కన పడేసి కూర్చోవాలా... వచ్చిన దాన్ని జాగ్రత్తలు పాటిస్తూ కట్టడి చేయలేమా... ఎదుర్కోవడం కదా చెయ్యాల్సింది. ఎన్నాళ్ళిలా ఇంట్లో కూర్చునేది. ఇట్లా కూర్చుంటే రేపటి బతుకు ఏంటి? ఎన్ని రోగాలు రావడం లేదు పోవడం లేదు. ఏనాడైనా ఇట్లా ఇంట్లో మునగదీసుకు కూర్చోవడం ఎరుగుదుమా. రోడ్డు యాక్సిడెంట్లలో చనిపోయేవారికన్నా ఎక్కువగా చనిపోతారా. కాన్సర్, ఆస్తమా, డయాబెటిస్, బిపి, గుండెజబ్బులు వంటి వాటితో ఏటా లక్షల్లో చనిపోతున్నారుగా. ఆ జబ్బులు చుట్టు ముట్టడానికి కారణాలేమిటో ఏనాడైనా ఆలోచిస్తామా. మరి, వాటికి లేనంత ప్రాధాన్యత దీనికే ఎందుకు ఇస్తున్నారో. ఒకరి నుండి ఒకరికి అంటుకునే లక్షణం వుండడం వల్లనేనా" తోటివాళ్ళతో అంటున్నాడు ఓ యువకుడు.

'అవును నిజమే. అరవై ఏళ్ల క్రితం గత్తర... ఎన్నెన్నో మానవ విపత్తులు చూసిన అనుభవం తనది. అయితే ఇంతటి మానవ విషాదం ఎప్పుడూ చూడలేదు. తన చిన్నతనంలో ఇండియా, పాకిస్థాన్ విడిపోయినప్పుడు అట్లాగే జనం ఇటునుంచి అటూ, అటునుంచి ఇటూ వలసలు బాగా జరిగాయి. అన్నదమ్ముల్లా కలిసి ఉండాల్సిన హిందూ ముస్లిం కత్తులు దూసుకున్నారు. కుత్తుకలు కోసుకున్నారు. మరణభయం పోవడానికి, సరిహద్దు దాటడానికి అయితే వాళ్ళకప్పుడు ప్రయాణ సాధనాలున్నాయి. తిండి తిప్పలున్నాయి. ఇప్పుడలా కాదే..' అనుకుంది మర్రిచెట్టు.

'కోవిడ్-19' లాక్‌డౌన్ ఏమోగానీ.. దేశ ఆర్థిక వ్యవస్థ కుంటుపడింది. వుద్యోగాలు పోయాయి. వ్యాపారాలు దెబ్బతిన్నాయి. ఫ్యాక్టరీలు మూతపడ్డాయి. వలస కార్మికుల గోస గోస కాదు. రోజూ కళ్ళారా చూస్తున్న మహా వృక్షం కన్నీరు కార్చింది.

వైజంక్షనులో ఉన్న ఆ వృక్షం కిందకు మూడువైపుల నుండీ బాటసారులు వచ్చి చేరుతూనే ఉన్నారు. గతంలో ఎప్పుడూ లేనంత మంది ఆ నీడన సేద తీరుతూనే ఉన్నారు. చీకటిపడేసరికి మళ్ళీ తమ ప్రయాణం కొనసాగిస్తున్నారు. ఇది గత పదిహేను రోజులుగా చూస్తున్నదే.

ఒకే ఒక వృక్షం దారిన పోయేవాళ్ళకి ఇంత నీడనిచ్చి కాసేపయినా సేద తీరుస్తున్నది. వారి నడక ముందుకు సాగడానికి సాయపడుతున్నది. మరెన్నో జీవాలకు

ఆవాసమై నిలుచున్నది. ఈ బాటసారుల కన్నీటి వెతల్ని చూడలేక మిగతా జీవులన్నీ లోలోన విలపిస్తున్నాయి. వాటి శబ్దాలతో, రాగాలతో కాసేపైనా ఊరట కలిగిస్తున్నాయి. ప్రకృతిలో ఉన్న జీవులు తోటి జీవుల కష్టాన్ని, బాధని, కన్నీళ్ళను చూసి సహానుభూతి చెందుతున్నాయి. తమవంతు సాయం ఏం చేయొచ్చో ఆలోచిస్తున్నాయి.

ప్రజలందరి బాగోగులు చూడాల్సిన సంక్షేమ రాజ్యం ఎందుకు నీడ ఇవ్వలేక పోతున్నది..? ఎందుకు తిండి చూపలేకపోతున్నది? వీళ్ళ కన్నీటి చరిత్ర గద్దెనెక్కిన వాళ్ళకి అవసరం లేదా? వీళ్ళని జనాభాలో లెక్కపెట్టుకోవడం లేదా... అనేకానేక సందేహాలతో సతమతమవుతున్నది పల్లెమేక.

మబ్బులు వీడి సన్నని ఎండ ఆ ప్రాంతమంతా పరుచుకున్నది. పడ్డ నాలుగు చినుకులు తాగి చెట్ల ఆకులు ఆనందంగా అందంగా కదులుతున్నాయి. పక్షులు మళ్ళీ ఆహారవేటకు బయలుదేరాయి. బతుకు మీద ఆశతో చెట్టు కింద ఉన్న జనం కూడా ఒక్కొక్కరుగా నెమ్మదిగా తమ బాట పట్టారు. పసిగుడ్డుకు ఆకలవుతున్నదేమో సన్నగా ఏడుపు మొదలైంది. తల్లి సోయిలో లేదు.

అటూ ఇటూ కదులుతూ 'వీళ్ళ జీవితంలో చీకట్లు వీడి ఎప్పుడైనా వెలుతురు వస్తుందా... రక్తపు కలువ వికసిస్తుందా' అనుకుంటూ ఒళ్ళు విరుచుకుని లేచింది పట్నపుమేక.

– 'కరోనా కథలు' సంకలనం, 2020

న్యూ లెన్స్‌లోంచి... అడవి

నడుస్తున్న వాడల్లా ఎదురుగా కన్పిస్తున్న దృశ్యాన్ని కళ్ళప్పగించి చూస్తూ అలా కొద్ది క్షణాలు నిలబడిపోయాడు సామ్రాట్.

ఆశ్చర్యంలోంచి తేరుకునేసరికి అతని మనసులోని కోరిక ఉవ్వెత్తున ఎగిసి వచ్చి ముందు నిల్చుంది. ఇది కలా, నిజమా అర్థంకాక తనను తాను గిల్లుకున్నాడు. కల కానిది అంటే నిజమే. చిన్నప్పుడు అమ్మమ్మ వాళ్ళ ఊళ్ళో జ్ఞాపకాలు కదలాడాయి. ఎంత ఆనందమయిన క్షణాలవి! ఇన్నేళ్ళ తర్వాత మళ్ళీ కళ్ళ ముందుకు అలాంటి వుయ్యాల!

మారిపోయిన సంస్కృతీ, అలవాట్లు వస్తువుల మధ్యలో ఇప్పుడు ఇవి ఇక్కడ? ఆశ్చర్యం నింపుకున్న కళ్ళతో తేరిపార చూస్తున్నాడు. కొండ పైవైపు ఆకాశాన్ని తాకుదామని ఎగబాకినట్లుగా ఉంటే ఆ కొండ అంచున నిలువెత్తు పెరిగి విస్తరించిన చెట్టుకొమ్మల నుంచి వేలాడుతున్న తాడు. అది 'యు' ఆకారంలో కట్టి ఉంది. భూమికి మూడున్నర అడుగుల ఎత్తున చివరికొన. ఆ తాడు రెండుకొనల మధ్య వారధిలా అరచెయ్యి వెడల్పుతో రెండడుగుల కర్ర కట్టి ఉంది.

అతనికి దాన్ని పట్టుకుని ఉయ్యాలలా ఊగాలని కోరిక ఎగిసిపడింది. అంతలోనే ఈ చెట్టు ఏమి చెట్టో... గట్టిదేనో కాదో కొమ్మ విరిగిపడితేనో సందేహం వచ్చి కిందకు చూశాడు.

కొద్దిగా జారితే లోయలోకి వెళ్ళిపోతాడు. నిలువాటి చెట్ల తలలు లోపలెక్కడో పాతాళంలో ఉన్నట్లుగా ఉన్నాయి.

చెట్టుకొమ్మల మధ్యనుండి ఉయ్యాల రా రమ్మని ఆహ్వానిస్తున్నట్టుగా అనిపించింది. ఇక ఆగలేకపోయాడు. ఏదైతే అయిందని రెండు భుజాల మధ్యన వేలాడుతున్న బ్యాక్ ప్యాక్ తీసి ఓ చెట్టు మొదట్లో ఆనించాడు. జాగ్రత్తగా వెళ్ళి ఆ కర్రల్ని పట్టుకున్నాడు. చేతులకు చల్లగా తగిలాయి. ఉలిక్కిపడ్డాడు. ఏమిటని జాగ్రత్తగా చూశాడు.

నిజానికవి కర్రలు కాదు. ఇత్తడి కడ్డీలు. పాలిష్ లేనివి. ఆ తాళ్ళు కూడా మామూలు తాళ్ళు కాదు. అయినా ఊగాడు. స్వేచ్ఛగా ఊగాడు. ఆనందంతో ఊగాడు. పెద్దగా అరిచాడు. గట్టిగా నవ్వుకున్నాడు.

అతనితో పాటు చెట్టూ చేమా, కొమ్మా రెమ్మా, పిట్టా పుట్టా అన్ని గొంతు కలిపి నవ్వుతున్నట్టుగా ఉందతనికి. ఆ అరుపులూ నవ్వులూ ఆ కొండకోనల్లో ప్రతిధ్వనిస్తున్నాయి. కొత్త శక్తి శరీరంలోకి ఇంజెక్ట్ అయి ఒళ్ళంతా పాకుతున్నట్టుగా అనిపించింది. బయట రోజువారీగా తానుండే సమాజంలో ఇట్లా ఉండగలనా... ఇలా చేయగలనా... నన్నిలా ఎవరైనా ఊహించగలరా.

చిన్న ఊపు...

అవడానికి అది చిన్న ఊపే. కొద్ది నిమిషాలే ఊగింది. కానీ, ఎంత ఆనందాన్ని నింపింది అనుకున్నాడు. అప్రయత్నంగా ఈల పాట అతని గొంతులోంచి వచ్చింది.

ఆకాశాన ఎగురుతున్న పక్షులు అతన్ని చూసి నవ్వుకున్నాయి. బారులు తీరి చెట్టుపైకి కొన్ని పోతుంటే కొన్ని అదే దారిలో వెనక్కి వస్తూ శిక్షణ పొందిన సైనికుల్లా కదులుతున్న పెద్ద ఎర్రచీమలు బాగ్ తీసుకోబోతుండగా కనిపించాయతనికి. బాగ్ మీదకు ఏమైనా పాకాయేమోనని కళ్ళు పరీక్షించాయి. ఏమీ కన్పించలేదు. అయినా బాగ్ దులిపి భుజానికి తగిలించుకున్నాడు. ఇంత చిన్న చీమల నుండి అంత పెద్ద జంతువుల వరకు, చిన్న గడ్డిపరక నుండి మహావృక్షాల వరకు ఎన్నింటికి ఆవాసమో ఈ అడవి అనుకున్నాడు.

ప్రకృతిలో ఉన్న గొప్పదనాన్ని తలుచుకుంటూ అడుగులేస్తున్నవాడల్లా ఏదో గుర్తొచ్చినట్టు ఆగి ఒకసారి వెనక్కి తిరిగి చూశాడు. ఈ అరణ్యంలో ఆ ఇత్తడికడ్డీల ఉయ్యాలను తాళ్ళతో ఎవరు కట్టి ఉంటారు? ఎక్కడినుంచి వచ్చి ఉంటుంది? ప్రశ్నలు తలెత్తాయి.

చిన్నప్పుడు ఏదో పండక్కి ఉయ్యాలలు ఊగేవాళ్ళమని అమ్మ చెప్పేది. బహుశా ఈ ప్రాంతపు ఆదివాసీలు ఏదైనా పండుగ కోసం ఇలా కట్టారేమో. వారి పండుగలు

ఆచార వ్యవహారాలు ఏమిటో... ఈ చుట్టుపక్కల ఆదివాసీ గ్రామం ఉందేమో... ఆలోచిస్తూ సాగుతున్నాడు సామ్రాట్.

* * *

అదంతా కీకారణ్యం. జనసంచారం కన్పించని దట్టమైన అరణ్యం. ఆకుపచ్చ చీర సింగారించుకుని కళకళలాడుతున్న చెట్లు. ఆ చెట్లకొమ్మల నిండైన దుస్తుల్లో నుంచి సందు చేసుకుంటూ చీకటి రంగుని తరిమేస్తూ దూసుకొస్తున్న సూర్యకిరణాలు వెచ్చ వెచ్చగా తాకుతున్నాయి.

ఎప్పటికప్పుడు కొత్తగా సింగారించుకునే ప్రకృతిని చూసి మైమరచిపోతూ మధ్య మధ్యలో ఆ సోయగాల్ని కెమెరాలో బంధిస్తూ... చల్లటి గాలి మెత్తమెత్తగా ఆత్మీయంగా స్పర్శిస్తుంటే ఆస్వాదిస్తూ సహజ సుందర దృశ్యాల్ని అనుభూతి చెందుతూ ఈస్టర్న్ ఘాట్స్‌లో సోలో ట్రెక్ చేస్తున్నాడు సామ్రాట్.

రాత్రి వెళ్తూ వెళ్తూ చిలకరించిన మంచుకు మెత్తబడిన ఎండుటాకులపై నడుస్తుంటే వాటి కింద దాగిన పండి ఎండిన ఆకులు మేమున్నాం అంటూ చేస్తున్న సవ్వడికి కుందేళ్ళు కన్నుమూసి తెరిచేంతలో కనిపించి మాయమైపోతున్నాయి. ఎటు నుండి ఎటు పోతున్నాయో. తనను చూసి వేటగాడు అనుకుని భయపడి పారిపోతున్నా యేమో. చిన్న సందేహం మొలిచింది. అటు ఇటు పరుగుపెట్టే వాటిని చూస్తూ సన్నగా నవ్వుకున్నాడతను.

ఈ మొక్కల్లో, చెట్లలో ఎన్ని అరుదైన జాతులున్నాయో, ఔషధ మొక్కలున్నాయో. ఆలోచిస్తూ కమ్మని వాసనల స్వచ్ఛమైన గాలి గుండె నిండా నింపుకుంటున్నాడు.

అడుగడుగునా వినిపించే పక్షుల కిలకిలారావాలు తప్ప ఏదీ.. ఎక్కడా నర సంచారపు జాడలే కనిపించలేదు. ఆదివాసీలు ఈ అడవుల్లోనే కదా ఉండేది. గూడేలు ఏమీ తగలడం లేదే. కనుచూపు మేర పరుచుకున్న పచ్చని ప్రకృతి ఒడిలో గంభీరంగా నిలిచిన కొండల నడుమ అలా కనిపించి ఇలా మాయమయే వన్యప్రాణులతో ఊసులాడుతూ... దూరం నుంచి వేగంగా వీచేగాలుల్నీ, సన్నని పిల్లగాలుల్నీ స్పర్శిస్తూ ఉత్తేజం పొందుతూ గమ్యంకేసి పోతున్న అతను ఆగాడు.

గంభీరమైన తూర్పుకనుమల శ్రేణుల్లో తాను సరైన దిశలోనే వెళుతున్నాడా సందేహం వచ్చి జేబులోంచి మొబైల్ తీసాడు. సిగ్నల్స్ లేవు. బిఎస్ఎన్ఎల్ సిమ్ అయితే సిగ్నల్స్ అందుతాయని అదే తెచ్చుకున్నాడు. అయినా లాభం లేదు.

* * *

సామ్రాట్ వెళ్ళాలనుకునే పర్వత శిఖరం చేరాలంటే బొర్రా కేవ్స్ స్టేషన్‌లో దిగాక ఐదు కిలోమీటర్ల దూరంలోని కటికి జలపాతం వరకు కొంత గతుకుల మట్టి రోడ్డు సౌకర్యం ఉంది. కానీ ఆ రోడ్డులో వాహనంలో వెళ్ళడం అతనికిష్టం లేదు.

వాహనం ఎప్పటిదో బిసి కాలం నాటిదని కాదు. అందులో జనాన్ని కుక్కి ఎప్పటికోగాని కదలరని కాదు. కాలి నడకనే ఆ అడవిని దాటుకుని ఎదురొచ్చే చిన్న చిన్నకొండల్ని, లోయల్ని దాటుకుంటూ ఆ మధ్యలో వచ్చే మనుషుల్నీ, పశుపక్ష్యాదులనీ, వృక్షాల్ని పలకరిస్తూ అవి చెప్పే కబుర్లు వింటూ వాటితో కబుర్లాడతూ వెళ్ళడం సామ్రాట్‌కి ఇష్టం.

ప్రకృతి చేసే కొంగొత్త రాగాల్ని వింటూ అప్పుడప్పుడూ శృతి కలుపుతూ... వాటితో మనసులో చెలరేగే ఎన్నెన్నో ఊసుల్ని మౌనంగా పంచుకుంటూ సాగిపోతుంటాడు. రాత్రయితే మార్గ మధ్యలో కన్పించిన ఏ గూడెంలోనో ఆశ్రయం పొందడం, లేదంటే కాస్త అనువుగా ఉన్నచోట టెంట్ వేసుకుని విశ్రమించడం అతనికి అలవాటు.

గతంలో ఇలాంటి సోలో ట్రెక్‌లు ఎన్నో చేసిన అనుభవం ఉంది. హిమపర్వత పాదాల చెంత తిరుగాడి ఎవరెస్టు బేస్ క్యాంపుని పలకరించి ముద్దాడిన కాళ్ళవి. వేల అడుగుల ఎత్తుకుపోయిన సామ్రాట్‌కి ఇది చాలా చిన్న కొండే. కాకపొతే అరకు ప్రాంతంలో గతంలో ఎప్పుడూ ట్రెక్ చేయలేదు. అనుకోకుండా రెండు రోజుల ఖాళీ దొరికిందని అప్పటికప్పుడు ఈ ట్రెక్‌కి బయలుదేరాడు బ్యాక్ ప్యాక్‌తో.

బొర్రాకేవ్స్‌లో రైలు దిగి కటికి వాటర్‌ఫాల్స్ దాటి చాలా ముందుకు పోతున్నాడు. నిలువెత్తుగా ఎదిగి నింగిని తాకుతూ ఆనందంతో పరవశించిపోతూ తలలూపే చెట్లు, కొన్ని చిగురుటాకులతో రంగురంగుల్లోకి మారిపోతున్న ఆకులతో... రాలే ఆకులతో ఎన్నిరంగుల మిశ్రమం! అద్భుతంగా ఉంది వాటి కలయిక. ఎప్పటికప్పుడు కొత్త అందాలతో సమ్మోహనపరిచే అడవులు, వాటి వెనక గుంభనంగా ఉండే పర్వతాల మోహంలో ఉన్నాడతను.

పండుటాకు రాలి సామ్రాట్ తలమీద పడింది. 'ఆ... ఎంత సహజంగా రాలి పోతున్నాయివి. అంతే సహజంగా చివుళ్ళు తొడిగి పచ్చదనం నిండా ఒంపుకుంటున్న కొమ్మలు రెమ్మలు... చివుళ్ళతో పాటే తొడిగే మొగ్గలూ... విచ్చుకున్న పూలూ... అవి వెదజల్లే పరిమళాలు... ఎవరికోసం ఇవన్నీ? ఛ... ఛా... ఏంటిలా ఆలోచిస్తున్నాడు.

ఎవరికోసం? ఏంటి వాటి కోసమే... నేనెందుకు ట్రెక్ చేస్తున్నా? నా కోసమే కదా... అవీ అంతే' తనకు తాను సమాధానం చెప్పుకున్నాడు.

నేలకొరిగిన మహావృక్షాల శకలాలు ఎదురయ్యాయి.కూకటివేళ్ళతో సహా ఒరిగిపోయిన వృక్షాలు అక్కడక్కడా. బహుశా హుదూద్ తుఫాను సమయంలో జరిగిన విధ్వంసమేమో. అకస్మాత్తుగా చిన్ననాటి మిత్రుడు 'అడవి' మదిలో మెదిలి అతని కాళ్ళకు ఏదో అడ్డం పడ్డట్లు అనిపించింది.

చిన్నప్పుడు అందరూ అతన్ని ఎగతాళి చేసేవారు 'అడవి' ఏంటి అడవి... ఇదేం పేరని? మా అమ్మా నాన్న ఇట్లాటి పిచ్చి పేరెందుకు పెట్టారోనని తిట్టుకునే అడవి ఇప్పుడు లేడు. కిలిమంజారో వెళ్ళి వచ్చేసరికి 'అడవి' మరణవార్త తెలిసింది. అర్ధాంతరంగా జీవితాన్ని ముగించేసాడు. బహుశా ఈ అడవిలో ప్రకృతి సృష్టించిన విలయం తాలూకు విధ్వంసపు ఆనవాళ్ళు ఇన్నేళ్ళయినా ఇంకా అగుపిస్తూనే వున్నాయి. కాల్ మనీ ఉచ్చులో చిక్కుకున్న మిత్రుడు 'అడవి' జీవితంలోకి చొచ్చుకొచ్చిన పెను తుఫాను చేసిన బీభత్సం ఇంతకంటే తక్కువేం కాదుగా. సామ్రాట్ గుండె బరువైంది.

ఎదురుగా ఉన్న పెద్దబండకు ఓ క్షణం ఆనుకుని నుల్చుంటూ కాళ్ళకింద మట్టిని చూశాడు. ఈ నేల ఎంత సారవంతంగా ఉంది. నేల సారాన్ని సహజంగా కాపాడుకునే అడవి ఎన్ని రకాల జీవులకు నిలయమో. జీవధారల్ని కురిపించే ఈ అడవి ఎన్ని ప్రాణులకు ఆధారమో. బాక్సయిట్, ఇనుప ఖనిజం పుష్కలంగా ఉన్న కొండలివి. కోడి పిల్లల్ని తన రెక్కల కింద దాచుకుంటూ గద్దలనుండి కాపాడుకుంటూ ఉంటుంది. ఎంతో విలువైన ఖనిజసంపదను పచ్చదనపు దుప్పటి కప్పి అడవి ఇలాగే భద్రపరుస్తోంది – ఈ అడవుల్లో ఉన్న కొండజాతి వాళ్ళకే కాదు జీవజాలానికి ఆవాసమై. గద్ద తన్నుకుపోతే వీళ్ళంతా ఏమైపోతారో... ఎడతెగని ఆలోచనలు ముంచెత్తాయి.

మనసు బాధగా మూలుగుతుంటే ఒకవైపు కొండ దిగి మరోవైపు ఉన్న ఏటవాలు కొండ ఎక్కి దిగుతున్నాడు. ఎత్తైన ప్రదేశం నుండి వీక్షించడం గొప్ప అనుభూతి. సూర్యుడూ అతనితో పాటే దిగుతూ... కొండకొమ్ము నుండి లోతైన లోయలోకి వేగంగా దూకే నీటి సవ్వడి దూరంగా వినిపిస్తూ అతని గుండె వేగాన్ని పెంచింది. అతనికెప్పుడూ ఇంతే. ఆ సవ్వడితో తన శ్వాస జత కలపాలనిపిస్తుంది. మైమరచి నాట్యం చేస్తుంది.

జలపాతపు సవ్వడి... మైమరపించే గాలులు... ఎటువైపు నుండో ఆలకిస్తుండగా అంతరాయం కలిగిస్తూ తలపైన హెలికాప్టర్ ఏదో తిరుగుతున్న శబ్దం. మావోయిస్టుల

కోసం వెతుకులాట కాదు కదా. కొంపదీసి నన్ను వాళ్ళలో వాడిగా జమ కట్టరుగా. ఏమో... అలా జరిగినా ఆశ్చర్యం లేదు.

రాజీవ్, వెంకటరత్నం, ఉత్తేజ్‌లు మేమూ నీతో వస్తాం అని వెంటబడి చివరికి వాళ్ళ ప్రయాణం ఆపుకోవడానికి కారణం మావోయిస్టు ముద్ర వేస్తారనే భయంతోనే. ఎటువంటి పరిస్థితులనయినా ఎదుర్కోవడానికి సిద్ధపడే వచ్చాడు. ఇక ఆ విషయం ఆలోచించడం అనవసరం అనుకుంటూ ముందుకు కదిలాడు. అప్పుడు కనిపించిం దతనికి ఉయ్యాల.

* * *

ఇంకొంత ముందుకు నడిచాడు ఆ ఎగుడు దిగుడు నేలలో. పాము మెలికలు తిరిగినట్లుగా ఉండే సన్నని బాటలో అద్భుతమైన లయతో వినవస్తున్న సంగీతంతో తాను జత కలిపాడు. ఎటు ఏ విష పురుగులుంటాయో, క్రూర మృగాలుంటాయో పరిస్థితుల్ని గమనించుకుంటూ పరిశీలనగా చూస్తున్నాడు. గుబురుగా ఉన్న చెట్టు కొమ్మల మధ్య ఆకుల్లో ఆకుల కలిసిపోయిన బుల్లిపిట్ట నుంచి ఆ ఇంపైన సంగీతమని తెలుసుకుని ఆశ్చర్యపోయాడు. తనకానందాన్ని పంచుతున్నది ఈ బుల్లిపిట్టా! పిట్ట కొంచెం కూత ఘనం అంటారు ఇందుకేనేమో. దాన్ని అబ్బురంగా చూస్తూ కొన్ని క్షణాలు నిల్చున్న అతన్ని ఆ వెంటనే కనిపించిన దృశ్యం మరింత ఆశ్చర్యంలో ముంచెత్తింది. కొద్ది దూరంలో పెద్ద వృక్షపు చిటారుకొమ్మన వేలాడుతున్న పడవ. గబగబా ఆ చెట్టు దగ్గరలోకి చేరాడు.

అక్కడిదృశ్యం చూస్తుంటే అకస్మాత్తుగా జె.జి.బల్లార్డ్స్ నవల గుర్తొచ్చింది. ఈ పడవ అట్లాగే వచ్చిందా? మళ్ళీ తలెత్తి పైకి చూశాడు. చుట్టూ చూశాడు. ఆకాశం కేసి చూస్తూన్న మహావృక్షంపై చిక్కుకున్న పడవ తలకిందులై వేలాడుతూ... విస్తరించిన ఆ చెట్టు కొమ్మలకు వేలాడే తాళ్ళు అడ్డదిడ్డంగా... రెండు మూడు చెట్లకింద చెల్లా చెదురుగా పడివున్న లైవ్ జాకెట్స్... ఇంకా ఏవో చిన్నా చితక సామాన్లు అక్కడొకటి ఇక్కడొకటి విసిరేసినట్లుగా.

జె.జి.బల్లార్డ్స్ నవలలో గ్లోబల్ వార్మింగ్ వల్ల మంచు పలకలు కరిగి అడవులు అన్ని నీటిలో మునక వేయక తప్పదని చెప్పింది ఇప్పుడు నిజమైందా. ఇంతటి వుపద్రవం ఎప్పుడొచ్చిందిక్కడ? వినలేదే? సునామీలాంటి ఘటనలెప్పుడు వినలేదే. వుద్ వుద్ తుఫాను ప్రభావమా. నిన్న మొన్నటి తితిలి... అదిక్కడ దాకా వచ్చిందా... అతని మనసు విలవిలలాడింది.

భవిష్యత్ తరాలు కాదు ఇప్పుడే ఇంతటి ఘోర విపత్తా? నమ్మలేకపోతున్నాడు. సముద్రమట్టానికి దాదాపు తొమ్మిదొందల మీటర్ల పైనే ఉన్న ఎత్తులోకి ఇవి ఎప్పుడు వచ్చి ఉంటాయి? ఎంత ఆలోచించినా చిక్కుముడి వీడడంలేదు. మళ్ళీమళ్ళీ తలెత్తుతున్న ప్రశ్నని అలా అదిమి వాటిని ఫోటోలు తీసాడు.

నాలుగడుగులు వేశాడో లేదో గుర్రం అస్థిపంజరం ఎదురుగా.

ఏమిటీ వింతలు అనుకుంటూ దగ్గరకెళ్లాడు. ఏనాటిదో ఇది అనుకుంటూ పట్టుకున్నాడు. అచ్చు నిజమైన అస్థిపంజరంలాగే ఉన్నా నిజమైంది కాదని పట్టుకోగానే అర్థమైంది. దేనికి సంకేతం ఈ ఇనుపతీగల అస్థిపంజరం..?

కొండ అంచున నడుస్తున్నవాడల్లా విషాద సంగీతంలా వినిపిస్తున్న వైపు అసంకల్పితంగా అడుగులేశాడు. మంద్రంగా వినిపిస్తున్న రాయి చప్పుళ్ళు. పచ్చని చెట్ల మధ్యలో నేలకొరిగిన మహావృక్షం. ఆ వృక్షంపైన డ్రాయింగ్ షీట్ లాంటివి అడ్డదిడ్డంగా పడినట్లుగా. పర్యావరణంలో ఏవో వైబ్రేషన్స్.

ప్రతి కొండ, అడవి జీవావరణ వ్యవస్థకు కొండంత అండ. మనిషి కొండల్ని నిలువెల్లా చీల్చేస్తున్నాడు. పర్యావరణాన్ని, పచ్చదనాన్ని, ప్రకృతి ఏర్పరచుకున్న వ్యవస్థని ధ్వంసం చేస్తున్నాడు. అరుదైన వృక్ష, పక్షి, జంతు జాతుల ఎదుగుదలకు అడ్డు తగులుతూన్నాడు. అందుకే ఆ వినాశనం చూడలేని ప్రకృతి ఆలపిస్తున్న విషాదగీతంలా ఉంది ఈ సంగీతం అనుకున్నాడు.

అతని ఆలోచనలకు అడ్డుకట్ట వేస్తూ రంగు రంగుల బెలూన్లు గాలిలో ఎదురొచ్చి ఆకర్షించాయి. రంగురంగుల బెలూన్లకి కింద దారం వేలాడుతూ.. అవి ఒక గుత్తిగా చెట్టుపైకి వెళ్తున్నట్టు.

"ఓహ్ బెలూన్లు" ఆనందంతో అరిచాడు.

చిన్నప్పటి నుండి బెలూన్లంటే ఇష్టం. అవి గాల్లో ఎగురుతూ ఉంటే చూడడం ఎంతో ఆనందం. కానీ ఎన్నిసార్లు ఊదినా కొద్దిసేపటికే పగిలిపోయేవి. కానీ, ఇక్కడ ఈ గాలిలో ఎండ పొడలో చక్కగా ఎగురుతూనే ఉన్నాయే. ఇవి హీలియం బెలూన్లలా ఎగురుతూనే ఉన్నాయనుకుంటూ పట్టుకోవడానికి ప్రయత్నించాడు. అందలేదు. నీలపు నింగిలో ఆకుపచ్చని వనంలో ప్రకృతి చేసే మంద్రమైన సన్నని శబ్దాల మధ్య రంగు రంగుల బెలూన్లు. అద్భుతంగా ఉందా దృశ్యం. అతనిలో ఏవో ప్రకంపనలు.

మనుషులు వేరైనా, భాషలు ఏవైనా, ప్రాంతాలు ఏవైనా జ్ఞాపకాలు, ఎమోషన్స్, భావాలు అందరికీ ఉంటాయిగా. వాటిని తెలుపుతున్నట్లుగా అనిపించింది.

బెలూన్స్ దాటుకుని కొద్దిగా ముందుకుపోయాడు. పచ్చని చెట్లకొమ్మలు నాచుపట్టిన కొండరాళ్ళ మధ్యలోంచి సడిలేకుండా పాలనురగలా కిందకు జాలు వారుతున్న నీటి పాయలు.

వావ్..! ఇక్కడ కాసేపు సేదతీరొచ్చు అనుకుంటూ దగ్గరకు వెళ్ళాడు. అతన్ని నిరాశపరుస్తూ పలచని పాలిథిన్ కవర్లు. పలచని ఎండకు సన్నని మెరుపుతో అచ్చం నీళ్ళు ఎత్తుపల్లాల రాళ్ళపై నుండి కిందకు పారుతున్నట్లుగానే అగుపిస్తూ నిజమైన జలపాతమని భ్రమింపచేసింది. చూడ్డానికి సరదాగానే ఉంది. అందంగానే ఉంది. మీ నీటి దారుల్ని, సముద్రాల్ని, మీ పర్యావరణాన్ని నాశనం చేసి మీ ఆరోగ్యాన్ని దెబ్బతీసే నేను అందంగా కనిపిస్తున్నానా ఓసి వెర్రిబాగుల్లారా..! ప్లాస్టిక్ ఫక్కున నవ్వుతున్నట్లనిపించింది.

మనుషుల నడకతో చితికిపోయిన గడ్డి ఎండుటాకులు పక్కకు దొర్లిన గులక రాళ్ళతో ఏర్పడ్డ సన్నని బాటలు అగుపిస్తున్నాయి. వీటి వెనక ఏదో మర్మం వుందని పిస్తోంది. ఇంకా ఎన్ని వింతల్ని తన రెక్కలకింద దాచుకుందో ఈ అరణ్యం అనుకుంటూ సాగుతున్న సామ్రాట్‌కి కాస్త దూరంగా పెద్ద గుడ్లగూబ కనిపించింది.

ఉత్సుకతతో దగ్గరకు వెళ్ళాడు. కారు బంపర్ బార్లు, విరిగిన చితికిన కారు భాగాలను ఉపయోగించి చేసిన గుడ్లగూబ అది.

నేనిక్కడే ఉన్నా... నిన్ను గమనిస్తూనే ఉన్నా అన్నట్లుగా ఉంది దాని చూపు. దాన్నట్లా చూస్తుంటే ఈ అడవిలో నా జాగా ఏది? అని ప్రశ్నిస్తున్నట్లుగా తోచి వులిక్కిపడ్డాడు సామ్రాట్. దాన్ని చేయడానికి వాడిన ఆ భాగాలు ఆధునిక జీవన వేగాన్ని గుర్తుచేస్తున్నాయి. ఆ వేగమే వాటిని లేకుండా చేసిందా? ఆ వేగమే మనిషిని కూడా చిదిమేస్తుందా? ఏవేవో ప్రశ్నలు అతని మదిలో చెలరేగుతున్నాయి.

ప్రకృతికి మనిషి దూరం అవడం వల్ల, ప్రకృతితో అనుబంధాన్ని కొనసాగించక పోవడం వల్ల, అడవితో సమన్వయం కోల్పోవడం వల్ల ఇలా జరుగుతుందా..? ఇంత వరకూ ఎప్పుడూ ఏ ట్రెక్‌లోనూ కలగని వింతలు, ఎదురవుతున్న దృశ్యాలు అతన్ని ఆలోచింప చేస్తున్నాయి.

ఒక పెద్ద బండరాయి తర్వాత వచ్చిన చిన్న మలుపులో కొద్దిగా వాలుగా వున్న చోట రంగుల చెట్టు. ఆకుపచ్చ, నలుపు, ఎరుపు, పసుపు, నీలం, లేతాకుపచ్చ, ఆకాశం రంగుల్లో. చెట్టు వేర్లు, కాండం, కొమ్మలు, ఆకులు అంతా రంగురంగుల్లో... ఆకర్షణీయంగా.

సహజత్వం కోల్పోయి కృత్రిమ అలంకారాలలోకి, ఆకర్షణల్లోకి వెళ్ళిపోయామని చెప్తోందా!? మనిషికూడా అట్లా అసహజంగా తయారయ్యాడని హెచ్చరిస్తోందా?! దేనికి చిహ్నం ఈ ప్లాస్టిక్ క్యూబ్స్‌తోచేసిన చెట్టు? ఆలోచిస్తూ ఆ చెట్టుచుట్టూ తిరిగాడు.

ఆ తర్వాత అలా ఆ చెట్టునే తదేకంగా చూస్తూ నుంచున్నాడు.

ప్రపంచమంతా టన్నులకొద్దీ వాడే ప్లాస్టిక్, ఎక్కడపడితే అక్కడ నిర్లక్ష్యంగా పారేసే ప్లాస్టిక్. ప్రకృతికి, మనిషి తయారుచేసి వాడి పడేస్తున్న ప్లాస్టిక్‌కి మధ్య జరిగే ఘర్షణను తెలుపుతున్నట్లుగా తోచింది ఆ చెట్టు చూస్తుంటే. భవిష్యత్ చిత్రం చూపు తున్నట్లుగా ఉంది. ఇది చాలా సీరియస్‌గా ఆలోచించవలసిన సమస్య. మానవ మనుగడకు అన్నింటికంటే ముందు కావాల్సింది ఆక్సిజన్. మొక్కలూ చెట్లూ లేకపోతే... జనావాసాలు, నాగరికత చిహ్నాల్లేని సహజ సిద్ధంగా జంతు వృక్ష వైవిధ్యానికి నెలవైన ఈ ప్రాంతాలే లేకపోతే ప్రపంచానికి ఆక్సిజన్ కరువై పోదూ... ఆక్సిజన్ ప్రధాన వనరు అడవే కదా.

అడవికీ మానవుడికీ విడదీయరాని బంధం. ఆదిమ నాగరికతలు, సామాజిక విస్తరణ ఈ అడవుల్లోనే కదా ఆరంభమైంది. అటవీ ఉత్పత్తులు మానవ జీవితంలో అంతర్భాగమయ్యాయి. సామ్రాట్ మదిలోకి ఎడతెగని ఆలోచనలు వేగంగా దూసు కొస్తుండగా కాళ్ళు తన పని చేసుకుపోతున్నాయ్. నాలుగడుగులేశాడో లేదో వెండి ముద్దలు, రాగి ముద్దలు, బంగారపు ముద్దలు, వజ్రాలు పడి మెరుస్తున్నట్టుగా చిన్న పెద్ద సైజుల్లో రకరకాల రంగుల్లో షేపుల్లో రాళ్ళలాంటివి. అడ్డదిడ్డంగా పడిపోయి...

ఖనిజ సంపదకు మూలం ఈ కొండలు గుట్టలు అడవులు. గనుల తవ్వకాలతో చిక్కిపోతున్న కనుమలు... ఖనిజాల తవ్వకం పేరుతో గుండెల్లో గునపాలు అంటూ విన్నవో చదివినవో గుర్తొచ్చాయి. ప్రకృతి వనరుల్ని సహజ సంపదని కొల్లగొట్టి తనవి చేస్కోవడం కోసం ఆధునిక మనిషి మనిషితనాన్ని కోల్పోతున్నాడేమో.

ఈ మధ్య చూసిన నాసా వాళ్ళ షార్ట్ ఫిలిం గుర్తొచ్చింది సామ్రాట్‌కి. భూమికి 640 మిలియన్ కిలోమీటర్ల దూరంలో ఉన్న స్పేస్ క్రాఫ్ట్‌లోంచి చూస్తే లెక్కలేనన్ని నక్షత్రాల మధ్య భూమి వెలిసిపోయిన బ్లూ డాట్‌గా కనిపిస్తుంది. అక్కడినుండి భూమిని చూస్తే అద్భుతంగా మిరాకిల్‌గా అగుపిస్తూ... అలాంటి భూమి మీద అటూ ఇటూ తిరుగుతుంటాం. నాదీ నీదంటూ కొట్లాడుకుంటాం. అన్నింటినీ సొంతం చేసేసుకుందా మని ఆరాటపడుతుంటాం. తనకే కాకుండా తరతరాలకు కరిగిపోని సంపద కొండల్ని ఇవ్వాలనుకునే స్వార్థజీవి మనిషొక్కడేనేమో ఈ సృష్టిలో.

మానవజాతి అభివృద్ధిలో ఇవన్నీ సహజమేనా? అభివృద్ధికి కొలమానం ఏమిటి? డబ్బు, ఆర్థిక వనరులేనా? ప్రకృతి మనకున్న ఆస్తి. అది ఒక వ్యక్తి సొంతమా... కాదు. ఉమ్మడి ఆస్తి కదా. ఆలోచనలు తల చుట్టూ మూగిన దోమల్లాగా చెలరేగుతుంటే ఆ ఆలోచనల్లోంచి వస్తున్న చైతన్యంతో వడివడిగా అడుగులు పడుతున్నాయి.

అడుగడుగునా వింతలతో ఉద్వేగభరితంగా సాగుతున్న అతనికి మంట వెలుగు అగుపించి అడవి అంటుకుందా... అనుకుంటూ అటుకేసి అడుగులేసాడు.

సింగరేణి బొగ్గు మండుతున్నట్టుగా... భూమిలోంచి వచ్చిన బొగ్గు... సూర్యుడు స్టోర్ చేసిన కోల్ ఎనర్జీ. అది తయారవడానికి మిలియన్ల కొద్దీ సంవత్సరాలు పడుతుంది. ఎన్ని చెట్లు అందులో కలిశాయో. వనరుల కోసం ఆకలిగొన్న మనం తవ్వేస్తున్నాం. నియంత్రణ లేకుండా తవ్వేసుకుంటున్నాం అనుకుంటూ దగ్గరగా వెళ్ళి చూశాడు. బొగ్గు కాదు అవి చిమ్నిలు.

పారిశ్రామిక అవసరాల కోసం బొగ్గు తవ్వుతున్నాం. రకరకాల ఖనిజాలు తవ్వుతున్నాం. అడవుల నరికివేస్తున్నాం. పారిశ్రామికీకరణా... అడవులా...? ఏది ఎక్కువ అవసరమన్న ప్రశ్న తలెత్తింది. రెండూ అవసరమే అనిపిస్తున్నదతనికి.

తను వెళ్ళాలనుకున్న చోటుకు వెళ్తున్నాడా దోవ తప్పాడా ఒక్క క్షణం మెదిలిన సందేహాన్ని నొక్కేశాయి ఈ వింతలూ విడ్డూరాలు. అవి ఏమిటో తెల్సుకోవాలనుకుంటూ నాలుగడుగులేశాడో లేదో మిలమిలా మెరుస్తూ మెలికలు తిరిగి లోయలోంచి పైకి వస్తున్న తెల్ల త్రాచుపాములాగా ఒక్క క్షణం తాను చూస్తున్నదేమిటో అర్థంకాక అట్లా చూస్తుండిపోయాడు. ఇంతటి ఉద్వేగం ఏ ట్రిప్‌లోను కలుగలేదు. దగ్గరకెళ్ళి చూశాడు. అవన్నీ ఫ్లోరోసెంట్ బల్బులతో అట్లా పేర్చారు. ఆదివాసీల సంస్కృతి ఆహార విహారాల్లోకి, ఆచార వ్యవహారాల్లోకే కాకుండా వాళ్ళ కాళ్ళ కిందకి కూడా అందంగా ముస్తాబై వస్తున్న కార్పొరేట్ సర్పంలా అగుపించింది సామ్రాట్‌కి. తన ఆలోచనలకు తానే చిన్నగా నవ్వుకున్నాడు. మెడలో వేలాడుతున్న కెమెరాలో బంధించాడు.

కుడివైపు ఎవరో ఉన్నట్లనిపించి చూశాడు. నల్లటి ఆకారం వెనుకనుండి కనిపించింది. పలకరింపుగా నవ్వుతూ దగ్గరకు వెళ్ళిన వాడల్లా రెండడుగులు వెనక్కి వేశాడు. కొన్ని క్షణాలు అలా చూసి నెమ్మదిగా ముందు వైపుకు తిరిగాడు.

అవును మనిషి రూపమే. చిల్లులు పడ్డ ఎదలోంచి, కళ్ళలోంచి కారుతున్న రక్త కన్నీరు, ఒళ్ళంతా గాయాలతో ఛిద్రమైన శిలాజంలా. ముట్టుకు చూశాడు చల్లగా తగిలింది. ఇనుము బొగ్గుతో చేసినట్లున్నారు. ఎంతో మేధావిననుకునే మనిషి తన

చర్యలతో తన కంటిని తానే పొడుచుకుంటున్నాడని. ఎన్నో పక్షి జాతులు, జంతు జాతులు, చేపలు, సరీసృపాలు అంతరించిపోయినట్లే మనిషి కూడా... అని హెచ్చరిస్తున్నట్లుగా తోచిందతనికి.

అభివృద్ధి కావాలి కానీ సహజ ప్రకృతిని ఫణంగా పెట్టి కాదు. ఆశతో పేరాశతో నాశనం చేసే హక్కు నీకెక్కడిది? ఈ రోజు నీ ముందున్న ప్రకృతి సంపద అలాగే భవిష్యత్ తరాలకు అందించే బాధ్యత నీది. నీవు సాధించిన అభివృద్ధి భవిష్యత్ తరాలకు సోపానాలు వేయాలి కానీ వినాశనం కాదు కదా. మానవ ఆరోగ్యానికి, ప్రకృతికి సమతుల్యతల మధ్య అగాధం సృష్టించడం కాదు కదా అని బోధిస్తున్నట్టుగా ఫీలవుతూ ముందుకు కదిలాడు సామ్రాట్.

కొద్ది క్షణాల్లోనే కొందరు యువకులు ఎదురువస్తూ కనిపించారు. వాళ్ళని చూడగానే ఈ దట్టమైన అడవిలో కనిపిస్తున్న వింత అనుభవాలకు దృశ్యాలకు వీరికి ఏదో సంబంధం ఉందనిపించింది. ఆ విషయమే వారినడిగాడు.

మీరు వాటిని చూసాక మీ ఫీలింగ్ ఏమిటి ఎదురు ప్రశ్న వేశాడు బక్కపలచని యువకుడు. క్లుప్తంగా చెప్పాడు సామ్రాట్.

ఫైన్ ఆర్ట్స్ అండ్ స్కల్ప్చర్ విద్యార్థులమని కష్టమైనా వినూత్నమైన ప్రయోగం తలపెట్టామని సామ్రాట్ మొహంలో కన్పిస్తున్న ఉత్సుకత, విషయం తెలుసుకోవాలన్న ఆతురత గమనించిన మరో యువకుడు చెప్పాడు.

"ఈ అడవుల్లో ఎవరు తిరుగుతారు. ఎవరో నాలాంటి వాళ్ళుతప్ప. మీరిచ్చే మెసేజ్ చేరాల్సిన వాళ్లకు చేరదుగా" నవ్వుతూ సామ్రాట్.

"మీరన్నది నిజమే కానీ త్వరలో అరకులో నాలుగు రోజుల గిరిజన సదస్సు జరగబోతున్నది. దేశ విదేశాల ప్రతినిధులు పాల్గొనబోతున్నారు. ఈ సందర్భంగా మేము ఈ ప్రయోగం తలపెట్టాం. మొత్తం ముప్పై ఆర్ట్ వర్క్స్‌ని పెడుతున్నాం. ఇండిపెండెంట్ పానెల్ వీటిని ఫైనల్ చేస్తుంది. దేశ విదేశాల ఆర్టిస్టులు కూడా ఇందులో పాల్గొనబోతున్నారు. వాళ్ళే న్యాయనిర్ణేతలు" చెప్పాడు మరో యువకుడు.

వాళ్ళనే ఆసక్తిగా గమనిస్తూ మాటల్ని శ్రద్ధగా వింటున్న సామ్రాట్ కేసి తిరిగి పలకరింపుగా చూస్తూ "వి ఆర్ ఇన్వైటింగ్ వ్యూయర్స్ టు ఎక్స్‌పీరియన్స్ నేచర్ త్రు ఏ డిఫరెంట్ లెన్స్" అన్నాడో విదేశీ.

పర్యావరణ ప్రేమికులైన స్పాన్సర్స్ తోడ్పాటుతో జరిగే పక్షం రోజుల అవుట్

డోర్ ఎక్సిబిషన్ గురించి వివిధ ప్రాంతాల్లో పోస్టర్స్, వివిధ మాధ్యమాల్లో ప్రచారం ద్వారా విషయం ప్రజల్లోకి తీసుకెళ్తున్నారని, ఒకటి రెండు రోజులకోసం అరకువచ్చే యాత్రికులు ఈ సీజన్‌లో ఎక్కువనీ, వారిని ఆకర్షిస్తుందని ఆశిస్తున్నారని, ఈ ప్రయత్నంలో వచ్చిన స్పందనని బట్టి భవిష్యత్ ప్రణాళికలు ఉంటాయని వాళ్ళ ద్వారా తెలుసుకున్నాడు.

గుక్కపట్టి ఏడుస్తున్న ప్రకృతిని ఓదారుస్తూ, బోర్లాపడి మట్టికొట్టుకుపోతున్న మనిషిని లేపి నిలబెట్టే ప్రయత్నం చేసే వీరి కృషిలో తెలుగువారే కాకుండా దేశ విదేశీ స్కల్ప్చర్ అండ్ ఆర్ట్ విద్యార్థులు తోడవడం విశేషంగా తోచింది సామ్రాట్‌కి.

అడవి ఆకులురాల్చినంత సహజంగా ఒకరు విధ్వంస రచన చేస్తుంటే మరొకరు మోడువారే చెట్లకు చిగురులు అద్ది కాపాడుకునే ప్రయత్నం చేస్తున్నారు. మనిషి వింత ప్రవృత్తికి లోలోన నవ్వుకున్నాడు. అడవి చల్లగ పది కాలాల పాటుండాలి. తనలాంటి ప్రకృతి ప్రేమికుల్ని అలరించాలి. అది సరే కానీ... అందుకోసం నువ్వేం చేస్తున్నావ్? లోపలినుండి తోసుకొచ్చిన ప్రశ్నతో ఉలిక్కిపడ్డాడు సామ్రాట్. నిజమే. కూర్చున్న చెట్టుని నరుక్కుంటున్న మనిషి కళ్ళు తెరవడం కోసం, జీవవైవిధ్యాన్ని కాపాడ్డం కోసం తనేం చేస్తున్నాడు?

"మా ఆర్ట్ వర్క్ చూసిన వ్యక్తి మీరే. మీ ఫీడ్ బాక్ ప్లీజ్" సూదంటు చూపులతో అడిగాడు ఓ యువకుడు.

ఒక్క క్షణం అందరికేసి కలియచూశాడు సామ్రాట్. ఏమి చెబుతాడా అని అందరి కళ్ళు అతని వైపే చూస్తూ చెవులొగ్గి ఆత్రంగా...

"నేను చూసిన ప్రతిదీ అద్భుతమైనదే. నాతో ఏదో చెప్తున్నట్లుగానే తోచింది. పొరలు పొరలుగా ఎన్నో అర్థాలు. ప్రకృతి అందాలను ఆస్వాదించే నాలో కొత్త ఆలోచనల ద్వారాలు తెరుచుకున్నాయి. కళ్ళు కొత్త లెన్స్ అమర్చుకున్నాయి. జరగబోయే వినాశనం ఆపాలంటే మానవుడు-ప్రకృతి మధ్య అనుబంధాన్ని చిక్కబరుచుకుంటూ అడవి-మనిషి సమన్వయంతో ముందుకు పోవాల్సిన అవసరాన్ని చెప్తున్నాయి మీ అద్భుత కళాఖండాలు. మీ కృషికి శిరస్సు వంచి నమస్కరిస్తున్నా. ఆల్ ది బెస్ట్" కరచాలనం చేసి ముందుకు కదిలాడు సామ్రాట్.

– 'సారంగ' వెబ్ మ్యాగజైన్, ఆగస్టు 2019

ఆశల సుగంధం... సుధ

నిండా పదిహేడేళ్ళు లేని పిల్ల ఎంత పరిణతితో మాట్లాడింది తన జాతికి తోటమాలిలా! ప్రవహించే నదిలా సాగిపోయింది ఆ ప్రసంగం. జ్ఞాపకమై వదలడం లేదు. చీకటి వెలుగులు పరుచుకున్న ఆకాశంలో చీకటి పోయి, వచ్చే వెన్నెల కావాలి ఆమె జీవితం. రేపటి ఆశల సుగంధాలు వెదజల్లే ఇలాంటి కూతురు ఒక్కరుంటే చాలు... పాయింటెడ్ హై హీల్స్ టకటకలాడిస్తూన్న యువతి తనని దాటిపోతుంటే కళ్ళార్పకుండా చూస్తున్న గంగాసుధకేసి అభినందనగా, వాత్సల్యంగా తదేకంగా చూస్తూ అనుకుంది మృదుల.

ఇంత సాధారణంగా, అమాయకంగా కనిపించే సుధకి తోటివారిపట్ల ఉన్న దృక్పథం తనకి ఉందా? ఆ హృదయ స్పందనలు తనకున్నాయా? అని తనను తాను ప్రశ్నించుకుంది. తరచి చూసుకుంది మృదుల.

ఎక్కడ నాలుగు రాళ్ళ జీతం ఎక్కువిస్తే అటు పరుగెత్తే సగటు జీవి తను. కానీ సుధ అలా కాదు. ఇంత చిన్న వయసులో ఆమె ఆలోచనలు తనకంటే చాలా ఎత్తుగా వృక్షంలా వ్యాపిస్తున్నట్లుగా అగుపిస్తున్నది. జపాన్ తీసుకెళ్ళాలని తెలిసిన రోజు ఈ మట్టి మనిషితో నెలరోజులు నెగ్గుకు రాగలనా అని దిగులుపడింది ఈ అమ్మాయి గురించే. ఎంత తప్పుగా ఆలోచించింది. మట్టి సువాసనని అందులో దాగిన మణిమాణిక్యాల వెలుగుని గుర్తించలేని ఈ అల్పజీవి అంచనాని ఆమె ఎప్పుడూ తారుమారు చేస్తూనే ఉంది.

ఆ విషయం ప్లాన్ ఇంటర్నేషనల్ జపాన్ వారు ఏర్పాటు చేసిన నాగసాకి,

క్యోటో, టోక్యో సభలతోపాటు ఈ నెల రోజుల్లో చాలా సందర్భాల్లో చాలాసార్లే నిరూపించుకుంది గంగాసుధ. ఎంత అద్భుతమైన ప్రసంగం ఆమెది. అన్ని అవకాశాలు ఉండి కార్పొరేట్ స్కూల్‌లో చదివే తనపిల్లలు ఇంత గొప్పగా మాట్లాడగలరా. ఊహు... ఇంత అనుభవం ఉన్న నేను మాట్లాడగలనా..? లేదేమో? అనుకుంది మృదుల. ఎదుటివారిని మంత్రముగ్ధులను చేస్తూ సరళమైన ఇంగ్లీషులో అనర్గళంగా సాగిన ఆమె ప్రసంగం మృదుల చెవుల్లో మారుమ్రోగుతూ...

* * *

"అందరికీ నమస్కారం.

మీరందరూ నా దేశంలో ఆడపిల్లల స్థితిగతులు ఎలా ఉంటాయో తెలుసుకోవాలనుకుంటున్నారని నాకు తెలుసు. నా స్థితిగతులే నా దేశంలో నాలాంటి అధికసంఖ్యాక ఆడపిల్లలవి కూడా. అందుకే ముందుగా నేను నా సామాజిక నేపథ్యంలోంచి ఏ విధంగా మీ ముందుకు రాగలిగానో చెప్పాలనుకుంటున్నాను. అయితే, నేను అందుకున్న అవకాశాలు నా దేశంలో నా అక్కాచెల్లెళ్ళు అందరికీ లేవనేది మాత్రం కాదనలేని వాస్తవం.

మీ దేశంలో మా దేశంలో ఉన్నట్లు కులాలు ఉన్నాయో లేదో నాకు తెలియదు. మా దేశంలో ఉన్న కులవ్యవస్థలో అట్టడుగున ఉన్న గోసంగి కులంలో పుట్టాన్నేను. మా తాత ముత్తాతలు చేసినట్టుగానే మా నాన్న కూడా తంబూర పట్టుకొని జగదేకవీరుని కథ, కాంభోజరాజు కథ, రామాయణ మహాభారత కథలు చెప్తూ జనాన్ని సంతోష పెడతాడు. వారు వేసిన భిక్షతోనే మా బతుకు. మా అమ్మ ఈతచీపుర్లు, ఈతచాపలు అల్లుతూ భిక్షాటన చేస్తుంది. చాపలు అమ్ముతుంది. వాళ్ళ వెనకే మేమూ. ప్లాస్టిక్ చాపలు, చీపుర్లు వచ్చాక ఈతచాపల, చీపుర్ల వాడకం తగ్గి బతుకు మరీ భారం అయింది. మాకు ఒక ఊరు, ఒక ఇల్లు అంటూ నిన్నమొన్నటి దాకా లేవు. తినడానికి తిండి, ఉండడానికి గూడు, కట్టుకోడానికి బట్ట ఏవీ సరిగ్గా ఉండవు. కనీస అవసరాలు తీరవు. కానీ... మీకు తెలుసా...? జానపద కళల్ని, మరుగుపడిన మానవ సంస్కృతిని కాపాడేది మేమే. అంటే, మా కుటుంబాలే.

మా తెలంగాణాలో మా కుటుంబాలు ఏ గ్రామానికి వెళ్ళినా కనిపిస్తాయి. బుర్రమీసాలు, భుజాలవరకూ పెంచిన రింగుల జుట్టు, రంగు రంగుల దుస్తులు, ముఖానికి రాసుకున్న పసుపు, నిలువు నామాల మధ్యలో రూపాయి బిల్లంత బొట్టు, మెడకు, మోచేతులకు, కాళ్ళకు రవుతెండి కడియాలు, నడుం చుట్టూ, కాళ్ళకు ఘల్లు ఘల్లున మోగే గజ్జెలతో ఉండే మా వాళ్ళని ఎవరైనా ఇట్టే గుర్తుపట్టేస్తారు.

భుజాన కావడిని వేసుకొని, చేతిలో దివిటీ లాంటి కందిలీ దీపాన్ని వెలిగించు కొని ఎడమచేత గంట ఊపుతూ తెల్లవారుజామున వాడ వాడ తిరుగుతూ... బిచ్చమెత్తుతారు మా నాన్న, మా తాత. ప్రతీ ఇంటినుండి - బిచ్చం వేసిన తర్వాతనే ఇంకొక ఇంటికి కదులుతారు. భిక్షం వేసిన ఇల్లు సిరిసంపదలతో తులతూగాలని ఆశీర్వదిస్తూ తమ జోలెలో ఉన్న పెద్ద శంఖాన్ని తీసి ఊదుతూ విజయభేరిని తలపింప చేస్తారు. అలా గ్రామాల్లోని ప్రతి ఇంటికి వెళ్ళి, తమ తంబూర నాదంతోనో పాటలతోనో ఇంటిల్లిపాదిని నిద్ర నుండి లేపుతారు. వాళ్ళు వేసిన భిక్షతోనే జీవితం కొనసాగిస్తారు. మేమున్న ఊళ్ళోనే కాదు భార్యాబిడ్డల్ని వదిలి దూరప్రాంతాలకు వెళ్ళి భిక్షం అడుక్కుని కూడా వస్తుంటారు.

చౌరస్తాలలో, నలుగురూ కూడినచోట్ల మావాళ్ళు పద్యాలు ఆలపించి వారి మన్నన పొందుతారు. వారు సంతోషంగా ఇచ్చిన కానుకలతో, ఇనాములతో తృప్తి పడిపోవడం మాకు అలవాటు. కానీ ఇప్పుడు నట్టింట్లోకి టెలివిజన్ వచ్చి తిష్ట వేసింది కదా... నాలుగురోడ్ల కూడలిలోనో, కచేరీ కాడో నలుగురూ కలసి కూర్చోవడం తగ్గిపోయింది.

మా వాళ్ళు భిక్షాటన చేసే దేశదిమ్మరులు కదా. మాది అంటరాని జాతి అంటారు కదా. అందుకేనేమో... మాకు ఆరడుగుల భూమి జాగలు లేవు. కనీసం తలదాచుకోవడానికి ముత్తెమంత ఇల్లు కూడా లేదు. అందుకే, మేమంటే అందరికీ చిన్న చూపే. ఊరికి ఆమడ దూరంలోనే... చెట్లకిందే మా నివాసం. మూడు కట్టెల ఎలవారం గుడారాలను లేదా చిన్న చిన్న గుడిసెలను వేసుకొని తాత్కాలికంగా మకాం పెడుతుంటాం.

వందల ఏళ్ళ చరిత్ర మా కులానికి ఉంది. అయినా మాకు స్థిరనివాసం లేదు. చదువూ సంధ్యల్లేవు. భిక్షమెత్తుకుని సంపాదించినదంతా తినడానికి, తాగడానికి, ఇంకా ఇతర వృథా ఖర్చులకు అయిపోతుంది.

అంతేగాక, ఏ చిన్న గొడవ వచ్చినా వాటిని పెద్దవి చేసుకొని పంచాయితీలు పెట్టుకోవడం మావాళ్ళకలవాటు. తీర్మానం చేసిన పెద్ద మనుషులకు కొంత డబ్బు ఇవ్వడమే కాక, ఆ రోజు పంచాయితీ చేయడానికి వచ్చిన వారందరికీ తినటానికి, తాగడానికి ఖర్చుచేసే పద్ధతి మాలో ఉంది. ఈ ఖర్చంతా తప్పు చేసిన వారిపై పడుతుంది. విశేషం ఏమిటంటే పంచాయితీ ఒక్క పైసా లేకుండా జమానతు రూపంలో చీపురు పుల్లల లాంటివి పెడతారు. అగ్గిపుల్లలను, తుమ్మముండ్లను ఇంకా ఇతరత్రా

అక్కడ ఆ సమయంలో ఏ వస్తువు దొరికితే ఆ వస్తువును తమ వైపున నిలబడిన పెద్ద మనిషి చేతిలో పెడతారు. ఒక పుల్ల ఖరీదు వంద రూపాయలు, పది చీపురు పుల్లల ఖరీదు వెయ్యి రూపాయలుగా చెలామణి అవుతాయి. ఒక్కొక్కరు వెయ్యి రూపాయల జమానతు ఇవ్వాలంటే పది పుల్లలను బయానా పెడతారు. మా వాళ్ళు మాట మీద నిలబడతారు. పదిమంది ఎట్లా నిర్ణయం చేస్తే ఆ విధంగా మసులుకుంటారు. తప్పు చేసిన వ్యక్తి వెయ్యి రూపాయలు సమర్పించుకోవాలి. ఆ వెయ్యి రూపాయలు ఇవ్వటానికి వాయిదాల పద్ధతి కూడా ఉంటుంది. దీనిని దండుగ అంటారు. దండుగ వేయించిన అవతలి వ్యక్తి హీరోగా చెలామణి అవుతాడు. సంతోషపడతాడు. ఈ దండుగ పెట్టించటం వల్ల హీరోకు వ్యక్తిగతంగా ఒరిగే ప్రయోజనం ఏమీ ఉండదు. అవతల వ్యక్తిచేత దండుగ పెట్టించాననే డాంబికం తప్ప. ఈ దండుగ రూపాయలు పంచాయితీ పెద్ద మనుషులకు చేరతాయి. వాటిని దాదాపు సగం వరకు తినడానికి తాగడానికి మాత్రమే ఖర్చు చేస్తారు. ఇంకా సగం మరోసారి అవసరానికి వాడుకుంటారు. ఈ దండుగ రూపాయలు ఖర్చు చేయించటానికి ఆడవాళ్ళు కూడా ఉత్సుకతను కనపరుస్తారు.

ఆడ మగ తారతమ్యం లేకుండా తెల్లకల్లు, నల్లకల్లు, సారాయి, గుడుంబాలను తనివితీరా సేవించటం వారసత్వంగా వస్తున్న మా సంస్కృతిలో భాగం. మా నాన్న కూడా చాలాసార్లు దండుగ కట్టాడు. కొన్నిసార్లు దండుగ వేయించాడు.

ఇక ఆడవాళ్ళ విషయానికి వస్తే మా ఇళ్ళలో ఆడవాళ్ళకి విలువే ఉండదు. ఈతాకు తెచ్చి చాపలు అల్లుకుంటూ బొచ్చె పట్టుకుని అడుక్కోవడమే మా ఇళ్ళలో ఆడవాళ్ళకి తెలిసిన విద్య. తాగివచ్చి తన్నే మొగుళ్ళని భరించడం, లేదంటే గొడవపడి కొట్టుకోవడం మా అమ్మలకి సర్వసాధారణం. వాళ్ళని అట్లా చూసి అదే పిల్లలూ నేర్చుకోవడం జరుగుతూ ఉంది.

ఇప్పుడు రేడియోలు, టీవీలు, సినిమాలు మా మారుమూల పల్లెల్లోకి వచ్చేశాయ్. జానపద కళలకు ఆదరణ తగ్గింది. ఈతాకు చాపలను ప్లాస్టిక్ చాపలు ఆక్రమించాయి. బతుకుదెరువు కష్టమయింది. రోజువారీ కూలీలుగా మారిపోతున్నారు మావాళ్ళు. స్థిర నివాసం లేనందువల్ల ప్రభుత్వ అభివృద్ధి పథకాలు ఏవీ మా దరిచేరవు. ఆ విషయం ఇప్పుడిప్పుడే గ్రహింపుకొస్తున్నది. ఓటర్ల లిస్టులో మా పేర్లు ఉండవు. స్థిర నివాసం కోసం, చిరునామా కోసం మాలో ఆరాటం మొదలైంది. కానీ మా పెద్దలు పిల్లలని చదివించాలని అనుకోరు. పిల్లకు చదువుకోమని చెప్పరు. అసలు అలాంటి

ఆలోచనే మావాళ్ళకు రాదు. కారణం వారికి చదువు లేకపోవడం, దాని విలువ తెలియకపోవడం.

ఇలాంటి సామాజిక నేపథ్యపు చీకటి చారికల్లోంచి వచ్చిన నేను కూడా మా వాళ్ళందరిలాగే మొదట బడి మెట్లు ఎక్కలేదు. నాన్న తెచ్చిన ఈతకమ్మలు చీరేప్పుడు అమ్మకి సాయం చేయడం, చిన్న తమ్ముడిని చంకన వేసుకుని చెల్లినీ, పెద్ద తమ్ముడిని చేత పట్టుకుని వీధులు పట్టుకుని తిరగడం లేదా అడుక్కోవడం చేసేదాన్ని. ఊళ్ళో తిండి దొరక్కపోతే తిండి కోసం మా చెల్లిని, తమ్ముడిని తీసుకుని అంగన్వాడి బడి దగ్గర కూర్చునేదాన్ని. అక్కడ వాళ్ళు నాక్కూడా అప్పుడప్పుడూ తిండి పెట్టేవాళ్ళు. కొన్నాళ్ళ తర్వాత చెల్లిని చిన్న బడికిలో వేయమన్నారు. మా నాన్న వేయలేదు. తమ్ముల్లిద్దరిని అంగన్వాడిలో కూర్చోబెట్టి నేనూ చెల్లీ అక్కడే ఉండేవాళ్ళం. అట్లాగే ఆ టీచర్ చెప్పే విషయాలు కొన్ని నేర్చుకున్నాను.

ఓ రోజు బడి నుండి సార్లు మా యింటికి వచ్చి మా అమ్మను ఒప్పించి చెల్లిని బడిలో వేయించారు. తిండి ఇబ్బంది లేకుండా దొరుకుతది కదా అని అమ్మ పంపింది. అప్పుడు నాన్న ఇంటి దగ్గర లేడు. తంబూర పట్టుకొని పడమటి దిక్కు ముంబాయికి పోయాడు. కొన్ని రోజులకు తమ్ముళ్ళను చిన్న బడిలో వేసిన తర్వాత నేనూ వాళ్ళతో పాటే బడికి పోయేదాన్ని. బడిలో పేరు లేదు కానీ క్రమం తప్పకుండా వెళ్ళేదాన్ని. అంతలో మా మకాం వేరే ఊరికి మారింది. అక్కడ సునీతా మేడం బడిలో పేరెక్కిస్తానని నాన్నని చాలాసార్లు అడిగింది. నాన్న ఒప్పుకోలేదు. అమ్మ పోతే పోనీలే ఒకపూట తిండి అయినా కడుపునిండా తింటారని నాన్నని ఒప్పించింది. అట్లా బడిలో నా పేరెక్కింది.

ఆ రోజు అందరిలాగా నేనూ బడికిపోతున్నాన్న సంతోషం నన్ను నిలవనీయ లేదు. చింతచెట్టు కింద నిలబడి నేనూ బడికి పోతున్నానోచ్ అని గట్టిగా అరిచా. ఎగిరి గెంతులువేశా. మా గుడిసె చుట్టపక్కల గుడిసెల్లోంచి బయటికి వచ్చిన వాళ్ళు 'ఏయ్ పోరి... పిస్స గిన లేసిందా? అట్లోర్రుతున్నవ్, దుంకుతున్నవ్' అని తిడుతూ అన్న మాటలు, చూపులు నాకింకా గుర్తున్నాయి. ఓ ఇరవై రోజులు బడికి వెళ్ళానో లేదో నా ఆశల్ని ఆవిరిచేస్తూ బడి బందు పెట్టమని నాన్న ఆజ్ఞ. అమ్మకి ఆరోగ్యం అస్సలు బాగోలేదు. ఆపరేషన్ చెయ్యాలట. అమ్మ హాస్పిటల్‌లో ఉంది. నేను ఇంటి దగ్గర చెల్లెలు తమ్ముళ్ళతో... వారి బాధ్యత మోస్తూ.

అమ్మ ఇంటికి వచ్చేసరికి దాదాపు నెల రోజులయింది. ఏ పని చేసే స్థితిలో

లేదు. ఆ పనంతా నా మీదే పడింది. ఇంట్లో పనంతా అయినంక బడికి పోతానన్నాను. అమ్మను దగ్గరుండి చూసుకొమ్మన్నాడు నాన్న. కొన్నాళ్ళకి అమ్మ కాస్త కోలుకుంది. అయినా నేను బడికి పోతానంటే అమ్మ నాన్న ఒప్పుకోలేదు. అంతలో నాందేడ్‌లో వుండే మా అత్తమ్మ అమ్మను చూడడానికి వచ్చింది. ఆమెకు మోకాళ్ళ నొప్పులట. నాన్నతో ఏమి మాట్లాడిందో ఏమో. నన్ను తన కొడుక్కు పెళ్ళి చేసుకుంటని అందరికీ చెప్పింది. అది అమ్మకు నచ్చలేదు. ఇరవై ఏండ్ల పిల్లగాడికి తొమ్మిదేళ్ళ పిల్లనిస్తవా అని నాన్నతో కయ్యమాడింది. అదిగో అప్పుడు మా ఊర్లోకి సంస్కార్ వాళ్ళు వచ్చారు. నా పరిస్థితి తెలుసుకుని నాన్నని ఎట్లా ఒప్పించారో... ఇప్పటికీ నాకు ఆశ్చర్యమే. వాళ్ళు నన్ను తీసుకెళ్ళి వర్నిలోని సంస్కార్ ఆశ్రమ విద్యాలయంలో చేర్పిచ్చారు.

అక్కడే వేకువ వెలుగును, వెన్నెల చల్లదనాన్ని చవి చూశా. చీకటిని చెరిపేసే చదువుతో పాటు చాలా విషయాలు నేర్చుకున్నా. సంతోషాలు కురిసే రేపులు నావేనని ఈ సాయంత్రం మీ అందర్నీ చూశాక నాకు అర్థమయింది. మా కులంలోనే కాదు ఇప్పటికీ మా గ్రామాల్లో చాలా మంది ఆడపిల్లలు బడికి పోవడం లేదు. తమ ఆశల్ని, కలల్ని, కోరికల్ని తమలోనే అణిచేసుకుని... మా తెలివి తేటలు, శక్తి సామర్థ్యాలు ఎందుకూ పనికి రాకుండా అనారోగ్యకరమైన వాతావరణంలో... పరిస్థితుల్లో... ఇలా ఎన్నాళ్ళు? ఎన్ని తరాలు..?

నా వరకూ చూస్తే నా ముందటి తరాల్లో ఆడవాళ్ళు, మగవాళ్ళు ఎవ్వరూ చదువుకోలేదని మీకు ఇంతకు ముందే చెప్పాను. చదువు విలువ మా వారికి తెలియజెప్పే ప్రయత్నంలో ఎంతో సంఘర్షణ చేస్తూ గుడ్డులో పిల్లల్లా మేం బయటికి వస్తున్నాం. ముందుకు పడే మా అడుగుల్ని వెనక్కి లాగే ప్రయత్నమూ జరుగుతూనే ఉంది. ముఖ్యంగా ఆడపిల్లల్ని.

నా విషయమే చూడండి... మీ ఆహ్వానం మేరకు నేను ఇక్కడికి రావడానికి ఎన్ని అడ్డంకులు, సవాళ్ళు ఎదుర్కొన్నానో మీకు తెలియదు. నేనే కాదు నా కుటుంబము కూడా. అందుకు నేను వారిని తప్పు పట్టడం లేదు. కారణం వారిది చాలా చిన్న ప్రపంచం. తమకు తెలిసిన పరిధిలోనే ఆలోచిస్తారు. మా వాళ్ళ తెలియనితనాన్ని, మూఢనమ్మకాల్ని ఆసరాగా చేసుకుని మా అభివృద్ధిని అడ్డుకునే ప్రయత్నాలూ, అవమానించే సందర్భాలూ, మా మనసుకు అయ్యే గాయాలూ తక్కువేం కాదని నా అనుభవం నాకు చెప్పింది.

ఇప్పుడు మేం ఉండే ఊళ్ళో పది దాటి కాలేజీకి వచ్చిన మొదటి అమ్మాయిని

నేనే. డబ్బున్నవాళ్ళు, పెద్ద కులంవాళ్ళ ఆడపిల్లలకి, మగపిల్లలకి దక్కని అవకాశం నాకు వచ్చింది. అందుకే వాళ్ళకి కంటగింపు. ఎన్నెన్నో పుకార్లు షికార్లు చేయించారు.

మొదట మా అమ్మ నాన్న ఒప్పుకోలేదని చెప్పాగా... అమ్మ నా పెళ్ళి చేసేస్తానని పట్టుబట్టింది. చదువుకున్న ఆడపిల్ల కట్టుబాట్లు తెంచుకుని అదుపాజ్ఞలు దాటి బయటికి పోతుందని మా తల్లిదండ్రుల, మా కులపెద్దల భావన.

నిజంగానే అన్ని కట్టుబాట్లు తెంచుకుని మెలకువ కెరటంలా నేనిప్పుడు మీ ముందు ఉన్నా. నా దేశం తిరిగి వెళ్ళాక నా చదువు కొనసాగిస్తా. ఇన్నాళ్ళుగా మేం కోల్పోయిన ఉదయకాంతిని, చిరునవ్వుల వెలుగుల్ని మా ముందు తరాలు కోల్పోకుండా చిరుదీపం వెలిగించడం నా బాధ్యతగా భావిస్తున్నా.

చెమరించే కన్నుల వేదన ఆవేదన నిష్క్రమణ కోసం రేపటి మెరుపులకోసం నా ఆత్మవిశ్వాసం పెంచే నా దేశంలోని చదువుకున్న అమ్మలు, అక్కలతో పాటు బుల్లెట్ ట్రైన్ నడుపుతున్న జపాన్ మహిళలూ నాకెంతో స్ఫూర్తి నిచ్చారు. నేను చెక్కుకున్న నా లక్ష్యసాధనలో ఫిరంగిలా దూసుకుపోయే శక్తినిస్తున్న ప్రతి ఒక్కరికీ వందనాలు" అంటూ సభికులకు నమస్కరిస్తూ ముగించింది.

* * *

మృదుల ఆలోచనలకు అంతరాయం కలిగిస్తూ "దీదీ..." గట్టిగా గంగాసుధ గొంతు వినపడింది. ఏమిటన్నట్లుగా అటుచూసింది.

"ఇందిరాగాంధీ ఇంటర్నేషనల్ ఎయిర్‌పోర్ట్ కంటే నారిట అంతర్జాతీయ విమానాశ్రయం పెద్దదా, చిన్నదా ?" నవ్వుతూ అమాయకపు చూపులతో ప్రశ్నించింది.

జవాబుకోసం చూడకుండా ఆ వెంటనే "వచ్చేటప్పుడు భయం భయంగా బిడియంగా మీ వెనక నడవడమే కానీ ఢిల్లీ విమానాశ్రయం ఎంత పెద్దదో గమనించనే లేదు. అక్కడ దిగినాక అంతా పరిశీలనగా గమనించాలి" అంటున్నప్పుడు తన ఊరి వాళ్ళు, తెలిసినవాళ్ళు తెలియనివాళ్ళు చాలామంది అన్నమాటలు గుర్తొచ్చాయి సుధకి. లోలోపలే నవ్వుకుంది వారి మాటలకు. వాళ్ళంతా ఇప్పుడేమంటారో చూడాలి. ఒకవేళ వాళ్ళ మాటలు నమ్మి అమ్మానాన్న పంపించి ఉండకపోతే తనెంత గొప్ప అనుభవాల్ని కోల్పోయేది. తెలుసుకున్న జపాన్ మహిళల స్థితిగతులు గుర్తుచేసుకుంటూ అనుకుంది గంగాసుధ.

ఇక్కడి విషయాలన్నీ అనుభవాలన్నీ ముల్లెకట్టి బుర్రలో దాచిపెట్టాలి. వెళ్ళగానే

చెల్లెలు, తమ్ముళ్ళు, ఫ్రెండ్స్, చుట్టాలు ఊళ్ళో వాళ్ళు అందరూ... ఎన్నెన్ని ప్రశ్నలు వేస్తారో. అప్పుడు విప్పాలి ఆ మూటని. నే చెప్పే విషయాలు వాళ్లకి అర్థమవుతాయా? వాళ్ళకి అర్థమయ్యే విధంగా ఎలా చెప్పాలో ఆలోచిస్తూ గ్లాసెస్‌లోంచి రన్ వే పై నుండి పరుగులు పెడుతున్న విమానాన్ని చూస్తున్న సుధ మృదుల చూపుల్లో చిక్కి కొద్దిగా ఇబ్బందిగా కదిలింది.

దేదీప్యమానంగా వెలిగిపోతున్నాయి విద్యుత్ దీపాలు. ఆ దీపకాంతులలో ప్రపంచాన్ని చూస్తున్న ఆమె 'ఎటు చూసినా విమానాలే'. కళ్ళలో ఆ దీపకాంతులు నింపుకుంటూ మృదులకేసి తిరిగి "అచ్చు మా నిజామాబాద్ బస్టాండ్‌లో బస్సులు ఆగినట్టే. ఉహూ... అంతకంటే చాలా చాలా ఎక్కువగా ఉన్నాయి విమానాలు. ఇవన్నీ ఎక్కడెక్కడి నుంచీ వచ్చి ఇక్కడ ఆగాయో. ఆకాశంలో పిట్టల్లాగా విమానం ఎగురుతుంటే వీధుల్లో ఆడుకుంటూ అదుగో అదుగో అక్కడ పోతాంది మీదిమోటర్ అనుకుంటూ చంకలో తమ్ముడికి చూపుకుంటూ అది కనుమరుగయ్యేదాకా కళ్ళప్పగించి చూసేదాన్ని నా చిన్నప్పుడు. ఆ మీదిమోటార్ ఎక్కుతానని కలలో కూడా అనుకోలేదు దీదీ. అలాంటి నేనిక్కడ టోక్యోలో..." నవ్వుతూ మృదుల చూపులను తప్పిస్తూ కృతజ్ఞతతో ఆమె చెయ్యి అందుకుని గట్టిగా నొక్కింది సుధ. ఆ స్పర్శలో అంతులేని అభిమానం, ఆత్మీయత, కృతజ్ఞత ఉన్నట్లుగా ఫీలవుతున్న మృదుల ఆలోచనలకు బ్రేక్ వేస్తూ...

"దీదీ... దీదీ అటు చూడు ఎమిరేట్స్, చైనా ఎయిర్‌లైన్స్, లుఫ్తాన్సా, స్విస్, బ్రిటిష్ ఎయిర్‌వేస్, ఫిలిప్పైన్స్ ఎయిర్‌లైన్స్, కొరియన్ ఎయిర్, ఫెడెక్స్, డెల్టా, జపాన్ ఎయిర్‌లైన్స్ విమానాలు... రకరకాల బస్సు డిపో బస్సుల్లాగే కదా" దూరంగా ఉన్న విమానాలపై రాసి ఉన్న అక్షరాల్ని చదువుతూ అడిగింది.

'ప్రపంచంలో ఉన్న రంగురంగుల చర్మాలవారు, భాషలవారు, దేశాలవారు... చిన్ని చిన్ని కళ్ళవారు, పొట్టి పొట్టివారు, ఎత్తైన ఆజానుబాహులు... అందరూ మనుషులే కానీ ఎన్ని రకాలు! అంతా ఎవరి హడావిడిలో వాళ్ళు.. ఎవరి గమ్యం చేరడం కోసం వాళ్ళు చేతితో బాగ్‌లు లాగుతోనో, మోస్తునో...' సాలోచనగా చూస్తూ శీతల్.

అద్దంలా మెరిసిపోయే గచ్చుపై వరద ప్రవాహం కదిలిపోతున్నట్టుంది. వరద లొచ్చినప్పుడు ఎక్కడెక్కడి నీళ్ళో తమ ఊరి వాగులోకి కొట్టుకొచ్చి ప్రవహిస్తున్నట్టుగా ఉంది వీళ్ళను చూస్తుంటే. తన ఊహకు తానే నవ్వుకుంటూ కళ్ళింత చేసుకు చూస్తూ పక్కనున్న శీతల్ కేసి చూసింది సుధ.

ఆమె కూడా జనాన్ని గమనిస్తూనే... 'తనూ.. నేననుకున్నట్లే అనుకుంటుందేమో'

సన్నని నవ్వు సుధ పెదవులపై. ఆనకట్టలేని నదీ ప్రవాహంలా సాగుతున్న ఆలోచనలకు అంతరాయం కలిగిస్తూ లాండ్ అవుతున్న బ్రిటిష్ ఎయిర్‌వేస్ విమానం కనబడింది.

"ఆకాశంలో ఎగిరేపిట్ట నెమ్మదిగా నేలవాలినట్టే ఉంది చూడు" అంటూ శీతల్‌ను చేత్తో తట్టబోయి మూతపడుతున్న ఆమె కళ్ళు చూసి మళ్ళీ జ్వరం వచ్చినట్టుందనుకుంది. మృదుల లాప్‌టాప్‌లో తలదూర్చి కనబడడంతో మళ్ళీ బయటికి చూడడం మొదలు పెట్టింది. ఎరుపు పాంట్, పసుపు రంగు జాకెట్‌తో ఎయిర్‌పోర్ట్ వర్కర్స్ అటూ ఇటూ తిరుగుతూ... ప్రయాణికుల్ని టర్మినల్ నుండి మరో చోటుకి చేరవేసే పసుపురంగు బస్సులు... చుట్టూ కలియజూస్తూ కొద్దిసేపు గడిపింది.

సెక్యూరిటీ చెక్ ముగించుకొని లాంజ్‌లోకి వస్తున్న వాళ్ళని చూస్తూ మీకూ అవి నచ్చి ఉండవు అనుకుంది మనసులోనే. ఆడవాళ్ళు ఒళ్ళంతా మిషన్తో ముట్టు కుంటూ అనుమానపు తనిఖీలు. హూ... ఏం బాగోలేదు. ఆ మిషన్‌లోంచి వస్తున్నాం. చాలదా ఏం? చిన్నప్పుడు పక్క గుడిసెలో ఉండే ముసలోడు పిలిచి పేలాల లడ్డు ఇచ్చి ఒళ్ళంతా తడిమిన వైనం గుర్తొచ్చి కంపరం ఒళ్ళంతా జరజరా పాకి అనీజీగా అటూ ఇటూ కదిలింది.

తన మనసులో కలిగే భావపరంపరని వెంటనే శీతల్‌తో పంచుకోవడం నెల్లాళ్ళుగా అలవాటయింది. ఇద్దరికీ మంచి స్నేహం కుదిరింది. శీతల్ మౌనంగా కళ్ళు మూసుకోవడం సుధకి చాలా వెలితిగా అనిపించింది.

"ఏయ్ శీతల్ దీదీ.. ఎంతసేపు చొప్పకట్టెలెక్క ఉంటావ్. లే" అంటూ పక్కన కూర్చున్న శీతల్‌ని చిన్నగా గిచ్చింది సుధ.

"ఏయ్ ఏమైందే" కెవ్వుమంది ఉలిక్కిపడ్డ శీతల్.

ఏమైందని చూపులతోనే ప్రశ్నించింది మృదుల లాప్‌టాప్‌లోంచి దృష్టి మరల్చి.

ఆ ఇద్దరినీ చూస్తూ చిన్నగా నాలుక కరుచుకుంటూ ఏమిలేదన్నట్టు అడ్డంగా తల ఊపింది గంగాసుధ.

"నా చేతిని గిచ్చి ఏమి లేదంటావేం" ఎర్రగా కందిన తెల్లటి చర్మాన్ని రుద్దుకుంటూ రెట్టించింది శీతల్.

"నేను నేనేనా! అని సందేహం వచ్చిందిలే" శీతల్ కేసి ఓరగా చూసి నవ్వింది సుధ.

లాప్‌టాప్‌లోంచి తలెత్తి ఒకసారి ఇద్దర్నీ చూసి చిన్నగా నవ్వుకుని మళ్ళీ మెయిల్స్ చూసుకుంటోంది మృదుల.

"నువ్వు నువ్వే. నేను కాదు లే" అంటూ సుధ తొడ చర్మాన్ని మెలితిప్పింది శీతల్.

"అబ్బా" కెవ్వున అరిచి, "శీతల్ దీదీ వదులు. ప్లీజ్ ప్లీజ్" వెంటనే బతిమాలుతూ సుధ.

ఒకరిద్దరు వీళ్ళవైపు ఓ చూపు విసురుకుంటూ పోతూ...

సాగిన చర్మాన్ని మరో చేత్తో రుద్దుకుంటూ శీతల్ కేసి తిరిగి "నిజం శీతల్ దీదీ... నేను నేనేనా!? ఎక్కడో మారుమూల గ్రామంలో పుట్టి గుడిసెల్లో ఉండే ఓ తెలంగాణ పోరి ఇట్లా విమానమెక్కి జపాన్‌లో... ఆశ్చర్యంగా లేదూ. నెలక్రితం ఇందిరా గాంధీ ఎయిర్‌పోర్టులో అడుగుపెట్టినప్పుడే గిచ్చి చూసుకున్నా. అయినా నాకు ఆ సందేహం మళ్ళీ మళ్ళీ వస్తూనే... ఇంకా ఆశ్చర్యంగానే" మనసులో మాట చెప్పింది సుధ.

"జపాన్ వెళ్ళడానికి నువ్వు సెలెక్ట్ అయ్యావని చెప్పినప్పుడు నేనూ అట్లాగే అనుకున్నా సుధా. కలలాంటి నిజం. కళ్ళముందు కనిపించట్లా" చెప్తున్న మాటలు ఆపి అలా సుధకేసి చూస్తూ ఉంది డిగ్రీ చివరి సంవత్సరంలో ఉన్న శీతల్.

కొద్దీ క్షణాల తర్వాత "ఏయ్ అక్కడేమన్నా తోలుబొమ్మలాట ఆడుతున్నారా ఎవరైనా ? అట్లా నవ్వుకుంటున్నావ్ ?" తనలో తనే నవ్వుకుంటున్న సుధ కళ్ళముందు చేతులు పెట్టి ఊపుతూ ప్రశ్నించింది శీతల్.

"అహహా... హ్హా ... కాదు శీతల్ దీదీ. సంస్కార్ లేకపోతే... నేను ఎప్పుడో పెళ్ళయిపోయి పిల్లల ముడ్డి కడుక్కుంట ముక్కు చీదుకుంట మూతికడుక్కుంటూ మొగుడితో తన్నులు గుద్దులు తినుకుంటూ కయ్యమాడుకుంటూ ఉండేదాన్నేమో?! ఆ దృశ్యం ఊహించుకొని నవ్వుకున్నా. నువ్వు చూశావు అంతే" భుజాలు ఎగరేస్తూ శీతల్ చేయి చేతిలోకి తీసుకుంటూ చెప్పింది సుధ.

"నువ్వే కాదు, బహుశా నేనూ అంతేనేమో సుధా. ఎప్పుడో రాజస్తాన్‌లోని కుగ్రామం నుండి వచ్చి ఢిల్లీలో కూలిపనులు చేసుకుంటూ బతికే కుటుంబం మాది. నేను మాత్రం కలగన్నానా... ఇలా వస్తానని" సుధ చూపుల్లో చూపు కలిపిన శీతల్.

"అవునక్కా... ప్లాన్ ఇంటర్నేషనల్ వాళ్ళ సహాయంతో మా ఊళ్ళలో సంస్కార్

చాలా కార్యక్రమాలు చేసింది. అట్లాగే నేను చదివిన బడిలోనూ. మేం ఆడుతూ పాడుతూ చేసిన అల్లరిముచ్చట్లు రేడియో కార్యక్రమాలు, సెలవుల్లో రాసిన పాటలు, నాటికలు, మేం నడిపే మామాట పత్రిక, తీసిన బంగారుబాల్యం వంటి లఘు చిత్రాలు... ఎన్నెన్నో చేశాం. అలసట, బోర్ అనే పదాలు మా డిక్షనరీలో లేకుండా గడిచిపోయాయి రోజులు. ఈ యాడాది పది పూర్తి చేసి కాలేజీలో చేరానా... అక్కడ అసలు నచ్చలేదు. చదువు తప్ప వేరే కార్యక్రమాలే లేవు. చాలా దిగులేసేది. అలాంటి సమయంలో సంస్కార్ నుండి కబురు ఒకసారి వచ్చి వెళ్ళమని. ఆదివారం వెళ్ళానా... 'ఢిల్లీలో కార్యక్రమానికి నువ్వు ఎంపిక అయ్యావ్' అని చెప్పారు. ఎగిరి గంతేశా. ఇద్దరు అమ్మాయిలు, ఇద్దరు అబ్బాయిలను ఢిల్లీ తీసుకెళ్ళారు. మేమంతా సంస్కార్-ప్లాన్ కార్యక్రమాల్లో కమ్యూనిటీ రేడియో కార్యక్రమాలు, డాక్యుమెంటరీలు తీసిన వాళ్ళమే. మా చిల్డ్రన్ క్లబ్స్ ద్వారా మా గ్రామాల్లో మాకు చేతనయిన కార్యక్రమాలు చేస్తున్న వాళ్ళమే"

"హా... అప్పుడే కదూ నిన్ను నేను మొదటిసారి చూసింది" సుధ మొహంలోకి పరిశీలనగా చూస్తూ అని ఒక్క క్షణం ఆగి "వాస్తవం చెప్పాలంటే మిమ్మల్ని చూసి ఇంత చిన్న చిన్నపిల్లలు వచ్చారే... పల్లెటూరి వాళ్ళు. వీళ్ళకేం తెల్సు అని మేం చాలా జోక్స్ వేసుకున్నాం. కానీ మీరు పిల్లలు కాదే బాబూ. చాలా ఆక్టివ్" ఆత్మీయంగా సుధ చేయి నొక్కుతూ శీతల్.

"మా బాలసేవాసంఘాల్లో మా పనులు చూసి పిట్ట కొంచెం కూత ఘనం అన్నట్లున్నారు ఈ పిల్లలు అని మా ఊళ్ళలో చాలా మెచ్చుకుంటారు తెల్సా" కించిత్ గర్వంగా చెప్పిన సుధ కళ్ళలో మెరుపు.

మెయిల్స్ చూడ్డంలో నిమగ్నమైన మృదుల కేసి తిరిగి "మృదులా దీదీ మా బాలసేవాసంఘాల్లో ఆక్టివ్‌గా నాకంటే చురుగ్గా ఉన్న పిల్లలు చాలా మందే ఉన్నారు. వాళ్ళలో నన్నే ఎందుకు ఎంపిక చేశారని నాలో సందేహం. మిమ్మల్ని అడిగితే ఏమనుకుంటారోనని ఇన్నాళ్ళూ అడగలేదు" మృదుల కళ్ళలో కళ్ళు పెట్టి అడిగింది సుధ.

తనదీ అదే సందేహం అన్నట్లుగా మృదుల సమాధానం కోసం ఆతృతగా చూస్తోంది శీతల్. ఆ ఇద్దరి మొహాల్లోకి చూస్తూ "మీ గ్రామాల్లోను, ఆ తర్వాత మీ ప్రాజెక్ట్ ఏరియాలోనూ, ఆ తర్వాత మీ రాష్ట్రంలోనూ ఆ తర్వాత ఢిల్లీలోనూ జరిగిన వర్క్ షాప్స్, మీరు చేసిన కార్యక్రమాలు ఎన్నో చూశాం. ఢిల్లీ వర్క్‌షాప్‌లోనే మీ

చివరి ఎంపిక జరిగింది. ఢిల్లీ వర్క్‌షాప్‌లో దాదాపు 40 మంది పైనే వచ్చారు కదా. అందరూ చాలా చురుకైన వాళ్ళే. అందులోంచి ఎంపిక చేయడం మాకు పెద్ద పరీక్షే అయింది. ఆ వర్క్‌షాప్‌లో మీ పార్టిసిపేషన్, అంతకు ముందు మీరు చేసిన కార్యక్రమాలే కాకుండా మీ సామాజిక, కుటుంబ నేపథ్యం కూడా మిమ్మల్ని ఎంపికయ్యేలా చేశాయి. దేశం మొత్తంలో నగర ప్రాంతం నుండి శీతల్‌ని, గ్రామీణ ప్రాంతం నుండి నువ్వు ఎంపికయ్యారు" చేస్తున్న పనిని ఆపిన మృదుల వాళ్ళిద్దరినీ అభినందనపూర్వకంగా చూస్తూ చెప్పింది.

తిరిగి తనే "మా ఎంపిక తప్పుకాదని ఇద్దరూ నిరుపించుకున్నారు" చిరునవ్వుతో మృదుల అంటున్న మాటలకి అడ్డు తగిలిన సుధ "ఓ... మా వెనుక ఇంత తతంగం జరిగిందా" ఆశ్చర్యంగా కళ్ళు పెద్దవి చేసి.

దూరం నుండి వీళ్ళను చూసి నవ్వుతూ చేతులూపుతూ వచ్చింది డెబ్బై ఏళ్ళ పైబడిన విదేశీ మహిళ. ఆవిడ ఎవరో ముగ్గురూ గుర్తించనేలేదు. ఆమె వస్తూనే గంగాసుధని కౌగలించుకుంటూ... "నిన్ను అభినందించకుండా ఉండలేను. నీవు మైక్ పట్టుకోగానే ఈ పిల్ల ఏం మాట్లాడుతుందనుకున్నా. నేనేకాదు, బహుశా అక్కడున్న వాళ్ళంతా అదే అనుకుని ఉంటారు. కానీ మా అంచనాల్ని తారుమారు చేశావు. వందల మంది ముందు నిలబడి నీ చుట్టూ ఉన్న సమాజాన్ని, నీ బాల్యాన్ని, తల్లిదండ్రుల నిరక్షరాస్యత, అజ్ఞానంవల్ల మీరెంత కోల్పోతున్నారో కళ్ళకు కట్టినట్టు చెప్పావు. ఆ మాటల్లో ఎక్కడా దైన్యం, ఆత్మనూన్యతా కన్పించలేదు. ఎవరి మీదా ఫిర్యాదు లేదు. నిందలేదు. ఇంత చిన్నవయసులో జీవితం పట్ల నీ అవగాహన ఆశావహ దృక్పథం నన్ను అబ్బురపరిచింది. నీ అభిమానిగా మార్చేసింది. నీడనిచ్చే చెట్టులాంటి నీమాటలు వింటుంటే అద్దం ముందు కొండ చిన్నదే" ఉద్వేగంతో గలగలా మాట్లాడేస్తూ మరో హగ్ ఇచ్చింది, కోల్పోయినదేదో పొందిన అనుభూతి ఆమెమొహంలో ప్రతిఫలిస్తుండగా.

అనుకోని సంఘటనతో తెల్లమొహం వేసి చూస్తున్న గంగాసుధని చూసి "సారీ... సారీ. నిన్ను చూసిన ఆనందం మర్యాదలు మరచిపోయేలా చేసింది. నన్ను నేను పరిచయం చేసుకోనేలేదు" అంటూ పక్కనే ఉన్న మృదులతో చేయి కలిపింది. "సారా విలియమ్స్" అంటూ కార్డు మృదుల చేతిలో పెట్టింది. ఇంటర్నేషనల్ ఫండింగ్ ఏజన్సీకి పని చేస్తున్న తాను క్యోటోలో జరిగిన సదస్సులో పాల్గొన్నానని గంగాసుధ ప్రసంగం చాలా కదిలించిందని, భారతదేశపు కులవ్యవస్థలో అట్టడుగున ఉన్న కులాలు, మహిళల గురించి తనకు కొద్దిగా పరిచయమని క్రాఫ్ సవరించుకుంటూ చెప్పింది.

గుడ్లప్పగించి చూస్తున్న శీతల్ కేసి తిరిగి నీ గొంతు చాలా బాగుందని మెచ్చుకుంది. బ్యాగేజ్ వేసేటప్పుడు దూరం నుండి చూశాననీ, వెంటనే పలకరించడం కుదరక వెతుక్కుంటూ వచ్చానని చెబుతూ హ్యాండ్ బ్యాగ్‌లోంచి రెండు చాకోలెట్స్ తీసి సుధ, శీతల్‌ల చేతిలో పెట్టింది. జపాన్‌లో పనిచేసే కొడుకు దగ్గరకి వచ్చానని సింగపూర్ వెళ్తున్నానని చెప్పిందా విదేశీ వనిత.

అంతలో సింగపూర్ ఫ్లైట్ అనౌన్స్‌మెంట్ రావడంతో "త్వరలో మిమ్మల్ని కలుస్తా. బై" చెప్పి మృదుల ఇచ్చిన కార్డు అందుకుని వచ్చినంత వేగంగా ముందుకు కదిలింది సారావిలియమ్స్.

ఆశ్చర్యంతో ముగ్గురూ...!

- 'అడుగు' అంతర్జాల పత్రిక, జనవరి 2018

వెన్నెల వసంతాల జాడలేవీ

నెర్రలిచ్చిన నేలని ముద్దాడే తొలకరి జల్లుల్లో తడిసి పత్తికాయలా విచ్చుకున్న నల్లరేగడి మట్టిపెడ్డలను దోసిట్లోకి తీసుకుని కళ్ళనిండుగా చూసుకున్నాడు నారాయణ. కమ్మగా వచ్చే మట్టివాసన గుండెనిండా నింపుకున్నాడు. గాలి మోసుకొచ్చే తడిసిన తాటిపండ్ల వాసన ముక్కుపుటాలను తాకి పులకరించిపోతున్నాడు.

నోట్లో వేపపుల్లతో పొలానికొచ్చిన నారాయణ ఇంటికి పోవాలనుకుంటుండగా అకస్మాత్తుగా వాన. నింగి నుండి నేలకు వంతెన వేసినట్లు ఇరవై నిమిషాలు కుమ్మరించేసింది. ఎక్కడ తలదాచుకోవాలో తెలియక అటూ ఇటూ చూశాడు. కాస్త దూరంలోని పొరుగు రైతు రాజయ్య వేసుకున్న చిన్న గడ్డిగుడిసె కిందకు చేరాడు. పల్లపుమళ్ళలో నీరు చేరి చెరువుల్ని తలపించింది కొద్దిసేపు.

అప్పటివరకూ ఆకాశాన్ని కమ్మేసి వెలుతురును మింగేసిన మేఘాలు నెమ్మదిగా కదిలిపోతూ మధ్యమధ్యలో చిరుజల్లుల్ని చిలుకరిస్తున్నాయి.

రాజయ్య పోసుకున్న నారుమడి వాననీటిలో మునిగిపోయింది. పిట్టలు వాలకుండా నారుమడి చుట్టూ కట్టి నారుపై కప్పిన చీరలు నీటిపై తేలియాడుతున్నాయి.

'అయ్యో...' అనుకుంటూ గట్లు తెంపి తన పొలం గట్లకేసి నడిచాడు.

తొలకరి జల్లుల్లో తడిసి పరవశిస్తున్న పుడమితల్లికేసి ప్రేమగా చూసుకున్నాడు. మిషన్ కాకతీయ పనుల్లో తోలుకుని మళ్ళలో సమంగా పరిచిన రేగడి మట్టి ఆవురావురంటూ ప్రతి నీటిబొట్టునీ తనలో ఇముడ్చుకుంటోంది. అద్భుతంగా ఉందా దృశ్యం.

కరెంట్ మోటార్ దగ్గరలోని విప్పదుంగపై వాలిన పిట్టలు తడిచిన రెక్కలను విదిలించుకుంటున్నాయి. ఆ వాతావరణం చూస్తుంటే అతనిలో ఎక్కడలేని ఉత్సాహం ఉరకలేస్తోంది. నిన్నటివరకూ బద్ధకంగా కదిలిన శరీరం చురుకుదనం ఒంపుకుంది. తొలకరి పనులు ప్రారంభించడానికి ఉరకలువేస్తోంది. భూపొరల్లోంచి జీవంపోసుకునే విత్తనాలు నేలంతా వెదజల్లాలి. నేలతల్లి పొత్తిళ్ళలో ఒదిగిపోయిన మొక్కలు మొగ్గతొడిగి విరగకాయాలి. ఆనందంతో పురివిప్పిన నెమలిలా నాట్యమాడింది నారాయణ మనసు. మావిచివురు తిన్న కోయిలలా మదిలో జీవం పోసుకుని విప్పారుతున్న ఆలోచనలకి తానే అచ్చెరువొందుతూ రేపటి నుండి చేయాల్సిన పనులకు రూపమిస్తూ చేనంతా కలియ తిరుగుతున్నాడు. మధ్యమధ్యలో ఆగి గట్లపై చెట్లు మంచుబిందువుల్లా రాలుస్తున్న ముత్యాలబొట్టుల్ని ఆస్వాదిస్తున్నాడు.

తీవ్రధ్వనితో ఉరుములు, అక్కడక్కడా వేలాడే తీగల్లా మెరిసే మెరుపులు... మళ్ళీ పెద్దవర్షం రావచ్చనుకుంటూ వడివడిగా ఇంటికేసి కదిలాడు.

ఎక్కడో పిడుగుపడిన శబ్దం. ఆ శబ్దానికి భయపడిపోయే భార్య తలుపుకొచ్చి నడక వేగం మరింత పెంచాడు. కానీ పరిశుభ్రంగా కనిపించే ఆ వాతావరణంలో తడిసి ముద్దయిన నేలపై నడక అనుకున్నంత వేగంగా సాగడంలేదు. కాళ్ళకున్న చెప్పుల నిండా మట్టి అతుక్కుపోయింది. మధ్యమధ్యలో చెప్పులకంటిన బురదమట్టిని పచ్చిగడ్డిపై రాకి బరువు తగ్గించుకుంటూ వాగులూ వంకల్లోకి పరిగెట్టే నీళ్ళలో కాళ్ళకంటిన మట్టిని జారవిడుస్తూ నడక సులువుగా సాగే ప్రయత్నం చేస్తున్నాడు.

పల్లంలోకి పరుగులు పెట్టే కాషాయరంగు నీటికంటే వేగంగా అతని ఆలోచనలు పరుగులు పెడుతూనే ఉన్నాయి.

విత్తనం వడ్లు తెచ్చిపెట్టుకుందామని, కాడెడ్లు కొందామని ప్రయత్నం చేసాడు. విత్తడానికి దుక్కిదున్ని భూమి సిద్ధం చేసుకుందామని నెలరోజులుగా అనుకుంటున్నాడు. కోసిన పొలంలో మిగిలిన ఎండు వరికొయ్యలేరి చెత్తాచెదారం కాల్చేశాడు. కిరాయి తర్వాత ఇస్తానని ట్రాక్టరుతో చెరువుమట్టి, ఎరువు తోలుకున్నాడు. భార్యతో కలిసి కాడెద్దులై అరక దున్నాడు. చదునుచేసి నారుమడికి సిద్ధంచేశాడు. మృగశిరలో విత్తితే అధిక దిగుబడి సాధించొచ్చని ఆశపడ్డాడు. ఆరుద్ర కూడా అయిపోవచ్చింది కానీ పనికాలేదు. అన్నీ ఉండి అల్లుడి నోట్లో శని అన్నట్లుంది పరిస్థితి.

ఎప్పుడూ ఒకే పంట కాకుండా పంటమార్పిడీ చేయాలనీ, పత్తిపంటలో అంతర పంటగా కంది వేయాలనీ, చేనువాలుకు అడ్డంగా మీటరు వెడల్పు, ముప్పావు మీటరు

లోతు కందకాలు తీయాలనీ, 7.5 హెచ్‌పి మోటార్ పెట్టాలనీ, పెట్టుబడి కోసం చేసిన అప్పులు కొన్ని తీర్చి కొన్నిపైసలు చేతిలో ఉంచుకోవాలనీ ఎన్నెన్ని ఆలోచనలు చేశాడు. ఉన్న కొద్ది పొలానికి తోడు పడమటి చేను కౌలుకు తీసుకొని రకరకాల అంతరపంటలు వేయాలని ఉత్సాహపడ్డాడు. పుట్లు పండించాలన్న ఆశతో ఉబలాటంతో ఉన్న నారాయణ ఎకరాకు 55 బస్తాలు పండించాడన్న విషయం తలపునకు రాగానే ఛాతీ ఉప్పొంగింది.

నేలతల్లి స్తన్యాన్ని పీల్చి రక్తం తోడి బంగారుపంట పండించానన్న ఆనందం ప్రస్తుత పరిస్థితి గుర్తొచ్చి క్షణాల్లో నీటిబుడగలా పేలిపోయింది. భుజం మీదున్న తువ్వాలు దులిపి మొహంపై చినుకుల్ని తుడుచుకున్నాడు. చల్లటి గాలి రివ్వున చెవుల్లోకి దూసుకుపోతుండడంతో దవడకున్న పిప్పిపన్ను జివ్వుమంది. తువ్వాలుతో చెవులు చెంపలు మూసుకునేట్టుగా గట్టిగా తలకు చుట్టుకున్నాడు.

అనుభవాలుడిగిన అమ్మకొచ్చే ఆసరా పైసలు ఏప్రిల్, మే నెలల్లో తనే వాడుకున్నాడు. బ్యాంకులో సొమ్ము చేతికి రాగానే ఇచ్చేద్దామనుకున్నాడు. అవి ఇవ్వనే లేదు. మళ్ళీ ఆమె సొమ్ము కోసమే ఎదురుచూపులు. తల్లి మొహం చూడాలంటే ఇబ్బందిగా ఉంది. వాన చెమ్మ తగలగానే అమ్మకు దగ్గు దమ్ము మొదలవుతుంది. దవాఖానకు తీసుకుపోవాలి. ఈ రోజైనా బ్యాంకు మేనేజర్ పైసలిస్తడో లేదో. అప్పులోళ్ళు ఇంటి మీదికొచ్చి ఇజ్జత్ తీస్తున్నారు. పెళ్ళయినాక భార్యకు ఈసమెత్తు బంగారం కొనకపోగా ఆమె తల్లిగారు పెట్టిన బంగారం అమ్మేశాడు. మనసులో ఏమున్నదో కానీ అడగంగనే సణుగులు తీసిచ్చింది. మళ్ళీ ఎప్పుడు తెస్తవని అడగలేదు కానీ ఆమె తల్లిగారి చుట్టాలిండ్లల్లకు పోవుడు బందువెట్టింది. ఈ ఖరీఫ్ అయితే అప్పులన్నీ తీరుతయనుకున్నడు. కానీ ఇప్పుడేమో పైసలు ఇస్తడో లేదోనన్న సందేహం అతన్ని చుట్టుముట్టింది. అదునెరిగి సేద్యంచేస్తే పదునెరిగి పైరు అంటారు. అదునులో నాటేస్తడా... సందేహం. నెత్తురింకిన నేల నుంచి పుట్లు పండించిన గుండె ఘోష చెదపురుగుల్లా విస్తరిస్తూ...

భార్యపెట్టిన ఉదయపు సింతొక్కన్నం ముద్ద లోపలికి దిగడంలేదు. పుటుక్కున తెగిన ముత్యాల్లా చిందరవందరగా సాగే ఆలోచనలు గొంతుకడ్డంపడుతూ.

పోయినేడాది మీద మబ్బు గుబులుతో ఎకరాకు వందెక్కువ పెట్టి వరిపంట మిషన్తో కోయించాడు. గతంలో సేటుకు ధాన్యమమ్మితే ఇవ్వాళ రేపని నెలలు తిప్పిచ్చి తిప్పలు పెట్టాడు. ఐకెపి డ్వాక్రా సంఘం వాళ్ళకమ్మితే వెంటనే చెక్కు ఇస్తున్నారని

మిషన్లలోంచి వచ్చిన వడ్లను వచ్చినట్లే అమ్మేశాడు. వెంటనే పైసలు చేతిలోపడితే అప్పులు తీర్చొచ్చని క్వింటాలుకు 1050 రూపాయలకే అమ్మేశాడు. ఆ తర్వాత చాన్నాళ్ళకి సర్కారు మద్దతుధర 1500 ఇచ్చింది. ప్చ్... ఏం లాభం? అదంతా గద్ద తన్నుకుపోయింది.

పచ్చివడ్లు కొన్న ఐకెపివాళ్ళు అన్నట్టుగానే ఇరవై రోజుల్లో చెక్కులిచ్చేసారు. ఆనందపడిపోయిన నారాయణ చెక్కు బ్యాంకు ఖాతాలో వేశాడు. వచ్చిన డబ్బుతో కొన్ని అప్పులు తీర్చి కొంత పెట్టుబడికి ఉంచుకోవాలనుకున్నాడు. ఏమేమి చేయాలో ప్రణాళికలు సిద్ధం చేసుకున్నాడు. తన సొమ్ము కోసం బాంకుకు ఎన్నిసార్లు వెళ్ళాడో లెక్కే లేదు. అప్పులవాళ్ళు రోజూ తిరిగి పోతున్నారు. వాళ్ళకి చెక్కు ఇవ్వమని బ్యాంకువాళ్ళ సలహా. చెక్కు ఇస్తానంటే వీళ్ళు ఒప్పుకోవట్లేదు. మేము నోట్లు ఇచ్చాము కానీ చెక్కులు కాదని వాదన. ఓసారి ఐదు వేలు మినహా చేతికి పైసా రాలేదు. బ్యాంకులో సొమ్ము బ్యాంకులోనే భద్రంగా మూలుగుతూ. రెండు నెలల పైగా ఇదే తంతు. చేతుల్లో చిల్లపెంక లేని బతుకయిపోయింది. ఏదో తిన్నాననిపించి బ్యాంకు తెరిచే సమయమవడంతో అటు బయలుదేరాడు యువరైతు నారాయణ.

ఇదివరకయితే రూపాయటో ఇటో వడ్డీకి అప్పు పుట్టేది. ఇప్పుడా పరిస్థితిలేదు. ముంతల్లో బీరువాల్లో దాచిపెట్టుకున్న నోట్లన్నీ బ్యాంకులకే నడిచాయి. బ్యాంకువాళ్ళు పాతనోట్లు తీసుకొని కొత్తనోట్లు ఇయ్యకనేపోయే. మునుపటిలాగా ఎవరూ వడ్డీకి ఇవ్వట్లేదు. చేతిలో ఉంటేగా ఇవ్వడానికి. ఏమిచేయాలో దిక్కుతోచని స్థితిలో ఈరోజన్నా సొమ్ము చేతికందుతుందన్న ఆశతో బ్యాంకుకు చేరాడు నారాయణ.

* * *

బ్యాంకు తలుపులు ఇంకా తెరవలేదు. బ్యాంకు ఎదురుగా ఎర్ర తివాచి పరిచినట్టు రాలిన పూలరెక్కల్నీ, పైన విరగబూసిన తురాయిచెట్లనూ చూస్తుంటే తన హృదయంలాగే ఆకాశం మండిపోతున్నట్టు తోచింది నారాయణకి. మేఘాలన్నీ కట్టకట్టుకుని ఎటు పోయాయో సూర్యుడు తొంగి చూస్తున్నాడు. రెండు తాడిచెట్లంత పొడవున్న వరుసలో చెప్పులు పెట్టి చెట్ల చుట్టూ ఉన్న గద్దెపై కూర్చున్న పెద్దల దగ్గరకు చేరాడు.

కొద్ది గజాల దూరంలోని బోరింగ్ దగ్గర చేరిన ఆడవాళ్ళు కొందరు బట్టలు ఉతుకుతున్నారు. ఉతికిన వాళ్ళు తడి బట్టలు, బొంతలు ఇనుప తీగలపైనో, తడికలపైనో, ఎండు పొరకలపైనో ఆరేస్తున్నారు.

"ఊర్లో ఎన్ని గోదలు ఉంటుండే. ఊరికి బర్లు మేపటందుకు జాగా లేకుంట యింది. నాట్లు పడినయ్యంటే మక్కలో పెసార్లో సొయానో మినుములో అలికింరంటే... గడ్డిగాదం లేకుంటాయె" బక్కెగొడ్లు తోలుకుపోతున్న కనకడి మందను చూస్తూ అన్నాడు పెద్దయ్య.

"చింతయాదగిరి చేన్లనే చెట్టుకురేసుకున్నాడట" చెమటలు కక్కుతూ పరిగెత్తు కొచ్చిన బలరాం ఆయాసపడుతూ వణుకుతున్న స్వరంతో.

"మట్టి వాసన పీల్చి గదే బతుకనే రైతుకి బతుకే లేకుంటయితాంది. నెత్తుటి చుక్కలని చెమట చుక్కలుగా చేసే సేద్యం రైతు వెన్ను విరిచి సత్తువ లేకుంటజేసే. బతుకు మీద భరోసా లేకుంటయ్యే. రైతుకు చితి పెడుతున్నరాయే" లేచి నుంచుంటూ గద్గదమైన గొంతుతో పెద్దయ్య.

"ఇంటిల్లపాది కష్టంజేసిన పొద్దుమాపు పొయ్యేల్లక పాయె. ఉన్న రెండెకరాలు అమ్మినా తీరని బాకీలు, లగ్గానికొచ్చిన బిడ్డ, పొలియోతో నడ్వలేని కొడుకు, నట్టనడుమ అడ్వీల వదిలి ఎట్లపోయిండో యాదగిరన్న. చెట్టు, పిట్ట, నక్క, కుక్క ఇట్ల ఏది నడిమంత్రపు సావు తెచ్చుకొని సావది. నువ్వెట్ల దాటెల్లిపోయినవే యాద్గిరన్నా... అయ్యో... బాగిర్తి అదినే నీకచ్చినయే తిప్పలు" గుండెలు బాదుకుంటూ బోరింగ్ దగ్గర బట్టలుతికే భీంరావు భార్య. చేస్తున్న పని ఆపి యాదగిరి ఇంటికేసి దారిపట్టింది. అక్కడున్న వాళ్ళ కళ్ళలో యాదగిరి, అతని కుటుంబం మెదిలి విషాదఛాయలు అలుముకున్నాయి.

"మానెడిత్తులు చల్లి పుట్టెడు పండిస్తుంటిమి. పుట్టగతులే లేకుంటయ్యే దినాలచ్చినయ్యేమే" పెద్దయ్య వైపు చూస్తూ తానూ లేచాడు బలరాం అన్న పరశురాం.

"అందరి ఆకలితీర్చే మనకీ గతి... మన ఆకలి తీరేదెన్నడో" తినే అన్నంలో ఇంత విషం కలుపుకొని తినే రోజు రాకూడదని మనసులో కోరుకుంటూ నారాయణ.

వాళ్ళతోపాటే వరుసలోని చెప్పులేసుకొని మరో ఇద్దరు వెళ్ళిపోయారు యాదగిరి తలపులతో. అక్కడున్న మిగతావాళ్ళకీ వెంటనే పోవాలని ఉంది. చెమ్మగిల్లిన గుండెను పరిస్థితి గ్రీష్మమై అడ్డుపడింది.

ఎర్రని ముఖమల్ బట్టలా మెత్తగా అందంగా కదిలిపోతున్న ఆరుద్రపురుగును పట్టుకోవాలని ప్రయత్నిస్తున్నాడు ఎనిమిదేళ్ళ శంకర్. ఆ పురుగు కదలిక లేకుండా ముడుచుకుపోతూ... ఆ దృశ్యం నారాయణ మనసును అల్లకల్లోలం చేసింది. జీవితంలో

సీతాకోకరంగులు నింపుకోవాల్సిన మిత్రుడు యాదగిరి అస్థిపంజరమైన దృశ్యం కళ్ళ ముందు నిలిచి.

కదిలే మబ్బులను కాలం కదలికలను ఋతువుల రాకను జాగ్రత్తగా గమనిస్తూ నాగలితో పొలంలో పడి రాత్రనక పగలనక చెమటోడుస్తూ నిత్యం కష్టపడే... పంటకోసం అప్పులు జేసే... తలకుమించిన తిప్పలుపడే... పంట చేతికొచ్చి అమ్మినా సొమ్ము చేతికి రాకపోయే. కష్టాన్ని చెప్పుకున్నా కనికరించేటోళ్ళెవరు? బరువెక్కిన గుండెబరువు దించుకునే దారేది? కాటేసిన కాలంలో గుండు తగిలిన పిట్టలా విలవిల లాడుతూ దుఃఖం తన్నుకొచ్చి తువ్వాలుతో ముఖం తుడుచుకుంటూ కావ్‌కావ్ అంటూ రెక్కలిరిగిపడ్డ కాకిదగ్గర గుమిగూడుతున్న కాకులకేసి చూస్తున్నాడు.

బరువెక్కిన హృదయంతో ఏం మాట్లాడాలో తోచని భీంరావ్ మళ్ళీ వచ్చిన కొడుకును చూసి “అరి... బడికి పోకుంట ఇక్కడేం జేత్తున్నవ్ ర. పో బడికి పో”

“కాపీలు కొనుక్కోను పైసలియ్యి. లేకుంటే నేను పోను. కాపీల్లేకుంట బడికి రావద్దన్నడు మా సారు” టపీమని చెప్పి ఆరుద్ర పురుగుని చేతిలోకి తీసుకోవడంలో నిమగ్నమయ్యాడు.

“నడు” అంటూ చెట్టుకొమ్మ ఇరవబోతున్న తండ్రిని చూసి పరుగందుకున్నాడు.

చిన్న, సన్నకారు రైతులు పంట అమ్మగా వచ్చిన పైసల కోసమో, దాచుకున్న సొమ్ము కోసమో, పంట రుణాల కోసమో, రావాల్సిన సబ్సిడీ సొమ్ముల కోసమో ఇంకొందరు చేరారక్కడ.

“ఇంకొక్క వాన కొడితే చెర్లకు, కుంటలకు ఆగులకు నీరు జారుతదేమో” వాతావరణాన్ని తేలికపరుస్తూ అని “ఏం కాకా కనిపియ్యకచ్చినవేందే” అన్నాడు భీంరావు.

“దుక్కులు దున్ని విత్తుదామని ఎడ్ల కోసం అంగళ్ళు తిర్గబడ్తి. యాడికి పో... బోసిపోయిన అంగళ్ళే. కొన్నా, అమ్మినా చీటీల నిబంధనలు గట్టిగున్నయట” ఈశ్వరయ్య సమాధానం.

ఈవరకంటే ఎరువు బండ్లు గట్టి జోడెద్దుల గదువుకుంట ఉండాల్సిన నారాయణ “అట్లనాయే...” నీరసంగా అన్నాడు.

“ఎడ్లకోసం ఊర్లపొంటి తిరిగొస్తి. దొర్కలే. అమ్మాల్నన్న కొనాల్నన్న పెద్ద పరేషానే. గంగాధర్ చేన్ల నాల్గు దినాలు పన్జేత్తే ఆయన పనయినంక పూట దున్నుకోను ఎడ్లిచ్చిండు” చెప్పాడు ఈశ్వరయ్య.

"సీడ్ పత్తి దున్ననీకి ఎడ్లులేక నాగలి పక్కకేసిన. నేను, నా కొడుకు కాడెడ్దులమై దంతెను గుంజితే నా భార్య విత్తింది" తను పడే గోస చెప్పుకొచ్చాడో చిన్న రైతు.

"ఏమ్రా నారిగా... బూతల్లిని పోతం జేసినవా" చెప్పుల్ని వరుసలో పెట్టి వీళ్ళ దగ్గరకొచ్చిన రాజేశం.

"నా కాడ ఇరవై దుడ్డెలున్నయ్. గవ్విట్ని అమ్మి ఎద్దులు గొని చేస్తననుకుంటి. కొనేటోడు ల్యాకపాయె. ఇగ ఏంబెట్టి జేత్తనే కాకా. చేతుల్ల బూడిద సుతం రాల్తలేదే" దిగులుగా అన్నాడు నారాయణ.

"యాసంగిలో భూతల్లి మొయ్యలేనంత పంట తీసిన్నని మీసం మెలేస్తివి" ఎకసెక్కంగా రాజేశం.

"అవ్... తీసిన. ఐకెపి కేంద్రంలో సంచులకొద్దీ ధాన్యం అమ్మితి. చెక్కులిచ్చిన్రు. బ్యాంకులేసిన్నా... ఇయ్యమంటే బ్యాంకుల పైసల్లేవంటడు. నా ఖాతాల నా పైసలు నాకిచ్చేతందుకు గిదేం గొళ్ళెం పెట్టిన్రో సమజ్ గాకొచ్చింది. ఎప్పుడు పో... గదేమాట. తిరిగితిరిగి యాష్ట కొత్తాందే కాకా. ఇయ్యాల్ల ఏదోటి తేల్చుకోవాలె" అన్నాడు నారాయణ, నవ్వేటోని ముందు కాలు జారిపడ్డట్లయిందని మనసులో తలపోస్తూ.

"మొక్కసొంటోడు రైతు. మానై ఎదిగినా మొక్కోలె ఒంగే ఉండాలె" పెద్దరికంగా రాజేశం.

"రుణమాఫీ అంటిరి. సర్కారేమో మంజూరు చేసినంటది. బ్యాంకులకు పోతే ఏది... యాడ? మాఫీ సొమ్ము ఖాతల జమ కాలేదంటడు. అప్పు అట్లనే... వడ్డి అట్లనే... రోజుకింత హనుమాన్ తోకలెక్క పెరుక్కుంట" అన్నాడు ఈశ్వరయ్య.

"పెద్దనోట్ల పున్నెమాని ఉన్నది బోయింది ఉంచుకున్నది బోయింది అన్నట్టాయే" భీంరావు.

"ఆరుగాలం కష్టం చేసి అన్నం పెట్టే రైతుల నోట మట్టి. కంపెనీలకేమో సబ్సిడీ. నకిలీ విత్తనాలతోటి దగాపడ్డ రైతు అప్పులతో పాతాళంల కూరుకుపోతాంటే ఏటికేడు నకిలీ విత్తనాలతో రైతును నిలువునా దోచిన కంపెనీలు పైపైకి ఆకాశంలకే" గత ఏడాది వేసిన మొక్కజొన్న మొలవక దగాపడ్డ యువరైతు రాములు.

"అనకొండలను వదిలి ఆనపాములపై చర్యలు. రోగం ఏడ పుట్టిందో తెలుసుకోకుంట పైపై పూతలు. పచ్చగా ఎదగాల్సిన రైతుబతుకు ఎండిన మోడువోలె" కడుపులో దాచుకున్న ఉప్పెనలు సుడులు తిరుగుతుండగా భీంరావు.

"చిన్నప్పుడు పండిన పంటలకెల్లి ఇత్తనం తీసి నిల్వచేసేటోడు తాత. ఇప్పుడేమో అన్నీ కొనుడే. పండించిన పంట విత్తనానికి పనికి రాదంటున్నరు" భీంరావుకేసి చూస్తూ నోరు పెగిల్చి నెమ్మదిగా అన్నాడు నారాయణ.

"బ్యాంకోనింట్ల పీనుగెల్ల. దినాం తిరిగి తిరిగి యాష్టకొచ్చే. మన పైసలన్నీ యాడ కాలవెట్టిండో" ఈశ్వరయ్య.

"ఆని మొదలారిపోనూ... నెట్టు పనిజేస్తలేదంటడో దినం. పైసలు లేవంటడో దినం. మీదున్న వరుణ దేవుడు కనికరించిండు కానీ గీ మేనేజర్ దేవుడు కనికరిస్తలేడు. ఇయ్యాల్లున్న ఇత్తడో" దోతీ ఎగవెట్టి చేతికున్న వెండి కడియం సవరించుకుంటూ వచ్చాడు మోతుబరి రైతు రంగయ్య.

"ఏదోటి జెయ్యాలె. ఇట్ల ఎన్నొద్దులే" అన్నాడు శివాలెత్తుతున్నట్లుగా భీంరావు.

"ఏం జేత్తవురా.. ఆ... ఎండి నెర్రవద్ద నేల లెక్కున్న రైతు సావలేక, సంపుకోను మనసురాక రోడ్డెక్కితే ఏమయిందిరా... రైతుల ముడ్డిపూస బొక్కలిరగ్గొట్టి లోపలేసిరి" తోసుకొస్తున్న ఆవేశాన్ని అదుపులో పెట్టుకో ప్రయత్నిస్తూ ఏం చేయాలో తోచని ఈశ్వరయ్య గొణిగాడు.

"ముప్పూటలా తిండివెట్టే మనకింత పరేషాన్ చెయ్యవట్టిరి. మనం అరక దున్ని యవుసం జేసుడంటే యుద్ధం జేసుడే. భూతల్లిని కాపాడుకోవాలె. నీటిని, కరెంటుని, ప్రకృతిని ఎన్నింటిని తట్టుకొని దాటుకొని విత్తనం కొంటే అది అసలో, నకిలీనో తెల్వకచ్చే. అటెన్క తీరొక్క తెగుళ్ళు పుట్టుకొచ్చే పురుగుమందులకు. కొత్తగా ఎల్లిన తెగుళ్ళకు పురుగుమందులు పంజేత్తయో లేదో... అంత జూదం తీర్గ మారె. పంట పండిత్తే దాన్ని అమ్ముడు ఒక యుద్ధమేనాయే" నశ్యం పీల్చుతూ రంగయ్య.

"ఏది కొను... తయారుజేసినోడే ధర నిర్ణయిస్తడు. కానీ మన పంటకు మనం రేటు ఇవ్వం. ఎవ్వడో వచ్చి ఏ రేటు కడిగితే ఆ రేటుకు అమ్ముకొనుడు. ఇగ గిప్పుడు పైసా చేతికొచ్చేటందుకు యుద్ధం జేసుడేనాయే" యువరైతు రాములు.

"ఆ మన విత్తునం మనది గాకపాయె. మనమేసే ఎరువు, కొట్టే మందు ఏదీ మనది గాకపాయె. అన్ని గా కంపినోళ్ళవేనాయే. ఆడే రేటుకు అమ్మితే ఆ రేటుకు మనం కొనాలే. ఆల్లెట్ల జెప్తే అట్ల జేస్కుంటా పోతుంటిమి. పొమ్మనకుంటా పొగ వెడుతున్నరు" భీంరావు.

"పెనం మీది కెల్లి పొయ్యిల వడ్డట్టు అయ్యే" నారాయణ.

"అవునే... సమస్యల మూలాల్లోంచి పరిష్కారాలు వెతక్కుందాం. మనం పరాధీనులం కావొద్దు. విత్తనాల రూపంలో ఎరువుల రూపంలో జ్ఞానం రూపంలో మార్కెట్ రూపంలో పరాధీనులం కావొద్దు. అందరం ఒక్కమాట మీద నడుద్దాం. మన ఊర్లో ఆత్మహత్యలు తలెత్తకుండా చూసుకుందాం" రాములు.

"అన్నా చేన్లకెల్లి యాద్గిరిని తెచ్చింరా?" అడిగాడు అవేమీ పట్టించుకోని నారాయణ.

మనిషయితే అక్కడున్నాడుకానీ మనసు ఎటెటో తిరిగి యాదగిరి దగ్గరకొచ్చి ఆగుతోంది. పద్మవ్యూహంలో చిక్కుకున్న అభిమన్యుడిలా ఉంది పరిస్థితి. ఒక్కసారి యాదగిరి స్థానంలో తనని ఊహించుకున్నాడు. వామ్మో... కుటుంబం దిక్కూ దివాణం లేనట్టయితది.

అంతలో బ్యాంకు తలుపులు తెరిచారు. ఒకరిద్దరు లోపలికి వెళ్ళబోతుంటే ఐదు నిమిషాలాగమన్నారు సిబ్బంది.

మళ్ళీ అంతా ముచ్చట్లలో...

"ఖరీఫ్ లోన్ల ముచ్చటనే తీస్తలేరు. ఎట్ల జేసుడో ఏవో. పత్తి నాటుదమని చేను పొతంజేసి పెట్టుకున్న. విత్తనాలకు, ఎరువులకు పైసలు లేకపాయే. దినాం క్యూలో నిలబడితే తప్ప విత్తనాలు దొరకుతలేవట" అని, నెత్తిమీదున్న కొమ్మపైన వాలిన కాకిని కొట్టి "మనిషి అంటేనే మట్టి, మట్టి అంటేనే మనిషి, మనని హత్తుకుంటది. కంచెలా కాపాడే ప్రయత్నం చేస్తది. నిత్యం బతుకు పోరాటం" చెప్పుకుపోతున్నాడు రంగయ్య.

బ్యాంకు తలుపులు పూర్తిగా తెరిచి రావచ్చని బ్యాంకు అటెండర్ సైగతో ఈ రోజైనా నిరీక్షణల కాలం ముగిసి రేపుకు జీవం పోస్తుందేమోనన్న ఆశల వర్షంలో ఊపిరద్దుకుంటూ కదిలారు.

* * *

"పైసలు తెచ్చుకున్నవాయే కాకా" అంటూ వచ్చి కచేరి కాడ కూర్చున్నాడు నారాయణ.

"ఆ తెచ్చిన గనీ ఇట్లా పైసలిచ్చుడు కంటే పంటకు గిట్టుబాటు ధర ఇత్తే మంచిగుంటది" సాలోచనగా అక్కడున్న అందరి వైపు చూసి చేతికున్న దండకడియం సర్దుకుంటూ "పట్నం పోయినవ్ గద. ఎన్నడొచ్చినవ్" అడిగాడు రాములు.

"ఇగో ఇదే వచ్చుడు" నారాయణ మాట పూర్తికాకుండానే...

"అవునే రాములన్నా... పూక్యానికిచ్చే ఈ పైసలు కాదే రైతుకు కావాల్సింది, నువ్వన్నట్టు గిట్టవాటు ధర. అదియ్యరు. ఎరువులు, పురుగుమందుల ధరలు ఆకాశం మీదికెల్లి దించరు. మన కోసం ఏమో జేస్తున్నమని మాస్తు బిల్డప్" మరో రైతు నర్సయ్య తన మనోగతం.

"అవ్... ఎన్నడు గింతంత పంట తియ్యనోడు పడీతు పెట్టినోడు అంత ఎవుసం కర్సులకు సర్కారీ పైస కొంటబోవట్టే. నా అసొంటి కౌలుదారులకు పైస ఇయ్యకపాయే" కించిత్ బాధతో అని భుజం మీది కండువా విదిలించి దులిపి మళ్లీ భుజం మీద వేసుకుని ఏదో పని ఉన్నట్లు బిరబిరా వెళ్ళిపోయాడు సాయిబాబు.

"మా వోడు మంచోడంటే మంచం కాళ్ళిరగ్గొట్టిండట... గట్లున్నది. నా చెక్కు బ్యాంకుల సెల్లకనేపాయె" అన్నాడు మల్లయ్య తుపుక్కున ఊసి దాని మీదకు ఎడమకాలి వేళ్ళతో మట్టి జరుపుతూ.

"అట్లెట్లనే... బ్యాంకుల మా పైసలు మాకిచ్చిర్రు" నర్సింహ అంటుండగా అవునన్నట్లు మిగతావాళ్ళు తలూపారు.

"చెక్కు ఎందుకు చెల్లదో మండలంకి పోయి అర్సుకోవాల్నట. అటే పోతాన్న" అంటూ పక్కనున్న సైకిల్ తీశాడు మల్లయ్య.

"మిత్తికి తేకుంట గిట్లనే ఎల్లకాలం ఎవుసం కర్సులకు నడిపితే" నారాయణ అంటుండగానే... కాస్త ఆవల ఎవరితోనో మాట్లాడుతున్న కాశయ్య అందుకుని "ఇత్తరంటవానే" ఆశగా అందరినీ చూసి "సెల్లె, పిల్లలు మంచిగున్నరా" అని నారాయణని పలకరించాడు.

"ఇయ్యరు. ఇయ్యనే ఇయ్యరు. అచ్చే యాడాది ఓట్లున్నయి గద. గందుకే మన ముంగట బొక్క యేసుడు" అప్పటివరకూ మౌనంగా వాళ్ళ మాటలు వింటున్న బలరాం కచ్చితంగా తెలిసినట్లు చెప్పాడు.

"తాటెడు తిన్నడు, ఆకిలి తట్టుకొని ఆడే పడ్తడు. సూడుర్రి" నర్సయ్య.

* * *

"రైతుబంధు చెక్ తీస్కపొయి పైసల్ తెచ్చుకుంట. మా నాయన, మా తాత జేసినట్టు కంపెనీల ఎరువులు, పురుగుమందులు లేని ఎవుసం జేత్త. పొట్టకూటికి

లోటు లేకుంట జూసుకుంట. నువు పోకే. నన్నిడిచి పోకే" భార్య చేతులనుకుని పక్కనున్న సంచీ పట్టుకుని నలుపుతూ అంటున్నాడు నారాయణ.

"ఏందయ్యో... పట్టపగలు ఎవుసం జేత్తనని కలలు గంటున్నవ్. ఐతారం లేదు శనారం లేదు దినాం చేన్లనే పడి సచ్చినవ్. ఉట్టికెగరలేనమ్మ సొర్గాని కెగురుతా నన్నట్లు జేసినవ్. ఇగో మిత్తి మీద మిత్తిగట్టి ఇల్లాకిలి పోయి, చేను చెల్కబోయి గీ చెట్లకింద జేరినవ్. నీకు నాకు చెక్కులెవరిత్తరయ్యా" కసిరింది నారాయణ భార్య.

"పది మందిని కడుపుల దాసుకునే పల్లె మనను ఎల్లగొట్టే. బిచ్చగాడి బతుకయ్యే. ఏంజేతురో" ఒకచేత్తో తల కొట్టుకుంటూ మరో చేయి భర్త నుదిటిపై వేసింది. జ్వరంతో కాలిపోతున్న అతన్ని చూస్తుంటే ఆమెలో దిగులు.

మూసిన కళ్ళు తెరవకుండానే గతంలోకి వర్తమానంలోకి కలగాపులగంగా ప్రయాణిస్తున్న నారాయణ... కలల వసంతంలోకి అడుగిడుతున్నవాడల్లా ఉలిక్కిపడ్డాడు. దుఃఖం, బాధ కలగలిసిన భార్య గొంతు, ఆమె చల్లని చేయి వాస్తవంలోకి తెచ్చిపడేసింది. మూసిన కళ్ళు తెరవకుండానే ఇదంతా కలా... నిజం కాదా అని నీరసపడిపోయాడు. కాదు కాదు నిజం. కాలం తనలో కలిపేసుకున్న నిజం. ఎన్నెన్ని ఆశలతో జీవితం మొదలుపెట్టాడు. జీవంలేని చొప్పకట్టెలెక్క పడున్నాడు.

వేసవి వడగాడ్పులు... ఆకులు రాలుస్తున్న చెట్టు ఊగిపోతూ. రేపోమాపో నాలుగు చినుకులు పడి ఈ చెట్టు చిగురిస్తుంది. పూలు పూస్తుంది. కాయలు కాస్తుంది.

మరి తన జీవితం..?!

ఈ జీవితంలోకి వసంతం తొంగిచూసే జాడలేవీ..? మగత మగతగా లోలోనే గొణుక్కుంటున్నాడతను.

– 'మోదుగుపూలు', మే 2018

చెదిరిన చిత్రం చిగురిస్తుందా

"మా బాపు ఉద్యోగరీత్యా బదిలీ అయినప్పుడల్లా నా మనసు ఎంత విలవిలలాడేదో. నా దోస్తులందరినీ వదిలిపోవాల్సి వచ్చినప్పుడల్లా ఎంత ఏడ్చేదాన్నో. నిండు కుండ భళ్ళున బద్దలయినట్టు ఫీలయేదాన్ని" చెప్పుకొచ్చింది శివరాణి పక్కనున్న లీలా టీచర్‌తో.

"అవును మేడం. నేనింత పెద్దగయ్యిన్నా నాకూ అదే దిగులు. అదే బాధ. ఐదేళ్ళ సంది ఉన్న బడిని ఒదిలొచ్చుడు మనసుకు ఎంత రపరపయిందో ఎట్ల జెప్పేది?" కన్నబిడ్డలా ఆ బడిపై పెంచుకున్న మమకారాన్ని, అనుబంధాన్ని గుర్తు చేసుకుంటూ కొద్ది క్షణాలు ఆగి గట్టిగా ఊపిరి పీల్చి వదిలింది లీల.

"ఆ... మేడం, నేను స్కూల్ గురించి విన్న. దాని అభివృద్ధికి మీరు చేసిన కృషి... ఆ బడికి డివిజన్లో వచ్చిన గుర్తింపు" చుట్టూ పరుచుకున్న రకరకాల ఆకుపచ్చని షేడ్స్‌తో కనిపించే పచ్చని పంట పొలాలనే పరికించి చూస్తూ శివరాణి.

"ఆ బడిపిల్లలతో వారి తల్లిదండ్రులతో, ఊరితో అనుబంధం ఒదిలి దూరంగ ఇట్ల ఎన్నడైన వెళ్ళిరావాల్నని తెల్సినా..." నిట్టూర్చి, ఓ దీర్ఘ శ్వాస తర్వాత మళ్ళీ తానే "ఆఊరితో ఊరోళ్ళతో నా సంబంధ బాంధవ్యాలు తెగిపోవు. కొనసాగించవచ్చు. కానీ వీళ్ళ పరిస్థితి అట్ల కాదుగద మేడం. తరతరాల బంధమాయె. ఆ అనుబంధాన్ని శాశ్వతంగా జలసమాధి చేయాల్సిందేననుకుంటుంటేనే వేయి శూలాలు గుండెల్లో గుచ్చుకున్న బాధ" అంది లీల బడివైపు అడుగులు వేస్తూ.

లీల మొహంలో కనిపిస్తున్న భావ వీచికల్ని చూసి ఈవిడ చాలా సున్నిత మనస్కురాలు అనుకుంది పక్కనే నడుస్తున్న శివరాణి.

రెండడుగులు వేసారో లేదో ఐదో తరగతి చదివే సునీత నాయనమ్మ రాజవ్వ కనబడి "నమస్తే మేడం" శివరాణిని పలుకరించి ఎవరన్నట్లుగా లీలకేసి కళ్ళు చికిలించి చూస్తోంది.

"అంత మంచిదేనా" పలుకరించింది. కానీ, అడగవలసిన ప్రశ్న కాదేమోనని ఫీలయింది శివరాణి.

"ఏం మంచిగ? గిదే మంచిగ. మనసు మనాదితోటి అడ్లు రాలిన కల్లమయ్యే... ఏంజేత్తం? అనుమాండ్ల కాడ దండలేస్కోని రోజొక్క గ్రూపు కుసుంటాన్నం. గా... పెద్దాయనకేమన్న దయొచ్చి దర్శనమయితడేమోనన్న ఆశతోని" గొంతు గద్గద మవుతుండగా రాజవ్వ.

అంతలో కఱ్ఱ కొట్టుకుంటూ అడుగులో అడుగు వేసుకుంటూ వచ్చి వీళ్ళ దగ్గర ఆగిన ముదిమి జాలవ్వ అందుకుని "ఊరు వాడ వదిలి మమ్ముల ఊరపిచ్చుక లెక్క పొమ్మంటే యాడికి ఎగిరిబోతం. ఏడికో పోయిన ఆ కొత్త జాగల మాదేముంటది? తాత ముత్తాతల కెల్లి ఇంకా అంతకు ముంగట ఎన్ని జమాన్లు నడిచెనో. అసొంటి ఊరిది. రజాకార్ల జమానాల సుత గిట్ల లేకుండే. మా ఊరోళ్ళే ఆల్లను గుట్టల్లకు తరివికొట్టిరి. గిప్పుడు గా రజాకార్లోలె మందకు మంద ఊరి మీద వట్టిరి. ఏవేవో కమ్మలు ముంగటవెట్టి నిశానీ ఏపిచ్చుకుంటిరి. ఊరికి ఏమైతాందో" బోసినోటి జలవ్వ లోపల పొంగి పొర్లుతున్న దుఃఖపు నది తీవ్రతకు గొంతు పెగలక తడారిన కళ్ళను పైట చెంగు వెనకకు తోచేస్తూ అక్కడే కూలబడిపోయింది.

"ఈడ్నే పుట్టినం ఈ మట్టిలనే కడతేర్తం అనుకొంటిమి. గిట్ల అంటరని ఎన్నడన్న కలగంటిమా" నిట్టూర్చింది రాజవ్వ.

నిజమే, అది ఒట్టి ఊరేనా... దానికెంతో చరిత్ర, వాళ్ళకెంతో గుర్తింపు. వాళ్ళకో అస్తిత్వాన్నిచ్చిన స్థలం. ఆ ఊరితో, ఊరిజనంతో, చెట్టుచేమతో, రాలురప్పలతో, చేనుచెల్కతో, ఆకుఅలుములతో, వాగువంకలతో గుట్టలతో పిట్టలతో పైరగాలితో పెనవేసుకున్న అనుబంధం... ఎన్నెన్నో జ్ఞాపకాల సమాహారమే ఊరు. మా ఊరు, మా ప్రాంతం అనే ఆత్మగౌరవంతో పాటు ఎన్నిరకాల సెంటిమెంట్లు ఊరి చుట్టూ ముడిపడి ఉంటాయో... మనసులో తలపోసింది లీల.

'కళ్ళు తెరిచినా మూసుకున్నా నా ఊరు ఇక ఉండదన్న మాటలే చెవుల్ల జొర్రీగల్లెక్క తిర్గవట్టె. ఊరు మునిగిపోతదన్న ముచ్చట చెవుల బడ్డప్పటి కెల్లి నా పానం గిప్పుడే ఉన్నదున్నట్టు పోతే మంచిగుండనిపియ్యవట్టే. గిట్ల ఈ మట్టిల్నే కల్సిపోవాలె. మా వంశపోల్లంతా గీ మట్టిలనే... నన్నూ ఆడికే కొంటబొమ్మని దేవునికి మొరవెట్టుకుంటాన్న" అరవై ఏళ్ళ రాజవ్వ ఆవేదన ఆ టీచర్లిద్దరి గుండెని మెలితిప్పింది.

తన వాళ్ళ జీవితం ప్రవహించిన చోటే, ఆ శ్వాసలో శ్వాసై పోవాలనుకుంది. ఆమె కోరికలో తప్పులేదు కదా అనుకుంది శివరాణి.

"తెలంగాణా ప్రజల చరిత్రను కాపాడుకుందం, మనని మనం బద్రం చేసుకుందం అంటే మాస్తు కొట్లాడితిమి. పోరాడితిమి. ఓట్లన్ని గుత్తవట్టినట్టు ఒక్క దిక్కే గుద్దితిమి. మా రాజ్యం మాకొచ్చెనని సంబురాలు జేసుకుంటిమి. కానీ ఇప్పుడు" చచ్చిన శవం ముందు కూర్చుని ఏడ్చినట్లు శోకం పెట్టింది రాజవ్వ. కన్నీటి సముద్రమైన ఆమెను ఎలా సముదాయించాలో తెలియక తికమక పడ్డారు శివరాణి, లీలా టీచర్లు.

ఆమె దుఃఖం చూస్తుంటే తనకే ఆ బాధ, కష్టం వచ్చినట్లుగా హృదయంలోంచి దుఃఖం పొంగుకొచ్చి కనురెప్పల గుప్పిట్లో దాచుకున్న బిందువులు ఒక్కొక్కటి ఆమెకు తెలియకుండానే జారిపోతున్నాయి లీల కళ్ళ నుండి.

అది చూసిన శివరాణి "మూడు నెలల సంది వినీవినీ మేము కొద్దిగా బండబారినం. మీరు కొత్త కదా. అట్లనే ఉంటది టీచర్" అంది.

లంచ్ టైం ముగుస్తుండడంతో మౌనంగా స్కూల్‌వైపు నడుస్తున్నారు టీచర్లిద్దరూ. వారి మనసులు మేఘావృతమై వారి భావోద్వేగాలు భారీ చినుకులై కురుస్తుండగా వుదయం జరిగిన సంఘటన కళ్ళ ముందు మెదిలింది లీలకి.

* * *

హాజరు వేసుకొని వెళ్ళిపోతున్న సుజల, కరిష్మా, పారిజాత, రజితలను పిలిచింది. నలుగురూ ఏడో తరగతి పిల్లలే. వాళ్ళ క్లాస్ టీచర్ తను.

"అదేంటి అట్లా పోతున్నారు క్లాసులో కూర్చోకుండా" అడిగింది.

"మేడం ఒకళ్ళకు అన్నం పెట్టాల్నంటే మరొకళ్ళకు బంద్ చెయ్యాలన్నా" రజిత ప్రశ్న బాణంలా దూసుకొచ్చింది.

తనేమడిగింది వాళ్ళేం చెబుతున్నారు? ఒక్క క్షణం లీలకు అయోమయంగా తోచింది. ఆమె చూపుల్ని చూసి నలుగురూ ఒకళ్ళ మొహాలు ఒకరు చూసుకున్నారు.

చీకటిని చీల్చే జవాబు ఏమన్నా వస్తుందేమోనని "చెప్పండి మేడం" ఏ మాత్రం సంకోచం లేకుండా రెట్టించింది రజిత.

ఆ పిల్ల సీమ మిరపకాయలాగా కన్పించింది లీలా టీచర్ కళ్ళకి.

టీచర్ ఏమి చెబుతుందా అన్న ఆత్రుతతో చూస్తున్నారు నలుగురూ. వారి వెనకే క్లాసులోంచి బయటికి పోబోయిన మిగతా విద్యార్థులూ ఆగి చెవులు రిక్కించి నిల్చున్నారు.

"ఆకలి ఎవరికైనా ఒకటే కదా. అందరి ఆకలీ తీరాలి" లీలా టీచర్ చెబుతున్నది ఇంకా పూర్తికాకుండానే...

"ఒకళ్ళకు ఆకలున్నదని, ఆపతున్నదని ఇంకొకళ్ళ నోటికాడి బువ్వ ఇగ్గుకబోయి ఆకలున్నోడి ముంగట పెడతారా. మరి నోటి ముందు కూడు పోతే ఈని అకలెట్ల తీరాలె" సునామీ తీవ్రతతో కరిష్మా ప్రశ్న దూసుకొచ్చింది.

"ఇదెక్కడి న్యాయమో తెలుస్త లేదు" నరాలు పొంగుకొస్తుండగా పారిజాత.

"అక్కడ నాలుగు జిల్లాలల్ల రైతులకు కూడు బెట్టాల్నంటే ఈడ మా పొట్ట కొట్టాల్నా మేడం? మేము రైతులం కాదా? మేం మనుషులం కాదా మేడం?" భూగోళం అంచులు దాటేలా వాడి చూపులతో రజిత లీలకేసి చూస్తూ.

"మొన్నటిదాంక మన రాష్ట్రం మనదే. మన కొలువులు మనకే. మన మాట మనదే అని ఏమేమో చెప్తే నిజమనుకుంటిమి. ఊరు ఊరంత ఓట్లేసి గెలిపిస్తే... కుప్పలు కుప్పలుగా అస్థిపంజరాలు పేరుస్తున్నరు" అంటూ వచ్చి అక్కడ నిలుచుంది పదో తరగతి చదివే ఈశ్వరి.

"మునిగిపోయే మీ భూమి జాగలకు పైసలిస్తమని అంటున్నరు గద. మీరంతా ఎందుకింత బాధపడుతున్నరు" వారి మనసులో విషయం తెలుసుకుందామని లీల ప్రశ్న.

"ఆ... ఏమిస్తరు మేడం. మెడకు తాడు బిగిచ్చి గుడ్లు ముంగటికి పొడుచు కత్తాంటే నోరంత ఎండ్కబోయి గుండె గడబిడ అయితాంటే బారాణాకు చారణ ఇస్తరా? ఏం జేస్కోను?" మట్టివాసన గుబాళించే ఈశ్వరి.

"మేడం పైసలు కాదు భూములకు భూములు, ఇండ్లకు ఇండ్లు. అన్ని ఇక్కడ మాకేమున్నాయో అవ్వన్నీ కొత్త జాగల ఇవ్వుమనుడ్రి" సాలోచనగా సుజల.

"అయ్యన్నీ ఇచ్చిన బీ గా ఊరు మన ఊరయితదావే. మన శ్వాసలో ప్రవహించే ఈ ఊరి జ్ఞాపకాలు తెచ్చిస్తరా? మన మనసుకు అయిన గాయాలు మాన్పుతరా" కొద్దిగా కసిరినట్లుగా ఈశ్వరి.

"మిరపకాయల ఘాటుకంటే ఎక్కువ ఘాటుగా ఉన్నాయి మీ మాటలు" వాతావరణం తేలిక చేసే ఉద్దేశంతో నవ్వుతూ అంది లీలా టీచర్.

"అవును, కడుపునొప్పి, మంట ఉన్నోడికే ఆ బాధ తెలుస్తది. మీకేం తెలుస్తది? ఇట్లనే నవ్వుతరు. మా లోపటికి తొంగి చూస్తే తెలుస్తది మా గోస" సీరియస్‌గా అంది ఈశ్వరి.

నిజమే. మునిగేది గ్రామం. వారి భూములూ ఇళ్ళు, వారి చుట్టూ ఉన్న జంతుజాలాలే కాదు, వారి జ్ఞాపకాలు. ఒలిచిన కొద్దీ గుట్టలు గుట్టలుగా పేరుకుపోయే వారి జ్ఞాపకాలకు ఏ పరిహారం ఇవ్వగలరు? భవిష్యత్‌పట్ల అందమైన కలలతో గుండె నిండా ఊహలతో ఉండాల్సిన పసివారి గుండెల్లో ఎన్నెన్ని గాయాలు. మోడువోయిన అలసత్వపు జాడలే. మౌనంగా తలపోస్తున్న లీలా టీచర్ ఆలోచనల్ని భంగపరుస్తూ

"కడుపు నిండిన మాటలట్లనే ఉంటయ్" అని ఒకరంటే, "మనని బండరాయో, మట్టిముద్దనో అనుకుంటున్నరు. ఏడ బడేస్తే ఆడ పడి వుంటమని" అంటూ మరొకరు అనుకుంటూ ఒకరి వెనుక ఒకరు అంతా వెళ్ళిపోయారు.

చూస్తే స్కూల్ దాదాపు ఖాళీ. దూరంగా కన్పిస్తున్న ర్యాలీలో కలిశారు వాళ్ళంతా. వారి మాటలూ చూపులూ లీలా టీచర్‌కు ఎక్కడో గుచ్చుకుంటున్నాయి. తననే ప్రశ్నిస్తున్నట్లుగా ఉంది. వాళ్ళు వెలుతురు పొట్లమేదో విప్పుతున్నట్లుగా తోస్తోంది. తనలోకి తాను తొంగి చూసుకోవడం మొదలుపెట్టింది.

కొద్ది గంటల క్రితం వరకూ మల్లన్నసాగర్ రిజర్వాయర్ వస్తే నల్లగొండ జిల్లాలోని తమ భూములకు రేటు పెరుగుతుందని ఆశపడింది తను.

రెండొందల ఎకరాల ఆసామి తన మేనమామ. ఆయన పొలాలన్నీ ఈ ప్రాజెక్టు కింద పోతాయని అనుకున్నప్పుడు మార్కెట్ రేటు ఒకటైతే ప్రభుత్వం ఇచ్చే పరిహారం మరొకటి ఉంటుందని ఎంత దిగులు పడ్డారో. కాడెద్దులనే నమ్ముకుని బతికేవాళ్ళం ఏమైపోతామో ఎట్లా బతకాలో అని అత్త ఎంత గగ్గోలు పెట్టిందో. అలాంటిది ఇప్పుడవి పోవట్లేదని తెలిసి చాలా సంతోషపడ్డారు అంతా. వాళ్ళన్నట్లు తనది కడుపు నిండిన బేరమే. వాళ్ళ ఆకలి తనకేం తెలుసు.

* * *

ఎవరి ఆలోచనల్లో వారు ఉండగానే బడిలోకి వచ్చేసారు శివరాణి, లీలా టీచర్లిద్దరూ.

"ఏం మేడం... ఏమంటున్నారు" హెడ్మాస్టర్ అడిగాడు.

"ఏం చెప్పాల్సార్. వాళ్ళ గోస గోస కాదు. దుఃఖాన్ని దోసిళ్ళతో పట్టుకొచ్చిన. హృదయపు బరువు ఎట్ల దింపుకోవాల్నో తెలుస్తలేదు" అంటూ కుర్చీలో కొద్ది క్షణాలు కూర్చొని లేచి క్లాసుకు వెళ్ళింది లీల.

క్లాసులో ఎవ్వరూ లేరు. ఇంటర్వెల్ తర్వాత వెళ్ళిన పిల్లలు తిరిగి రాలేదు. ఆమె తిరిగొచ్చి స్టాఫ్ రూములో కూర్చుంది. అప్పటికే శివరాణి మరో ఇద్దరు సార్‌లు అక్కడ కూర్చొని ముచ్చట్లాడుతున్నారు.

"తెలంగాణ కోసం కష్టపడ్డారన్న గౌరవం ఉండే. అదంతా ఖరాబ్ జేసుకుం టుండు" కొద్దిగా సానుభూతి, అభిమానం కలగలసి అన్నాడు వీళ్ళ దగ్గరే కూర్చున్న హెడ్మాస్టర్.

"తాను తిన్నా తినకున్నా ప్రపంచానికింత తిండి పెట్టేది భూమిని నమ్ముకున్న రైతన్ననే. ఆ రైతన్న సర్వం కోల్పోతుంటే అరకొర పరిహారం ఇచ్చి చేతులు దులుపు కోవాల్నని చూస్తున్నారు. ఆటగాళ్ళకేమో పతకం తెచ్చారని పోటీలు పడి నజరానాలు" గొణిగి, మళ్ళీ ఆయనే "దళితులకు ఏడు లక్షలకు ఎకరం భూమి కొనిద్దామన్న ఎవ్వడు భూమి అమ్ముతలేడన్నోడు యీళ్ళకు ఎకరాకు ఐదారు లక్షలిద్దామంటున్నడు పెద్ద సార్" కొంచెం వ్యంగ్యం హిందీ సార్ గొంతులో.

"అధికారంలో ఉన్నవాళ్ళకి పేద ప్రజలు కానరారు. ఆనాడు బషీర్‌బాగ్ రైతులపై కాల్పులు... ఈనాడు మన రాజ్యంలో మన రైతులపై కాల్పులు" నిరసనగా శివరాణి గొంతు కలిపింది.

అక్కడ కూర్చున్న పంతుళ్ళు రాజకీయాల్లోకి దిగారు. శివరాణి బ్యాగ్‌లోంచి ఆదివారం అనుబంధం తీసుకొని అందులో లీనమైంది.

లీల టేబుల్‌పై ఉన్న పేపర్ అందుకుంది. ఏవీ బుర్రకెక్కడం లేదు. కొద్దిసేపటి క్రితం హనుమాండ్ల దగ్గర కూర్చున్న వారి మాటలే గందరగోళంగా ఆమె మదిలో మెదులుతూ ఉన్నాయి.

* * *

"వందల వేల ఎకరాలున్నోళ్ళను గడ్డకు ఏసుకుంట మా నెత్తిమీద కొట్టుకుంట బక్క పానాలను బొంద పెడ్తమంటున్నరు" నడివయస్కుడు భుజంపై తువ్వాలు దులిపి మళ్ళీ వేసుకుంటూ.

"మీరందరు కల్సుంటే ఆల్లేంది జేజమ్మలు తాతమ్మలు దిగొత్తరని అంటున్నరు గదనే" అన్నది బీడీలు సుట్టుకుంట ఓ యువతి.

"యాడిది... వచ్చేసింది... కుత్తుకల దాంకచ్చింది. ఇగ కాళ్ళు లేత్తయ్ రా... ఆగుల కొట్టుకపోతర్రా అని ఒకరొచ్చి అనవట్టె. ఆ నాయకుడొత్తడు, ఈ నాయకు డొత్తడు. సచ్చినోల్లను పరామర్శించేతందు కొచ్చినట్టొచ్చి పరామర్శించి పోతున్నరు" సోడాబుడ్డి అద్దాల తాత జవాబు.

"ఉస్మాన్‌బాషా, మహబూబ్ బాషా రాజరికం ఏలిన్నుంచి ఎట్టి కొట్టాలు జేసి అరిజనులే కానీ ఎవరేగానీ మేము ఆడ కల్లాలు జేసుకుంట బావులు కాపాడుకుంట సులైమానయితే పట్టాలు జేసుకొని పిల్లల కెల్లి అందరు కష్టపడి జేసుకుంటిమి. అంత గీ ఏట్ల కలిపేతందుకా" మరో వృద్ధుడి ఆవేదన.

గ్రూపులో లోను లేపి, ఇసొంటోళ్ళ అసొంటోళ్ళ తాన పైసలు తెచ్చి బిడ్డ లగ్గం జెత్తి. కూలో నాలో జేసుకుంట బతుకుతుంటి. గ్రూపుల పైసలు కట్టమని మెడ మీన కత్తివెట్టె. ఇంటి జాగకు పైసలిత్తరట. ఆలిచ్చే పైసలు ఏటికొత్తయ్. ఇంట్ల ఎడ్డిపిల్ల ఉండే. పదేన్నూర్లు పింఛను వస్తది. వేరే కాడికివోతే పింఛనిత్తరా. బతికుడెట్లా? మూలిగే నక్కమీద తాటి పండు బడ్డట్టయింది" వాపోతోంది ఓ నడివయసు ఒంటరి మహిళ.

"బరిబత్తల నిలవెట్టినట్టయ్యే"

"ఏ ఊరికి బోయిన దొంగలమయితం. మనూర్ల మనమే సర్దారులం. పోయిన కాడ ఓ రేషను కారట్, ఆధార్ కారట్, పింఛన్ ఏముంటాయో ఏముండయో. మంచికి చెడుకి ఎవరెట్లయితరో" కలగూరగంపలాగా సాగుతున్నయి మాటలు.

"గా భీంరావు పటేలు భూమి ఇచ్చిండట గద?" ఒకరి ప్రశ్న.

"ఆని భూమి జాగ ఉంటే తగులవెట్టుకోని గానీ ఆ నిప్పు ఊరంతా ఆగంజేత్తే చూసుకుంట ఊకుంటమా. ఊర్ల చిచ్చు బెట్టేటోన్ని తిరగగొడతం ఎర్కేనా?" ఆ మాటల్లో పట్టుదల, కడుపులో బాధ, కళ్ళలో కసితో ఓ పడుచు జవాబు.

"పుట్టినూరిది. పెరిగినూరిది. మా ఊరు మాకే గావాలె. కష్టపడి బంగ్లాలు కట్టుకున్నం. ఎంత మంచిగ కట్టుకున్నం. ఇయ్యన్నీ పన్నెండు ఆమడల తిరిగిన ఇంత సౌలత్ దొరుకుతదా? ఇంత మంచి జనం, నీళ్ళ సౌలత్ వదిలి ఎట్ల బోవాలె? ఈ ఊర్లనే ఆరుగురు కొడుకులను కని పెద్దోళ్ళను జేస్తి. ఇదంత కాటికి ఒదిలి నేనెట్ల పోదును. తిన్న కూడు సుత పెయ్యికింకుత లేదు" శోకం అందుకుంది కాలనీలో వుండే మైసమ్మ.

ఆమె వెనకే ఇంకొంతమంది. పొట్టకూటి కోసం, తమ అస్తిత్వం కోసం గమ్యం తెలియని దారుల్లో తప్పిపోయిన వాళ్ళలా ఉన్న వారిని ఓదార్చబోయారు లీల, శివరాణిలు.

అంతలో "నేను బయట బతుకుత. ఊరంత అట్ల బతుకుతదా? ఆగమైపోరా? ఎప్పుడయినా ఎవడయినా బోయేదే. బతికితే అందరం బతకాలె. లేకుంటే అందరం ఆ నీళ్ళల్లనే పడి చావాలే. అంత దాన్క ఎత్తిన పిడికిలి, కలిపిన చెయ్యిడవొద్దు" కూలిపోతున్న మానవత్వపు జెండా సమున్నతంగా ఎగురవేస్తూ ఆ గ్రామసర్పంచ్. ఆ వెనకే మరికొందరు పెద్దలూ.

పోతరాజుల కొరడా చిందేసినట్లున్న వాతావరణం ఒక్కసారిగా గంభీరంగా మారిపోయింది.

* * *

ఆ దృశ్యం లీలా టీచర్ కళ్ళముందు లీలగా కదలాడుతుండగా... మిలమిల మెరిసే వేగుచుక్కల్లా వారు చరిత్రపుటల్లో తమ పేజీకి రంగులద్దుతూ జీవం పోస్తున్నట్లే, బతుకమ్మను సరికొత్తగా పేరుస్తున్నట్లే, ఆకురాలిన చెట్టుపై పిట్టలు చెదిరిన చిత్రాన్ని చిగురింప చేస్తున్నట్లే తోచింది ఆమెకు.

(దాశరథి స్మారక రచనల పోటీలో ప్రత్యేక బహుమతి పొందిన కథ)

– నవతెలంగాణ 'సోపతి', 2017

పడమట ఉదయించే సూర్యుడు

నా గల్లీకి నా మట్టికి నా ఊరికి చేరువవుతున్న కొద్దీ పులకరింత నా తనువంతా వ్యాపిస్తూ శరీరం దూదిపింజలా తేలికైపోతోంది. ఎంత వడివడిగా వేసినా నా అడుగులు నెమ్మదించినట్లుగా... నా ఇంటిదారి దూరం పెరిగిపోయినట్లుగా... ఏమిటిలా... అంతలోనే అదిమిపెట్టిన సందేహాలు మళ్ళీ మళ్ళీ పొడుచుకొస్తూ... నా వాళ్ళు నన్ను గుర్తిస్తారా? దాదాపు పదిహేనేళ్ళ పైనే అయింది చూసి. ఎటు పోతున్నాడో కూడా తెలియకుండా పోయి పోయి ఇప్పటికి ఇన్నాళ్ళకి ఇన్నేళ్ళకి తన వారికి చేరువ కాబోతున్నాడు. వాళ్ళంతా తనని మరచిపోయారేమో. అమ్మ కన్నీరు ఇంకిపోయేలా ఏడ్చి ఉంటుంది. నాన్న మనసులో మెలిపెట్టే బాధని నుదుటి మడతల్లోనో బుర్ర మీసాల్లోనో దాచేసి అమ్మని ఓదార్చి ఉంటాడు. అసలు ఏమయ్యాననుకున్నారో... ఆలోచనల్లోనే ఊళ్ళోకి అడుగుపెట్టేశాడు సురేష్.

గంపెడు పిల్లలకోడిలా సందడి సందడిగా ఆప్యాయత అభిమానం కలబోసిన ప్రేమపూర్వక పలకరింపులూ, పరాచికాలూ, ఆత్మీయ కలయికలూ, ఎంతో నిండుగా సవ్వడి చేసే పిల్లల కేరింతలు, లేగదూడల అంబా అరుపులూ, పిచ్చుకల కువకువలూ, కోయిల పాటలూ, పక్కగా పారే సెలయేటి గలగలలూ, పచ్చని పొలాల మీదుగా వీచే పైరగాలి, ఇళ్ళ ముందు ఆహ్వానం పలికే బంతీ చేమంతులు, మల్లె-మందారాలు, గులాబీల గుబాళింపులు కంటికింపుగా హరివిల్లులా కదలాడే తన పల్లె స్వాగతించే క్షణాల కోసం తపించిపోయిన సురేష్ మూగనోము పట్టినట్లున్న ఊరిని చూసి ఆశ్చర్యపోతూ... ఈ సాయం సంధ్యా సమయంలో వడివడిగా ఇళ్ళకు చేరే కూలీ

మహిళలు, రైతులు, పశువులు ఏరీ... ఎక్కడ? రకరకాల సందేహాలు మదిలోంచి తొలుచుకొస్తుంటే చుట్టూ పరికిస్తూ నడుస్తున్నాడు సురేష్.

పూరిపాకల స్థానంలో అక్కడక్కడా డాబా ఇళ్ళు, చాలా ఇళ్ళు పాడుబడ్డట్టుగా... ఆ పచ్చదనం, ఆ నిండుదనం లేనేలేదు. కాంతి విహీనంగా. ఒక్క మాటలో చెప్పాలంటే వల్లకాడులా అగుపిస్తూ... పెంటకుప్పలపై కాళ్ళతో కెలికి ఆహారం అన్వేషించే కోళ్ళు, చెట్లపై చేరే పక్షుల కిలకిలారావాలు... ప్రకృతిలో మమేకమైన ఆ క్షణాలు గుర్తుకొస్తుంటే సావాసగాళ్ళెవరన్నా కన్పిస్తారేమోనని చుట్టూ పరికిస్తూనే తన ఇంటి ఆనవాళ్ళ కోసం ప్రయత్నిస్తున్నాడు. నీళ్ళు మోసే అమ్మలు, అవ్వలు, అక్కలు, చెల్లెళ్ళు ఎవరూ కన్పించరేం. ఆలోచిస్తూ నాలుగడుగులేశాడో లేదో మంచినీటి బోరింగ్ దగ్గర రంగు వెలసిన ప్లాస్టిక్ బిందెలతో ఇద్దరు మహిళలు... ఒకావిడ వెళ్తూ, మరొకావిడ పంపు కొడుతూ. మిలమిలలాడే ఇత్తడి బిందెలు, తళతళలాడే స్టీలు బిందెలు, వెండిలా మెరిసే సీమెండి బిందెలు కళ్ళలో మెదులుతుండగా కళ్ళు చికిలించి చూస్తున్న వారిని గుర్తించడానికి ప్రయత్నిస్తున్నాడు. ఎండిపోయినట్లున్న బక్క పల్చటి అవ్వను చూస్తుంటే బాగా ఎరిగిన పోలికల్లాగే వుంది. పోల్చుకోడానికి అతని మెదడు వేగంగా కదులుతోంది. ప్చ్... లాభం లేదు. ఆమె నీళ్ళ బిందెతో వెళ్ళిపోయింది.

ఊరు మొదట్లోనే బోరింగ్ దగ్గరలోనే తన ఇల్లు. కాని ఆనాటి నా ఇంటి ఆనవాళ్ళేవీ లేవే. ఎలా గుర్తించను? ఇల్లు డాబాగా మారిందనుకున్నా వెనక దొడ్లో వుండే మామిడి, తాటి, ఎదర ఉండే కొబ్బరి చెట్లేవని వెతికాయి అతని కళ్ళు. ఊళ్ళో అసలు తాటిమానే కనిపించలేదు. అక్కడక్కడా తలలు విరిగిన కొబ్బరి చెట్లు అనాథల్లాగా. గత జీవితానికి మూగసాక్షిగా నిలిచినట్లుగా ఉన్న ఊరిని చూసి అతని మనసు మూగగా రోదిస్తోంది. ఇంటర్నెట్ సహాయంతో వెతికి వెతికి చివరికి తన ఊరు చిరునామా తెల్సుకోగలిగాడు. పైసా పైసా కూడబెట్టుకుని ఎంతో ఆత్రుతతో, ఉత్సాహంతో వచ్చాడు తనవారి కోసం. హృదయం అయినవారి కోసం తహ తహ లాడిపోతోంది. కానీ ఏ ఆధారంతో గుర్తించను నా ఇంటిని. తల్లిదండ్రులనైనా గుర్తించ గలనా. ఈ పదిహేనేళ్ళల్లో గుర్తించలేనంతగా మారిపోతారా మనుషులు! అనుకుంటు ఉండగా భూమికి జానెడు బెత్తెడు లేని నీవు, పొట్టి నిక్కర్లు వేసుకుని తిరిగే నీవు తాటిచెట్టులా ఎదగలా... ప్రశ్నించింది అతని మనసు.

సురేష్‌కి అర్థమైపోయింది తన ఇల్లు గుర్తించడం కష్టమని. మరో బిందె నీళ్ళ కోసం వస్తున్న ఇందాకటి అవ్వకెదురెళ్ళి బుస్సా రాఘవులు ఇల్లు ఏదని అడిగాడు.

ఆవిడ అలా అతని వైపే కళ్ళార్పకుండా చూస్తోంది. దీర్ఘంగా చూస్తోంది. పడమటి అరుణకిరణాలు ఆ కళ్ళ మీద పడ్డాయేమో కళ్ళు చిట్లిస్తూ "ఎవరు బాబూ" అడిగింది బావిలోంచి వచ్చినట్లున్న గొంతు సవరించుకుంటూ.

అడుగులో అడుగువేస్తూ ఆమె దగ్గరగా వెళ్ళి మళ్ళీ అడిగాడు.

"ఎందుకు బాబూ" అంటూ తన ఇంటికేసి కదిలిందామె.

ఆమె వెనకే అడుగులేస్తున్న సురేష్‌ని చూసిన మరో స్త్రీ "ఇంతకీ మీరెవరు బాబూ" ప్రశ్నించింది.

"నేను రాఘవులు కొడుకుని" ఉద్వేగంగా చెప్పాడు.

"ఎవరూ..." అవ్వ గొంతులో ఉత్కంఠ, ఆశ్చర్యం. "ఆ... రాఘవులు కొడుకువా? అంటే..." తను విన్నది నిజమా అని సందేహం ఆమెలో.

"అవును నేను బుస్సా రాఘవులు పెద్ద కొడుకుని" అతని మాటలు పూర్తి కాకుండానే అవ్వ సురేష్ దగ్గరకి వచ్చి చూస్తోంది. మసక మసకగా అగుపిస్తున్న అతని చేతులు పట్టుకుని నలిపేస్తూ...

"పెద్దోడా..." అంటూ ఏడవడం మొదలుపెట్టింది. ఆవిడ ఎందుకు ఏడుస్తోందో అర్థంకాక అయోమయంలో అతను. ఆమె స్పర్శ అతన్ని కదిలిస్తోంది.

"ఎందుకేడుస్తావే. లేదు, రాడనుకున్న కొడుకు చెట్టంతై నిలువెత్తు బంగారంలా నిన్నెతుక్కుంటూ వస్తే ఏడుస్తావేమే..?" సముదాయిస్తోంది మరో స్త్రీ.

"కన్నకొడుకు కళ్ళ ముందుకొస్తే గుర్తించలేని గుడ్డిదాన్నయ్యిన్నే" మరోసారి రాగం తీస్తూ కళ్ళొత్తుకుంది. కొడుకు ఒళ్ళంతా ప్రేమగా తడుముతోంది ఆమె. అవును, అది తన తల్లి స్పర్శే. అంటే.. అమ్మ... అమ్మ. అంత ముసలిదైపోయిందా? నిండు పున్నమిలా వెలిగే అమ్మ మొహంలో రెండు కొండల మధ్య నుండి ఉదయించే సూర్యుడిలా వెలిగే బొట్టు ఏది? కొడిగడుతున్న దీపంలా ఉన్న ఈమె తన తల్లి. అతని కళ్ళు ఒప్పుకోవడం లేదు. కానీ ఆ స్పర్శలోని వెచ్చదనం అమ్మ అనే చెబుతోంది. సగం జీవితం చూడని అమ్మ అంత ముసలైందా? తలెత్తే ప్రశ్నలని అదిమి "అమ్మా" అంటూ తల్లిని అల్లుకుపోయాడు సురేష్.

"నాయనా ఉన్నావా... బాగున్నావా? నా బంగారు తండ్రీ ఈ ముసలితల్లిని వెతుక్కుంటూ వచ్చావా... ఏమై పోయావురా బంగారు తండ్రీ" అంటున్న ఆమె మొహంలో అమావాస్యనాడు పూర్ణచంద్రుడు వచ్చినట్లుగా వెలుగు. ఏళ్ళ తరబడి

దాగిన దుఃఖం కట్టలు తెంచుకుని కళ్ళలోంచి జలపాతంలా దుముకుతుండగా... జమిలిగా ఎగిసిపడుతున్న దుఖాన్ని, సంతోషాన్ని కొంగుచాటున బంధించి గుండెల్లో దాచుకుంటూ కొడుకు చేయి అందుకుని లోనకి నడిచింది. గడపలోంచి లోపలికి అడుగుపెట్టుంటే కనపడిందా ఫోటో, ఎప్పుడో వేసిన మాసిన దండ వేలాడుతూ. అది నాన్నది. అవును నాన్నదే. అంటే... నాన్న లేడా. అతని హృదయంలో మేఘాలు కమ్ముకుంటూ.. ఇద్దరి మధ్య మౌనం. ఆ మౌనంలోనే ఆ స్పర్శతోనే ఏళ్ళ తరబడిన ఎన్నెన్నో విషయాలు మాట్లాడేసుకున్నారు.

* * *

అమ్మమ్మ వాళ్ళ ఇంటినానుకునే యన్టిపిసి ప్రహరీగోడ. ఆ గోడ కట్టక ముందు అక్కడికి వచ్చే రకరకాల పరికరాల్ని, యంత్రాలని, వాటిని తెచ్చే 20 చక్రాల లారీల్ని ఆశ్చర్యంతో నోరెళ్ళబెట్టో, కళ్ళప్పగించో చూసేవాళ్ళం. ఒక్కోసారి వాటివెనకే పరుగెత్తడం చాలా సరదాగా ఉండేది. వాటిని చూడడం కోసమే సెలవొస్తే చాలు అమ్మమ్మ ఇంటికి వెళ్ళిపోయేవాడిని. అమ్మమ్మ ఊళ్ళో చూసిన వాటి గురించి స్కూల్లో మిత్రులకి చిలువలు పలువలు చేసి ఎంతో గొప్పగా చెప్పేవాడు. ఎప్పటిలాగే అమ్మమ్మ ఇంటికి వచ్చినప్పుడు 20 చక్రాల లారీ ఎక్కబోతే అప్పటికే అది కదిలింది. మామ ఎక్కడి నుంచి చూశాడో పట్టుకుని తన్నాడు కర్రతో. నేను చెప్పా పెట్టకుండా వెళ్ళిపోయా, ఆ 20 చక్రాల లారీ పైనే. ఎక్కడికి వెళ్తున్నానో తెలియకుండా బయలుదేరా. మొదట అంతా గమ్మత్తుగా అనిపించినా తర్వాత భాష తెలియక ఇంటికి వచ్చే మార్గాలు లేక ఎంత బాధపడ్డాడో. అయినవారి కోసం ఎంత బెంగపడ్డాడో. ఎంత నరకం అనుభ వించాడో. చెప్పి అమ్మను మరింత బాధ పెట్టలేననుకుంటూ తల్లి వొడిలో తలపెట్టుకుని కళ్ళు మూసుకున్నాడు సురేష్. ఇన్ని సంవత్సరాలు కోల్పోయిన అమ్మ వొడి వెచ్చదనాన్ని అనుభవిస్తున్నాడతను.

ఒక క్షణం కళ్ళు మూస్తే కనుల ముందు ప్రత్యక్షమైన కొడుకు ఎక్కడ మాయమై పోతాడోనన్న భయం ఆమెలో. అసలు ఇది కలా, నిజమా కొడుకు తల నిమురుతూ... మనాది తీర్చుకుంటూ... ఒకరికొకరు ఓదార్పు పొందుతూ.

సురేష్ రాక తెలిసి ఊర్లో ఉన్న నలుగురూ జమయ్యారు. ఎవర్ని చూసినా ఒంట్లో సత్తువంతా ఎవరో పైపేసి లాగేసినట్లుగా కనిపిస్తున్నారు. ఉన్న కొద్దిపాటి పొలం యన్టిపిసి కింద పోయింది. యాష్ పాండ్ కోసం ఊళ్ళో చాలా మంది వరి పొలాలు, మెరక పొలాలు యన్టిపిసి తీసేసుకుంది. ఎప్పుడూ చూడనంత డబ్బు

వస్తుందన్న ఆశతో బంగారం పండే భూముల్ని ఎర్రోల్లమై ఇచ్చేశాం. ఒకళ్ళకొకళ్ళు సాయం చేసుకుంటూ చేసే వ్యవసాయదారులమంతా కూలీలైపోయాం. ఇప్పుడు చేతులు పిసుక్కుంటే ఏంలాభం? పొగ, బూడిద, జబ్బులు, సమాధులూ... బిచ్చ మేసినట్టు చిల్లరమల్లరగా ఇచ్చిన సొమ్ము ఎటోయిందో. ఇంటింటికీ ఉద్యోగ మిస్తామని కంపెనీ పెట్టకముందు చెప్పారా... ఏదీ? 'ఊరికొక కోకఇస్తే ఇంటికొక ఈక' అన్నట్టు... ఏంజేత్తాం? 'గొర్రె కసాయిని నమ్మినట్టు' నమ్మాం. 'ఎవురు తీసుకున్న గోతిలో వాళ్ళే పడతారంటే' ఇదే మరీ. తలో మాట చెప్తున్నారు జనం. అంతా కలగాపులగంగా.

పవర్ ప్లాంట్‌లో కూలీగా చేరిన నాన్న పని నుండి సైకిల్ పై ఇంటికి వస్తూనే పడిపోయి లేవనే లేదనీ. యాష్ పాండ్ స్లర్రిలో ఇచ్చే ఎక్కువ కూలీకి ఆశపడి పనికెళ్ళిన తముల్లిద్దరి ప్రాణాలే కాదు ఇంకొందరి ప్రాణాలు గాల్లో కలసిపోయాయంటే అది ఎన్టిపిసి విసర్జించే విష వాయువుల వల్లేనని తెలిసి విస్తుపోయాడు సురేష్. అంటే, వాళ్ళు తీసింది ఆక్సైడ్, మెర్క్యురీ అయ్యుండొచ్చు. విమానాలకి పూత వేయడానికి వాడతారు. యాష్‌లో రేడియో ధార్మికత ఎక్కువ. లెడ్, బ్రోమైడ్ వంటి విషపదార్థాలు శరీరంలోకి వెళ్ళి ప్రభావం చూపుతాయి. ఎదుగుదల లేకుండా చేసే మిన్మిటా డిసీజ్ వస్తుంది. ఆ బూడిద కుప్పల్లో బూడిద ఎగిరొచ్చి ఊరి మీద వాలుతుంది. ఇళ్ళల్లో కళ్ళల్లో పడుతుంది. కంటి నల్లగుడ్డు నెమ్మదిగా రంగు వెలిసిపోతుంది. చూపు మసక బారుతుంది. 'గ్రీన్ క్లైమేట్' పత్రికలో చదివిన విషయాలు సురేష్ మదిలో మెదిలాయి. అందుకే అమ్మకి చూపు తగ్గిపోయిందేమో అనుకుంటుండగా...

ఆ బూడిదను కొందరు లారీలతో పట్టుకుపోయి సిమెంటులో కల్తీ చేసి అమ్ము కుంటారు. కంపెనీ వదిలే వ్యర్థాలవల్ల భూగర్భ జలం అంతా పాడయిపోయింది. తాగడానికి నీళ్ళులేక నానా యాతన పడతన్నాం. కంపెనీవోల్లని సాయమడిగితే లేదు పొమ్మన్నారు. ఉద్యోగాలివ్వకపోతే పోయారు కనీసం గొంతు తడుపుకోడానికి నీళ్ళు ఇవ్వొచ్చుగా. లేదు, బతిమాలాం. పెద్దపెద్దోళ్ళని కలిశాం. ఓట్ల కొచ్చిన వాళ్ళని నిలదీశాం. ప్చ్... ఏం లాభం లా. ఉన్న కొద్దిపాటి భూమి పాడయిపోయి పంటలు పోయి చివరికి మా జీవితాలే పోయి కాటికి చేరువయి అంటూ ప్రవాహంలా చెప్పుకుపోతున్నారు ఎవరికి వాళ్ళు.

"అందరూ ఎవరి మట్టుకు వాళ్ళు చెప్పుకుంటూ పోతే వినేవాళ్ళ బుర్రలోకి ఏవెక్కుతుందీ. అంతా ఆపండెహే" అని కసిరి, "ఒరే నాగా చదువుకున్నోడివి నువ్వు చెప్పరా" పెద్దరికంగా అంది ఒకావిడ ఆ యువకుడికేసి చూస్తూ.

ఆ యువకుడు కొంచెం బిడియంగా ఉన్నా గర్వపడ్డాడు.

'మన దీపమని ముద్దులాడితే మూతి కాలకుండా ఉంటుందా..?' అంటూ వచ్చాడు కాళ్ళు విల్లులాగా తిరిగిపోయి మూడో కాలుతో నడుస్తున్న ఓ పెద్దాయన.

వస్తూనే "మీకసలు బుద్ధుందా? బిడ్డడు ఇన్నేళ్ళకి మననెతుక్కుంటూ వాకిట్లోకొస్తే ఈ మాటలా వాడికి చెప్పేది. ఎప్పుడు తిన్నాడో ఏమో ఆ పని చూడండి" అంటూ గదిమాడు.

అదేమీ వినిపించుకోని ఒకావిడ "ఎంకి పెళ్ళి సుబ్బిచావు కొచ్చినట్టుంది. ఏ మొక్క పెట్టినా ముడుచుకు పోయి ముద్దల్లాగా అవుతాంటే ఏమ్జేత్తాం. మనుషులకేనా, గేదలకీ గర్భసంచి రోగాలే" తన ధోరణిలో అంటూ నిట్టూర్చింది. అందుకేనేమో ఇంటి దొడ్లో టమాటానో, వంకాయో ఏదోకటి లేకుండా బోసిగా బావురుమంటూ వుంది అనుకున్నాడు సురేష్ చుట్టూ పరికిస్తూ. గంపల గంపల టమాటా కోయడం, ఇంటిముందు ఉండే చేతిపంపు నీళ్ళు కొబ్బరి నీళ్ళలా ఉండేవని అనడం, పొరుగూరు వాళ్ళు వచ్చి పట్టుకెళ్ళడం గుర్తొచ్చి బాధగా నిట్టూర్చాడు సురేష్.

"కంపెనీ ఊరికి దూరంగా ఉన్నా బాగుండేది" అన్నాడు నాగ.

"ఊరు ఎప్పట్నించో ఉంది. కంపెనీ మధ్యలో పుట్టుకొచ్చింది. కంపెనీ వల్ల మన బాధలు చెప్తే మనల్నే పొమ్మంటుంది. ఊళ్ళో కళ్ళు తెరిచే పిల్లలు కరువయి పోతున్నారు. అమ్మ కడుపులోనే కరిగిపోతున్నారు. పుట్టినవాళ్ళు దక్కడం లేదు. దక్కినా ఎదగడం లేదు. ఏవని చెప్పేదీ" ముక్కు నలుముకుంటూ సాగదీసింది ఒకావిడ.

నీ చెల్లికి పెళ్ళయి పదేళ్ళయినా ఇప్పటివరకూ పిల్లలే పుట్టలేదు. మొదట్లో గర్భం వచ్చినా బిడ్డ ఎదగలేదని అబార్షన్ చేసేసారుగా... చెప్పుకొచ్చింది మరొకావిడ.

రెండు పిలకలు వేసుకుని అన్నా అన్నా అంటూ వెంట తిరిగిన నా చెల్లి ఎలా ఉందో. సురేష్‌లో అలజడిని అడ్డుకుంటూ వచ్చి చేరుతున్నాయి వాళ్ళ మాటలు.

"గర్భసంచి రోగాలు, హార్మోన్ల సమస్యలు, ఒళ్ళంతా తెల్ల మచ్చలు, కళ్ళు కనబడడం లేదని కళ్ళ డాక్టర్ దగ్గరకు వెళ్తే కాన్సర్ డాక్టర్ దగ్గరకి వెళ్ళమంటున్నారు. ఆ డాక్టర్ బ్రెయిన్ ట్యూమర్ అని చెప్పడం మామూలయింది ఈ ఊళ్ళో. ప్లాంటు వేడికి పక్షులన్నీ పోయాయి. అవి ఎక్కడా కనిపించట్లా. నక్కల ఊళలూ, అడవిపందుల జాడలూ లేవు" పద్దెనిమిదేళ్ళ వయస్సు యువకుడు నాగ చెప్పుకుపోతున్నాడు.

అవునన్నట్లు మిగతా వాళ్ళు తలలూపుతూ అవునంటూనో... మధ్యలో తామూ ఒక మాట కలుపుతూనో... వాళ్ళ మొహాల్లో విషాదఛాయలు అలుముకుంటూ.

"పొమ్మనలేక పొగపెట్టారుగా. నాలాంటి వాళ్ళం ఇక్కడ ఉండలేక పట్నం వెళ్ళిపోయాం - కలో గంజో తాగి బతకొచ్చని. ఇగో ఈ ముసలాళ్ళు కదలమంటే కదల్నే కదలరు. నిష్టూరంగా అని ఇక్కడ జనం ఏడుస్తుంటే అక్కడ కంపెనీ లాభాల పండుగ చేసుకుంటోంది" ఉద్రేకంగా చెప్పుకుపోతున్నాడు నాగ.

ఆ యువకుడి నుదిటిపై ఉన్న చింతగింజంత నల్లటి మచ్చనే చూస్తూ "నువ్వు అంజి తమ్ముడివా" సంశయంగా అడిగాడు సురేష్.

ఇన్నేళ్ళయినా బాగానే గుర్తుపట్టావే అన్న ఆశ్చర్యం వాళ్ళలో.

"అవునన్నా, భలే గుర్తుపట్టావ్. నేను నీ ఫ్రెండ్ అంజి తమ్ముడినని నేనే పరిచయం చేసుకుందామనుకున్నా. ఇన్నేళ్ళ తర్వాత నువ్వు గుర్తుపట్టలేవనీ" చిరునవ్వుతో అని చిన్న విరామమం ఇచ్చి కళ్ళలో సుడులు తిరుగుతున్న నీటిని ఆపే ప్రయత్నం చేస్తున్నాడతను.

"వాడినీ కంపెనీ ఎత్తుకుపోయింది మీ తమ్ముళ్ళ కంటే ముందే" విచార వదనంతో పెద్దాయన.

అంతలో తన కోసం కూతురు పంపిన కజ్జికాయలు, కారప్పూస ప్లేటు తెచ్చి తినమంటూ సురేష్ చేతిలో పెట్టింది ఓ స్త్రీ.

"నువ్వు తిను బాబూ" అని, "అంతా పదండి. కాసేపు అబ్బాయిని విశ్రాంతి తీసుకోనివ్వండి" అంటూ అందర్నీ తరమబోయాడు పెద్దాయన.

"ఫర్వాలేదు లేదు లెండి. మన ఊరిని చూడాలని, అందర్నీ కలవాలని ఎంతో ఆత్రుతతో వచ్చా. చెప్పనీయండి ఇక్కడి విషయాలు" గొంతు పెగిల్చిన సురేష్.

"ఇంకేముంది సురేష్ బాబూ చెప్పడానికి. ఒకప్పుడు నిండుకుండ లాంటి మన ఊరు వట్టిపోయింది. ప్రపంచపు చీకట్లు పారదోలి వెలుతురులు విరజిమ్మే పవర్‌ప్లాంటు మన గ్రామాన్ని చీకటిలోకి నెట్టేసింది. కొందరు సమయానికంటే ముందే కాటికి చేరితే ఇంకొందరు కాటికి చేరువలో... అవిటివాళ్ళయి, గుడ్డి వాళ్ళయి, కాన్సర్, కిడ్నీ వ్యాధుల పీడితులై" గుండెల్లోంచి పెల్లుబుకుతున్న ఆవేదనకి అడ్డుకట్ట వేసి బంధించడం కోసం కొద్దిగా ఆగి కళ్ళు వొత్తుకున్నాడతను.

ఇదా తను చూడాలని తహతహలాడి పరిగెత్తుకొచ్చిన తన ఊరు. మౌనంగా రోదించింది సురేష్ హృదయం. అనాథాశ్రమంలో పెరిగి చదువుకుంటూనే పర్యావరణ కార్యకర్తగా ఎదుగిన సురేష్ కల్పక్కం అణువిద్యుత్ కేంద్రానికి వ్యతిరేకంగా జరిగిన ఉద్యమాలని దగ్గరగా చూశాడు. కొన్నిసార్లు తానూ పాల్గొన్నాడు. తనిప్పుడు తీవ్రంగా ఆలోచిస్తున్నాడు. తిరిగి వెళ్తే సాఫ్ట్‌వేర్ ఇంజనీరుగా మంచి ఉద్యోగంలో చేరి లక్షల్లో డబ్బు సంపాదిస్తాడు. తల్లిని దగ్గర పెట్టుకుని చికిత్స చేయిస్తాడు. చెల్లికీ సాయం అందించగలడు. కానీ తన గ్రామం లాంటి గ్రామాలు ఇలా మండిపోవలసిందేనా... ఈ కారుచిచ్చు కాలుతూ ఉండాల్సిందేనా.. సురేష్ ఆలోచనలకి అంతరాయం కలిగిస్తూ "ప్రభుత్వాల, నాయకుల అవిటితనం మమ్మల్ని పనికిరాని వాళ్ళుగా మార్చేసింది" కాళ్ళు వంకర తిరిగిన పెద్దతను అన్నాడు.

"శారీరకంగా, మానసికంగా శక్తివిహీనమైన తరం, మానసికంగా శారీరకంగా వికసించలేని స్థితి" చెప్పుకుపోతున్నాడు అంజి తమ్ముడు నాగ.

ఏమీ ఎరగనట్లు... తనకేమీ పట్టనట్లు... ప్రపంచానికేదో మేలు చేసేస్తున్నట్లు దూరంగా వెలుగులు విరజిమ్ముతున్న యన్టిపిసి కేసి చూస్తూన్న సురేష్‌లో కొత్త ఆలోచనలు. కలకత్తా నుండి కచ్ వరకూ సాగరతీరంలో పవర్‌ప్లాంట్లు పెడ్తామంటున్న విషయం అతని మదిలో మెదిలింది. పవర్ అవసరమే. నిత్యావసరమే. కానీ ప్రజల సంక్షేమం కూడా ప్రభుత్వం బాధ్యతేగా. ప్రజల్ని పెనం మీద నుంచి పొయ్యిలో పడేయడం కాదుగా..? సహజ సిద్ధంగా లభించే వనరుల్ని ఎంతవాడినా తరిగిపోని ఇంధన వనరుల్ని ఎందుకు ప్రోత్సహించడం లేదు. ఆ దిశగా సాగే పరిశోధనల్ని, ఆ ఫలితాల్ని ప్రజలకి అందుబాటులోకి తెచ్చే యత్నం చేస్తే... అవును, నా కార్యక్షేత్రం ఇదే... ఇదే. మనసులోనే అనుకున్నాడు సురేష్. పర్యావరణ కార్యకర్తగా తన అనుభవాలు అక్కడి వారితో పంచుకున్నాడు.

ఆసక్తిగా అన్నీ విన్న పెద్దాయన "నూరు గొడ్లను తిన్న రాబందుకైనా ఒకటే గాలిపెట్టు కదా" అన్నమాట అక్కడున్న వారిని ఆలోచనలో పడేసింది.

– 'అరుణతార' మాసపత్రిక, జూలై 2016

వ్యవసాయ గురూ...

ఆశ్చర్యం... చాలా ఆశ్చర్యం!

ఒక్కసారిగా దృశ్యం మారిపోయింది. నూట ఎనభై మైళ్ళ ప్రయాణంలో దాదాపు ఒకే విధమైన వాతావరణం, పెద్దగా మార్పులేని దృశ్యాలూ చూసి విసుగొచ్చి వెనక్కి మరలుదాం అనుకొంటుండగా ఏదో అద్భుతం జరిగినట్లు ప్రకృతి దృశ్యం మారిపోయి, అప్పటివరకూ చూసిన దానికి భిన్నంగా. వారి కళ్ళకు, శరీరానికి, మనస్సుకు ఉత్సాహాన్ని, ఆహ్లాదాన్ని కలిగిస్తూ పచ్చదనం సింగారించుకున్న ప్రకృతి.

"ఎమేజింగ్ వరుణ్... ఇంతలో ఎంత వ్యత్యాసం!" ఆశ్చర్యంగా అంది క్రాంతి కళ్ళు విప్పార్చుకుని చూస్తూ.

"య్యా... రియల్లీ... అన్ బిలీవబుల్" కారు నడక వేగం తగ్గింది. కారు ఏసీ ఆఫ్ చేసి విండో తెరిచారు.

"స్వచ్ఛమైన చల్లని పైరగాలి తగులుతుంటే భారమైన మనసుకు ఎంతో హాయిగా ఉంది కద వరుణ్" ఆ గాలిని ఆస్వాదిస్తున్న క్రాంతి.

"అవును" అంటూ కారు ఆపాడు.

"ఏంటి వరుణ్ ఇక్కడ ఆపావు"

"అటు చూడు డియర్. ఆ పంపు ఎంత నిండుగా నీళ్ళు చిమ్ముతోందో. పద కొంచెంసేపు ఆ గట్టున ఉన్న చెట్ల కింద కూర్చో వచ్చేమో చూద్దాం" అన్నాడు వరుణ్.

"ఓ గ్రేట్ ఐడియా, కానీ... వాళ్ళు ఏమంటారో" దూరంగా పొలంలో పని చేసుకుంటున్న వారిని చూసి సందేహం వెలిబుచ్చుతూ కారు దిగింది క్రాంతి.

కారు ఓ పక్కకి లాక్ చేసి వచ్చాడు వరుణ్. పొలం చుట్టూ ఉన్న గోరింటాకు ఫెన్సింగ్ దాటుతూ "ఏయ్ వరుణ్, ఇటు చూడు... ఇది గోరింటాకు" అంది రెండు ఆకులు కోసి పరీక్షగా చూస్తూ.

"ఓ అవునా... కానీ ఏ మొక్కమీద చెయ్యి వేయకు" సలహా ఇచ్చాడు వరుణ్.

ఇద్దరూ పచ్చని పొలం గట్ల మీద జాగ్రత్తగా నడుస్తున్నారు. బారులు తీరిన బంతి, చేమంతి పూలతోటలు, వాటిపై తిరుగాడే తుమ్మెదలూ. పూలు కోయడంలో నిమగ్నమైన మహిళలు వీళ్ళకేసి చూసి తమ పనిలో... ఒకరు మడిలో కరివేపాకు కొమ్మలు కత్తిరిస్తూ. మట్టి పరిమళాలకు తోడైన కరివేపాకు సువాసనలతో కలసి వారి గొంతులోంచి జాలువారుతున్న జానపద గీతం అలుపూ సొలుపూ తెలియకుండా

'శ్రీరాంపురమే కూతుర కూతుర
చీపురుకట్టే కూతుర కూతుర
ఏడు పిడకలే కూతుర కూతుర
ఎద్దడినీళ్ళే కూతుర కూతుర
సేద్యగాడి బిడ్డలె కూతుర కూతుర
ఆగమయితిరే కూతుర కూతుర
బతుకు మోయలేని మొగుడె కూతుర కూతుర
కాట్ల కలిసెనే కూతుర కూతుర
పెండ్లాము మీదనే కూతుర కూతుర
మిన్ను ఇరిగి వడెనే కూతుర కూతుర' పాట సాగుతోంది.

లయ తప్పకుండా అంతా ఒకే శృతిలో పాడుతున్నారు. మనసులోనే అభినందిస్తున్న వరుణ్ కేసి తిరిగి "ఎంత అర్థవంతమైన పాట" అన్నది గట్ల మీద నడుస్తున్న క్రాంతి.

"అవును, ఇది వింటుంటే మనం వచ్చే దారిలో సంఘటన పైనే పాట కట్టి పాడుతున్నట్లుంది" సాలోచనగా అన్నాడు వరుణ్.

"తమ బాధల్ని, గాధల్ని, సంతోష సంబరాల్ని అలా పాటలో చొప్పించేసి ఆశువుగా పాడుకుంటూ ఉంటారు వీళ్ళు" చెప్తున్న క్రాంతి మాటలకు అడ్డుతగులుతూ

"హే... ఇటు చూడు, ఎన్ని రకాల మొక్కలు. క్యాబేజీ, కాలిఫ్లవర్, ముల్లంగి, వంకాయ, ఉల్లి, మిరప, కొత్తిమీర, కరివేపాకు, బంతి, చేమంతి, మామిడి, బత్తాయి... నేనెప్పుడూ చూడలేదు ఇన్ని రకాలు" ఆశ్చర్యంతో జేబులోని కెమెరా తీశాడు వరుణ్.

"అబ్బ! ఎన్నేళ్ళయిపోయింది పొలం గట్లపై నడిచి" చిన్నపిల్లలా సంబర పడిపోతూ పరుగు పరుగున మోటారుపంపు కేసి నడిచింది క్రాంతి.

"జాగ్రత్త" అంటూ చేతిలో ఉన్న కెమెరాలో ఆ దృశ్యాల్ని మురిపెంతో బంధిస్తూ వరుణ్.

"గంట క్రితం మనసుపడిన యాతన అంతా ఎవరో పైపేసి లాగేసినట్లుంది వరుణ్" అని చల్లటి నీళ్ళతో మొహం కడుక్కుని, అరచేతిని, వేళ్ళని గుండ్రంగా గొట్టంలా మడచి పంపు నుండి నీళ్ళు వచ్చే దగ్గర ఉంచి ఎంతో తేలికగా నీళ్ళు తాగింది. ఆమెలో అమృతం తాగిన ఫీలింగ్.

చేతిలో ఉన్న కెమెరా క్రాంతికిచ్చి వరుణ్ కూడా అలాగే తాగడానికి ప్రయత్నించాడు. కానీ అలా తాగడం కుదరక ముఖమంతా నీళ్ళు చిప్పిల్లాయి. ఆ నీటి చుక్కలు మొహంపై, జుట్టుపై నిలిచి వింత సోయగంతో కనిపిస్తున్న అతన్ని వెనకనుండి కనిపించే అరటిగెలలను ఫ్రేంలో పెట్టేసింది క్రాంతి.

ఎవరో పైఆఫీసర్లు వచ్చారనుకుని చేస్తున్న పని ఆపి వచ్చిన నారాయణ "ఎవరు సార్ మీరు? ఏమనుకోకుండ్రి. మిమ్ముల గుర్తుపట్టలే. ఈ చేను నాదే. నన్ను నారాయణ అంటరు" తనను తాను పరిచయం చేసుకుంటూ.

"మేం మీకు తెలియదు నారాయణగారూ. ఇటుగా పోతున్నాం. మీ మోటరు లోంచి పడుతున్న నీళ్ళు చూసి వచ్చాం, రావచ్చా" అతనికేసి పరీక్షగా చూస్తూ అడిగింది క్రాంతి.

అట్లాగా అన్నట్లు తలూపి ముందుకు కదులుతున్న అతన్ని చూస్తూ "మేం ఇక్కడ కాసేపు కుర్చోవచ్చా" నారాయణ వెనకే అడుగులేస్తూ వరుణ్.

"అయ్యో దానిదేముంది సారూ. ఎంతసేపు కావాల్నంటే అంత సేపు కూసొండి" చెమటను తువ్వాలుతో తుడుచుకుంటూ నారాయణ.

జామ చెట్టు నీడన కూర్చున్నారిద్దరూ. జామ చెట్టుపై నుండి పక్కనే ఉన్న వేప, బొప్పాయి, దానిమ్మ చెట్లపైకి ఎగిరిన చిలకల గుంపుని, పిట్టల కిలకిలారావాల్ని వీడియోలో బంధించే ప్రయత్నం చేస్తూ వరుణ్.

ఏదో అద్భుతం చూసినట్లుగా అబ్బురపడుతూ క్రాంతి.

మట్టికొట్టుకుపోయిన కాళ్ళు, చేతులు శుభ్రం చేసుకొనొచ్చిన నారాయణ దోరగా ఉన్న జామకాయలు కోసి ఇద్దరికీ ఇచ్చాడు.

థాంక్స్ చెప్పి నెమ్మదిగా నారాయణతో మాటల్లో పడ్డారు ఇద్దరూ.

"ఈ పొలాన్ని చూస్తే నా చిన్నతనం గుర్తొస్తోంది. మాకూ ఇట్లాగే బోరు బావి ఉండేది. రకరకాల కూరగాయలు, పండ్లు, వరి పండేవి. మీరు మీ పంటలతో నాకవన్నీ గుర్తుకుతెచ్చారు" అభినందనగా క్రాంతి.

"ఏడేళ్ళ కిందట ఇది రాళ్ళూ రప్పలతో నిండిన దిబ్బ. కాలమైతే ఇన్ని కందులో జొన్నలో అయ్యేవి. లేకుంటే లేదు. అసొంటి చేన్ల గిట్ల బంగారం పండిత్తనని కలల బీ అనుకోలే. వేణుబాబు పుణ్యమాని నేనిప్పుడు ఆదర్శ రైతుగా నిలబడ్డ" కించిత్ గర్వంగా చెప్పుకొచ్చాడు నారాయణ.

"నిజమా! ఆశ్చర్యంగా ఉందే" కళ్ళు పెద్దవి చేసిన వరుణ్.

"అవు సారూ... కాలువ నీళ్ళురాని మిట్టభూములు మావి. మా ఊరు, చేన్లు ఉన్నదే బొగడ మీద. మా ఊరి శివారు అంతా ఇంతే. తరి లేదు. జొన్న, శనగ, కంది వర్షాధార పంటలే. అవి చేతికి అందొచ్చేవి కావు. అడవి పందులు, అడవి దున్నలు నాశనం చేత్తుండే. అవి తిని తొక్కేసినంక మిగిలినవే ఇంటికొచ్చేది. దాదాపు అందరి పరిస్థితి ఇట్లనే ఉండే"

"మీదే ఊరు?"

కొండకు దిగువగా కనిపిస్తున్న ఊరును చూపుతూ "అగ్గో... గదే మా ఊరు. మిట్టపల్లె. తలకాయ లెక్క ఉన్న గుట్ట కింద మా ఊరు. మా ఊరి చుట్టుముట్టుతా ఏరు పారతది. కానీ మిట్ట మీద ఉన్న మా చేన్లకు చుక్క నీరు ఎక్కదు. వాననీరు కూడా కిందకే బాట పడుతుండే. బోర్లేసినా పాతాళగంగమ్మ తల్లికి కనికరం లేకపాయె. ఏమ్జేత్తమని నెత్తి నేలకేసి, లేకుంటే అస్మాన్ కేసి ఆశగ జూస్తుంటిమి - చినుకు రాల్చక పోతదా అని. కిందకు బోతే ఆ ఊర్లల్ల నీళ్ళు, పంటలు మంచిగ ఉంటుండే. మాకేమో జరుగుబాటు లేకపాయె. అప్పులు పెరిగిపాయె. బతికే మార్గం కానరాకపాయె. బ్యాంకుల్ల ఏడ అప్పు పుట్టకపాయె. కలో గంజో తాగి బతుకుదమని ముసలోల్లను ముతకోల్లను ఇంటికాడొదిలి జనం పట్నం బాటపట్టె. అగ్గో గప్పుడచ్చిండు మా ఊర్ల బడికి లస్మయ్య సారు. ఆ సారు అందరు సారుల్లెక్క కాదు. పట్నంల ఉండక పోతుండె. మా ఊల్లెనె చిన్న ఇల్లు కిరాయికి తీసుకున్నడు. ఊర్లె బడికి వచ్చేటి పొల్లగాండ్లు ఎందుకింత తక్కువున్నరో విచారం జేసిండు. ఒకనాడు బయటికి పోయి మస్తు చదివి

పట్నంల పెద్ద నౌకరీ జేస్తున్న ఆయన కొడుకు వచ్చిండు. పిల్లల గురించి, మా యాతనల గురించి మాటల్ల మాటగా కొడుకు వేణుబాబుతోని చెప్పిండట ఆ సారు. ఆ పిల్లగాడి దిమాక్ తిరిగి పోయిందట. అసలే మట్టి అంటే పానం పెట్టేటి వేణుబాబు పట్నం నౌకరీ ఎడమకాలితోటి తన్నేసి ఈడనే ఉన్నడు. ఊర్లనె ఉంటనని చేను కౌలుకు చేసిండు. ఏం ఫాయిదా లేకపాయే. తండ్రులు తాతలకెల్లి మేం మడి చెక్కనే నమ్ముకొని బతికేటోల్లం. పెద్దపెద్దోల్లె మాతోటి అయితలేదని కాడి ఇడిత్తే నువ్వేడ సేద్యం జేస్తవని ఊర్లోల్లు మస్తు జెప్పిన్రు. పో... పోయి పట్నంల మంచిగ బతుకుమని అన్నరు. ఇన్నడా.. ఆ బిడ్డడినలే" అని కొంచెం దమ్ము తీసుకొని మళ్ళీ మొదలుపెట్టిండు.

"వేణుబాబచ్చినంక మాకెరక లేని కొత్త కొత్త ముచ్చట్లు... ఒకటా రెండా మస్తు మా ఊర్లకు తెచ్చిండు. ముందుగాల్ల మేము ఆ బాబు చెప్పింది చెవినబెట్టలే. మట్టి మీద కొడుకుకున్న ప్రీతి జూసి లస్మయ్య సారు తను జమేసుకున్న పైసలన్నీ తీసి ఐదు ఎకరాలు కొనిచ్చిండు. బ్యాంకుల చుట్టూ తిరిగి లోన్ లేపిండు. మొదటేడు పంట ఏం రాలే. బోర్లు ఏసిండు. నీళ్ళు పడలే. రెండు వందల యాభై అడుగులు దించినా ఒంటేలు పోసినట్టు పోసుడు తప్ప ఏం లేదు. పట్నం పోయి ఎవరెవర్నో కలిసేటోడు. పెద్ద పెద్ద సార్లెంటవడి అల్లను ఈల్లను మా ఊరికి తెచ్చేటోడు. వానలు పడేవరకంటే ముందే తన చేను చుట్టూత కందకం తవ్వించిండు. అట్ల ఊర్ల ఇంత పని దొరికింది. వానలు పడ్డయి. చుక్క నీరు బయటికి పోలే. అంతా ఆడనే ఇంకి పొయ్యేది. అట్ల ఎడాదేడాది నీళ్ళు పెరిగినయ్. బోర్లు మంచిగ పోస్తున్నయ్. ఏదో ఒక్కటే పంట ఏసుడు గాదు... ఆ భూమిల ఏ పంట ఎత్తే బాగా పండుతదో తెలుసుకొనొచ్చి అవ్వే పంటలు ఏసిండు. ఎరువులు వాడలే. గడ్డిగాదమేసి ఎర్రలు, నట్టలతోని ఎరువు తయారుచేసి అదే ఏసిండు. పురుగు మందులు కొట్టలే. చేన్లో వున్న వేప, తంగేడు, కానుగ ఏవోవో కలిపి ఆకుల కషాయం చేసి కొట్టిండు. తక్కువ ఖర్చుతో ఎక్కువ పంట తీసిండు. పక్కనే ఉన్న చేను అమ్ముతంటే తల్లి మెడలున్న బంగారం అమ్మి చేను కొనుక్కొమ్మని కొడుక్కు ఇచ్చింది. మల్ల ఐదు ఎకరాలు కొన్నడు. రైతులతోని సంఘం పెట్టిండు. మా ఊర్ల ఎన్నడు లేని కొత్త కొత్త పంటలొచ్చినయ్. పూల తోటలు, పండ్ల తోటలు, పండ్ల మొక్కల నడుమ కూరగాయల తోటలు చూసి మా దిమాక్ కరాబయింది. అదే ఊరు. అదే నేల. అప్పటికి ఇప్పటికి ఎంత ఫరక్! నక్కకు నాగ లోకానికున్నంత. చేనుకు ఎంత జేస్తే అంత చేపిచ్చుకుంటది. అట్లనే ఇంత బువ్వ పెట్టి సల్లంగ చూస్తదని మాకర్థమయింది" వాళ్ళు శ్రద్ధగా వింటున్నారని నిర్ధారించుకుని మళ్ళీ చెప్పడం ప్రారంభించాడు.

"ఊర్ల ఒక్కొక్కళ్ళు వేణుబాబునడిగి కొత్త తీరుగ సాగు షురూ చేసిన్రు. అగ్గో... గప్పుడే ఊర్ల బతుకే లేదని పట్నం బోయిన నేను పనిమీద ఊర్లకొచ్చిన. మా ఊర్లనే బంగారం పండిచ్చిన వేణుబాబు సుద్ది ఇన్నంక దిమాక్ తిరిగిపోయింది. పట్నం బతుకు యాష్ట ఎరకైంది గద. ఆడగాదు ఈడనే బతుకని వెనక్కొచ్చి తిండి కోసం కొంచెం వరి, గోధుమ, జొన్న, పెసర, సోయా, గట్లకు కంది, సీజన్ను బట్టి కూరగాయలు, పూలు పండిస్తున్నా. నాలుగు బర్లు పెట్టుకున్న. ఇంటికాడ కోళ్ళు, మ్యాకలు ఉండనే ఉన్నయి. ఈ చేన్లల్ల, ఇంటికాడ ఇంత జాగ పోనియ్యం. ఏ కాలంల పంటలు ఆ కాలంల తీస్తున్నం. మా ఊర్ల దాదాపు వెయ్యి ఎకరాలల్ల కందకాలు, చిన్న నీటి కుంటలతోటి నీటి నిల్వలు పెంచుకున్నం. ఇప్పుడొక్క చుక్క నీరు కిందికి పోదు. ఒక్క వాన బొట్టు రాలిన అది మా నేలల్నే ఇంకుతది. తిండికి, బట్టకు, తాగు నీటికి, సాగు నీటికి కొదువలేదు. బంగ్లా కాకున్న ఉండేతందుకు చిన్నగా ఇల్లు కట్టుకుంటున్న. పిల్లలను మా ఊరి బడిలోనే చదివిపిస్తున్న. కూలి నాలీ చేసుకొని బతికే నారిగాడు ఇప్పుడు రైతుగా నిలబడ్డడు" మొహంలో తళుకు లీనుతున్న విజయగర్వంతో, ఆత్మవిశ్వాసంతో నారాయణ.

"గ్రేట్... రియల్లీ గ్రేట్ నారాయణ గారూ" అంటూ షేక్ హాండిచ్చాడు వరుణ్.

"వండర్‌ఫుల్. చాలా ఆనందంగా ఉంది మీ విజయ గాథ వింటుంటే" చప్పట్లు చరిచి విస్మయంగా చూస్తూ క్రాంతి.

తనని పొగిడినందుకు కొంచెం బిడియపడుతూ "నా ఒక్కడిదే కాదు మా ఊళ్లో దాదాపు అందరి విజయమే ఇది" నారాయణ.

"అదెలా సాధ్యం?"

"అందరం కలసికట్టుగ ఒక్కమాట మీన ఉంటం. ఊరు చిన్నదే, గానీ గప్పుడయితే మూడు పార్టీలు ఆరు గొడవలు... ఇప్పుడు చేనుకు చేవ రైతుకు రొక్కం అన్నట్టుంది. వేణుబాబు, ఇంకొందరు రైతులయితే గట్లపొంటి టేకు, మామిడి, జామ, కొబ్బరి నాటిన్రు. నేను కొన్ని గట్లకు కంది, కొన్ని గట్లకు బెండ, కొన్ని గట్లకు పుంటికూర ఏసిన. గా ఎనక గట్లకు కొబ్బరి, మామిడి అంట్లు నాటిన. గా పొద్దు చేతిల చిల్లపెంక లేక ఎంత యాతన పడ్డనో నాకే ఎరుక. ఇప్పుడా బాద లేదు. గాసం తిండిగింజలు, కూరగాయలు, ఆక్కూరలు ఏదీ కొనేదే లేదు. పాలు కొనేది లేదు. పండ్లు ఫలాలు కొనేది లేదు. గుడ్లు, మాంసం కొనేది లేదు. గొడ్డు గోదల పెంట చేన్లకు ఎరువు అయ్యే. అంటే ఆ కర్సంత లేనట్టే గద. ఇంట్లకు వాడుకోంగ మిగిలిన పండ్లు ఫలాలు, పాలు గుడ్లు అమ్మితే చేతిల పైసలు తిరుగుతాన్నయి.

అప్పుడు అడవికి పొయ్యి కట్టెలు తెచ్చి పొయ్యి ముట్టిత్తుంటిమి. సర్కారుతోని మాట్లాడి సబ్సిడీతోని గోబర్ గ్యాస్ పొయ్యి, ఒక లైటు పెట్టించుకున్నం. ఊరికి సోలారు కరెంటు పెట్టియ్యాల్నని వేణుబాబు తిరుగుతున్నడు. ఆయన చేన్ల బీ మోటారు సోలారుదే పెట్టించిండు. మంచిగనే నడుత్తాంది. మేము అదే బాట పట్టాల్నని అనుకుంటున్నాం"

"ఏవయ్యో... తినవా" దూరం నుండి పిలుపు.

"అస్త అస్త... నువ్వు తిను" అంటూ గట్టిగా చెప్పి, "మా ఇంటిది" అన్నాడు

అవునా అన్నట్టు చూస్తున్న క్రాంతి కేసి తిరిగి "మా ఆడోళ్లు ఇంట్ల కూసోరు మేడం. కూలోల్లతోటి నడుమొంచుతరు"

"మీ పంటని మార్కెట్ ఎలా చేస్తారు" వరుణ్ సందేహం.

"బేరగాళ్ళు మా కాడికే వస్తరు. మార్కెట్ రేటు ఎంతుండచ్చో అందాజ మా ఊరి రేడియోలో వేణుబాబు చెప్తడు. దాన్ని బట్టి ఒక రేటు అనుకొని అట్లనే ఇస్తం"

"రేడియో నా..!"

"అవును మేడం, మా ఊర్లో కమ్యూనిటీ రేడియో పెట్టిచ్చిండు వేణుబాబు దోస్తు. ఆనాటి కెల్లి మా ఊరి పేరు మస్తు దూరం బోయింది"

"అమేజింగ్. ఏమి చెప్తారు మీ రేడియోలో" ఉత్సాహంగా క్రాంతి ప్రశ్న.

"ఒకటేమిటి సేద్యానికి, పసులకు, కోళ్ళకు సంబంధించి ముచ్చటించుకునే ముచ్చట్లు ఎన్నో. అదునుల ఏసేటి పంటలు, విత్తనాలు, రోగాలు, రొస్టులు, మందు మాకు, లోన్లు, సబ్సిడీ... అన్నీ మా రేడియలొస్తయ్. అనుభవాలు చెప్పుకుంటం. మా రేడియోల ముచ్చట్లన్నీ మాయే. మా గొంతులకెల్లే" ఉద్వేగంతో నారాయణ చెప్పుకుపోతున్నాడు.

"రేడియో ద్వారా మీ గొంతు వినిపించడం చాలా గొప్ప విషయం కదా"

"అవు మేడం. ముందుగాల్ల బయంతోని పరేషాన్ అవుతుండే. ఇప్పుడదేం లేదు. మా ఊరి పొల్లలిద్దరు రేడియో ప్రోగ్రాంల ట్రైనింగ్ బీ తీసుకున్నరు. పట్నం సార్లొచ్చి వాళ్ళకి ట్రైనింగ్ ఇచ్చిన్రు"

"ఇవన్నీ చేస్తుంటే మీకు ఇబ్బందులు రాలేదా"

"అహ్హహ్హా..." నవ్వి, "రాకుంట ఉంటయా సారూ... ఒక్క అడుగు ముందుకు వడ్తే నాలుగడ్గులు ఎనక్కి ఇగ్గేటి గుంటనక్కలు మస్తు ఉంటయి గద. ఊకుంటయా..? ఎన్ని జేసిన ఏమయితది మిగతా జనమంత ఒక్క దిక్కు ఉన్నంక. ఉన్నడు గద

వేణుబాబు. అనుకున్నది అయ్యేదంక ఆళ్ళని నిద్దుర పోనియ్యలే. అట్లనే మమ్ముల నిద్దుర పోనియ్యలే"

"అవునా ఆశ్చర్యంగా వుందే. ఇప్పుడే వస్తూ దారిలో రైతు ఆత్మహత్యని చూసొచ్చాం" గంప నెత్తిన పెట్టుకొని అటుకేసి వస్తున్న నారాయణ భార్యని చూస్తూ అడిగింది క్రాంతి.

"మీరు చెప్పేదాన్ని బట్టి మీ ఊళ్ళో ఆత్మహత్యలు" అనబోతున్న వరుణ్ మాటల్ని అడ్డుకుంటూ "లేవు, సారూ... లేనే లేవు. ఒకప్పుడు మస్తు ఉంటుండే. ఇగ ఇప్పుడు వుండవు కూడా" ఆత్మవిశ్వాసంతో చెప్తున్న అతన్ని...

"అంత కచ్చితంగా చెప్తున్నారు. ఎలాగో తెలుసుకోవచ్చా?" ఆసక్తిగా అడిగాడు వరుణ్.

"మట్టిని నమ్ముకుని బతుకే బతుకులు మాయి. నమ్ముకున్న భూతల్లి నమ్ము కున్నోడిని అన్యాలం చెయ్యవట్టే. కాలం కల్సి రాకపాయె. కుటుంబం పెరిగే. ఖర్చులు పెరిగిపోయే. భూమి పెరగక పోయే. లేని అలవాట్లు ఇంట్లకొచ్చె. తాగుడు ఎక్కువయ్యే. సోకులు సరదాలు ఎక్కువయ్యే. పోకళ్ళు తగ్గకపాయే. తినేటి తిండిలో పస లేకపోయే. అంతా మందుల తిండి. కొత్త కొత్త రోగాలు పుట్టుకొచ్చే. ఆరుగాలం కష్టం చేసిన పైస... కల్లు సారా దుకాన్లల్లకు, దవాఖాన్లల్లకు జారిపోయే. అప్పో సప్పో చేసి దుబాయ్ పోయి ముల్లె తెస్తారనుకుంటే ముల్లుగర్ర రాకపాయే. చేసిన అప్పు నెత్తి మీద మిగిలి ఆ బరువు పెరిగిపోయె. సేవసచ్చిన సర్కారు సప్పుడు సేయకపాయె. ఏమ్జేత్తరు..? కిస్తీలు కట్టలేక మనేదతో మట్టిలో కల్సిపోవుడు తప్ప. నేను ఇట్ల ఉన్ననంటే అంతా వేణుబాబు సలువే" నారాయణ.

"శ్రీరాంపురంలో రైతు మల్లయ్య ఎట్లా చనిపోయాడు" జామకాయ తొడిమ విసిరేస్తూ...

"ఏమున్నది సారూ... ఇద్దరు బిడ్డలు, కొడుకు ఉన్నరు. ఆళ్ళు చిన్నగున్నప్పుడే అన్నల దళంల కల్సిండు. పాపం ఆమెనే తల్లీ తండ్రి అయి సాకింది. పదేండ్ల కిందట దళంలో కెల్లి వెనక్కచ్చిండని సర్కారు కొన్ని పైసలిచ్చింది. నాయిన ఇచ్చిన పదెకరాల మడిచెక్క ఉన్నది. మర్సిన సేద్యం షురూ జేసిండు. కాలం కాలే. కాల్వ నీళ్ళు మస్తు పారే పల్లం భూమిల నీళ్ళు లేక బోర్లేసిండు. ఒక్కటి కాదు రెండు కాదు ఆరేడు బోర్లేసిండు. ఒక్కటి సరిగ్గ నీళ్ళు పొయ్యక పాయే. పెట్టిన పెట్టుబడి మట్టిలగల్సే. అప్పులే మిగిలే. మంచి సంబంధమొచ్చిందని అప్పులో అప్పుచేసి అదే టైంల పెద్ద

బిడ్డ లగ్గం జేసిండు. అప్పు మీద అప్పు మిగిలే. చేను అమ్మేసి అప్పులు తీరుస్తనని ఐదు ఎక్రాలు అయినకాడికి అమ్మిండు. అప్పులు తీరకపాయే. బ్యాంకు లోన్లు రాకపాయే. సేతిల పెట్టువడి లేకపాయే. మిగిలిన చేన్ల రెండెకరాలమ్ముతనని జూసిండు. కొనేటోళ్లు లేకపాయే. అప్పులిచ్చినోళ్ళు నెత్తి మీద కూసునే. బాగ బతికిన కుటుంబం. ఒకప్పుడు ధాన్యం నిలువలున్న కుటుంబం. నలుగురికీ సాయం చేసిన కుటుంబం. బెల్లంచుట్టూ ఈగలెక్క ఉన్న సుట్టాలు ఇప్పుడు ముట్టుకుంటే ఆ దరిద్రం తమకంటు కుంటదేమోనన్న భయంతోని. సేతిల సిల్లపెంక లేకున్న తాగుడు బందుకాలే. పట్నంల ఏదన్న పని చూసుకుంటనని పోయిండు. వారం పది దినాలు కాలే. ఇగో గిట్ల కట్టె వచ్చే" జీరబోతున్న గొంతుకలో ఏదో అడ్డుపడ్డట్టు ఆగాడు నారాయణ.

"అతను రైతు కాదు, వడ్డీ వ్యాపారి. అందరికీ అప్పులిస్తాడు. ఇచ్చిన అప్పులు రాక ఉరేసుకున్నాడు అని ఈ రోజు పేపర్‌లో ఇచ్చారు" అర్థోక్తితో ఆగాడు వరుణ్.

"అట్లనా సారూ... సేతిల సిల్లపెంక లేనోడు అప్పులేడ ఇత్తడు సారూ. ఓ ఎన్నడో తెల్సినోల్లకి సాయం జేసిండు. అది ఇప్పటి ముచ్చట కాదు, అన్నల్ల కల్వక ముందు ముచ్చట"

"మేం వస్తుంటే రాస్తా రోకో చేస్తున్నారు. మేం మా కారు పక్కన పెట్టుకొని విషయం అడిగితే అక్కడి వాళ్ళు చెప్పారు. అతని పరిస్థితి. మేమూ ఆ రైతు ఇంటిదాకా వెళ్ళాం. అక్కడి పరిస్థితి మమ్మల్ని కలచి వేసింది. బతికిన కుటుంబమని, రైతు కుటుంబమని అక్కడి వాతావరణం చెప్తోంది. కరువు బాధలు ఇంత భయంకరంగా ఉంటాయా అని ఆలోచిస్తూ వస్తున్నాం"

"అవు సారూ... రైతు బతుకు ఇట్లెందుకయితాంది సారూ. రోజు రోజుకీ పెట్టువడి పెరిగిపోయే. కంపెనీ మందులు వాడుడుతోని కర్సు పెరిగిపోయే. వచ్చే ఆదాయం తక్కువాయే"

"మరి మీకు వస్తోందిగా"

"మేము సొమ్ముపోసి ఎరువులు కొంటలేము. కొన్నా ఏదో కొద్దిగా. మా రేడియో చెప్పిన దాన్ని బట్టి కొనటం. అంతే. యాపాకు, యాపకాయ, కనుగాకు, కనుగ గింజలు, ఆవు పెండ, ఆవు మూత్రం, అన్ని మాకు మందులు ఎర్వులు. పొరుగూర్లకు పోతే ఏది అవుసరమో, ఎంత అవుసరమో చూడకుంట కుమ్మరిస్తున్నరు. పురుగుమందులు అంతే. అన్ని రేట్లు పెరిగినట్టే కూలీ పెరిగే. కర్సు పెరిగిపోదా. పెరిగిన కర్సుకు తగ్గట్టు పంట ఉన్నదా? లేకపాయే. పంట వచ్చినా ధర ఉన్నదా?

లేకపాయే. దళారి కొనుక్కుపోయినంక సర్కారు మద్దతు ధర ఇస్తది. అది ఆని జేబులకు పోతది. ఏం జెప్పాలె సారూ..."

"ఆత్మహత్య చేసుకున్న రైతుకు ప్రభుత్వం ఐదారు లక్షలు ఇస్తుందని అంటున్నారు"

"రైతు పానం పోయినంక లక్షలు ఎంతిత్తే ఏం ఫాయిదా సారూ. పోయిన మనిషి తిరిగొత్తడా? ఆ ఇంటి కష్టాలు తీరతయా. ఆ రైతు మీదికి సావు రాకుంట సెయ్యాలె. ఆ ఇంటిదానికి గోసకాకుంట సెయ్యాలె" అప్పటి వరకూ వింటూ నించున్న నారాయణ భార్య ఆవేదనగా.

"ఏమో అనుకున్న మంచి ముచ్చట జెప్పినవ్" అని భార్య వైపు అభినందనగా జూసి,

"అవ్ సారూ... సేద్యపు కర్సులు తగ్గి పంటలు మంచిగ తీసేటట్టు సెయ్యాలె. వచ్చిన పంటకు తగ్గ రేటు రావాలె"

"వ్యవసాయ గురూ వేణుబాబులాంటి వారు ఊరికొక్కరు ఉంటే..." అంటున్న వరుణ్ మాటలను మధ్యలోనే అందుకొని,

"అది సర్కారు బాధ్యత కాదా" కొంచెం ఆవేశంగా క్రాంతి.

"అవ్ రైతు సుత తీరు మార్సుకోవాలె మేడం. పెయ్యి వంపకుంట పైపైన తిరుక్కుంట ఉండొద్దు. సేద్యం అంటే ఇట్లనే ఉంటది. నాత్రి పగలు సూడకుంట తన కుటుంబం, తన సేద్యం మీద రైతు మనసుపెట్టాలె. పట్టుదలతోని కష్టపడాలె. కాలం కాలేదని ఏడ్సుడు కాదు పడ్డ నీటి చుక్క ఒడ్సి పట్టాలే. సదువు లేని మా అసొంటోళ్ళకు సర్కారే అండ కావాలే. అదను పదను ముచ్చట్లు సేద్యగాని కాడికి తేవాలె. మా వేణుబాబు ఒక్కడే ఇంత జేస్తున్నడు. ఇప్పుడు మా ఊల్లె కాడి ఎత్తుకునేటోడే గానీ దింపేటోడే లేడు. సర్కారు కాడ మా లెస్స మంది వున్నరు. ఆల్లంత ఇప్పుడు మా ఊరు కోసం అంత ఆల్లే జేసినట్టు మస్తు చెప్పుకోవట్టిరి. అట్లయితే అన్ని పల్లెలు మా ఊరి లెక్క ఉండాలె గద? ఈ సావులన్నీ ఎందుకయితాన్నయ్..?" తలగోక్కుంటూ నారాయణ ప్రశ్న.

నిజమేనన్నట్లు తలూపారు వరుణ్, క్రాంతి లిద్దరూ.

"మన సేనుకు, మన కుటింబానికి మనమేమి జేత్తున్నమని రైతు ఇచారం జెయ్యాలె. పత్తలాడుకుంట, సారా దుకాన్లు, కల్లు దుకాన్ల పొంట తిరుక్కుంట పనుల్లేవని తిట్టుకుంట నెత్తిబట్టుకొని కూకుంటే ఎట్ల..? ఏదోటి జెయ్యాలె. ఏమేంజెయ్యాల్నో

ఇచారం జెయ్యాలె. ఆడిదాన్ని అంగట్లొదిలి పోతే ఎట్ల..? గుండెపగిలి ఏడ్సె ఇంటిదాని మొకం కనవడదా. బిక్కి బిక్కి ఏడ్సె పొల్లగాల్ల మొకం కానరాదా. ఇంటోడు ఆయింత ఆలోచన చెయ్యకుంట తప్పిచ్చుకుపోతున్నడు" ఆవేదనగా అంది గంపలోని కీరా దోసకాయలు తీస్తూ నారాయణ భార్య.

ఒక్క క్షణమాగి ఆమే "మేమంటే ఈ ఊర్ల ఉండవట్టి ఓ తీరుగ అయినం. మా అన్నదమ్ములు మా తీర్గ సేద్యం చెయ్యనీకి సెప్పెటోల్లు ల్యాకపాయే. గాల్లో దీపం బెడ్తే ఆగుతదా. అప్పులు చుట్టుముట్టి పరేశాన్ల ఉన్నరు. ఓట్ల పండుగొచ్చినప్పుడు రైతులకవిజేత్తం ఇవి జేత్తం అని అందరు జెప్పుడే గానీ సేసెటోడు లేకపాయే. రైతు మంచిగుంటేనే తినేతందుకు లోకానికి ఇంత ముద్ద దొరుకుతదని సర్కారుకు ల్యాకపాయే. ఏవియ్యకున్న ఆపదలున్న రైతుకు ఇంత ధైర్నం జెప్పెటోడు ల్యాకపాయే. ఎట్ల ముంగట పడాల్నో నేర్పెటోడు ల్యాకపాయే. పిట్టలెక్క చేన్లల్లనే రాలిపోతున్నరు. రైతు కష్టం లోకానికే అరిష్టం అని తెలుసుకోకొచ్చిరి" మనసులో అన్నదమ్ముల గురించిన బాధ సుడులు తిరుగుతుండగా ఆవేదనగా అంది నారాయణ భార్య.

"అవు సారూ... ఊరుకొక్కళ్ళు ధైర్నం జెప్పెటోడున్నా ముంగటేసేటోడు వున్నా ఇట్ల గాకపోను" సాలోచనగా అన్నాడు నారాయణ.

చేతిలో ఉన్న చాకుతో కీరా దోసకాయలను ముక్కలు కోసి క్రాంతి చేతిలో పెట్టింది నారాయణ భార్య.

"ఊరికే వద్దు. మీ తోటలో ఉన్న ఆకుకూరలు, కూరగాయలు, పండ్లు అమ్మితే కొనుక్కుంటాం" దోసకాయలు అందుకుంటూ అంది క్రాంతి.

"మా దగ్గరకొచ్చిన సుట్టాలు మీరు. ఇవి తినండి. ఎన్ని కూరగాయలు కావాల్నో చెప్తే తెంపు కొస్త" అంది నారాయణ భార్య.

"మేమూ మీతో పాటు తోటలోకి వచ్చి కూరగాయలు కోయొచ్చా" సందేహంగా క్రాంతి.

నవ్వుతూ ఆహ్వానించింది ఆమె. ఆ వెనకే వాళ్ళు ఈ రోజు లాంగ్ డ్రైవ్ మిగిల్చిన కొత్త అనుభూతిని ఆస్వాదిస్తూ.. వ్యవసాయ గురూ గురించి ఆలోచిస్తూ.. ముందుకు కదిలారు.

(నవతెలంగాణ దినపత్రికవారు నిర్వహించిన
వట్టికోట ఆళ్వారుస్వామి స్మారక కథల పోటీలో ప్రత్యేక బహుమతి పొందిన కథ)

– నవతెలంగాణ 'సోపతి', 3 జూలై 2016

కొండచిలువ కోరల్లో...

"మా తాత మాట వింటే ఇప్పుడు మాకీ గతి పట్టక పోను" కొంచెం బాధ ధ్వనిస్తుండగా అన్నాడు పొలం గట్టుమీద నడుస్తున్న శేఖర్.

కాస్త దూరంగా ఉన్న ఆ చెరువు మీదుగా వచ్చే చల్లని మలయమారుతం, ఎటు చూసినా పచ్చని పరదా పరచినట్లున్న చిక్కని పచ్చదనం, అక్కడక్కడా కనిపించే పశువులు మేతమేస్తూ... కొన్ని ఇంటికేసి దారితీస్తూ... రకరకాల పిట్టల కువ కువ రావాలు.. వాగొడ్డున తుమ్మ చెట్లకు, ఈత చెట్లకు వేలాడే పిట్టగూళ్ళు... ఆ గూళ్ళ లోంచి తల్లి కోసం, అది తెచ్చే ఆహారం కోసం ఎదురు చూసే పసి కూనలు... ఎక్కడి నించో పచ్చి కందికాయలు తంపటి వేసిన వాసన కమ్మదనం. దూరంగా ట్రాక్టర్ దున్నుతున్న శబ్దం... ఆ వాతావరణం అతనికెంతో ప్రియంగా మారిపోతూ...

"ఏమైందిరా... చాలాసార్లు ఆ మాట అంటున్నావ్. బాగానే ఉన్నారు కదా!" ఈమధ్య శేఖర్ నుండి చాలాసార్లు ఆ డైలాగ్ విన్న మహేష్ గట్టుమీద ఉన్న జామచెట్టు నుండి చిలక కొట్టిన దోరగా కనిపిస్తున్న జామకాయను తెంపుతూ అన్నాడు.

"అవును బాగానే ఉన్నాం. కాదు కాదు ఉన్నట్లు కనిపిస్తం. అంతే, అదిగో ఆ జామకాయలాగే" అని ఒక క్షణం ఆగి,

"ఇక్కడి నుండి చూస్తే చూడు ఆ జామకాయ ఎంత మంచిగా అగుపించింది. నీరెండ పడి అది దోరగా మెరిసిందికానీ, కోస్తే ఇంకా పచ్చిగానే. కచ్చగానే" అన్నాడు.

శేఖర్ ఆ జామకాయ కేసే చూస్తూ. తన చిన్నతనంలో పోటీలుపడి జామచెట్లు ఎక్కడం, కాయలు కోయడం ఒక్కోసారి పెద్దనాన్న పిల్లలూ తాము పోట్లాడుకొని

అమ్మతో చెపితే, అమ్మ వాళ్ళని తిట్టడం... అది చూసి పెద్దమ్మ అమ్మతో గొడవ పెట్టుకోవడం... అమ్మ చూడకుండా రాత్రి పడుకునేముందు దొంగతనంగా కోసిన జామపండ్లు తినడం... అలా తింటున్నప్పుడు ఒకసారి దాని గింజ సగం ముక్క అయి దంతానికి అతుక్కుని రాక ఇబ్బంది పెట్టిన వైనం... బడిలో టీకాలు వేస్తే జ్వరం వస్తుందేమోనని అది రాకుండా జామ చిగురు నూరి ఆ టీకా మీద రుద్దడం... ఎన్నెన్ని జ్ఞాపకాలు తమ పండ్ల, కూరగాయల తోటల్లో అనుకుంటూ శేఖర్.

"నీకేంట్రా నీది వడ్డించిన విస్తరి జీవితం. నేను అనుకోవాలి ఆ మాట" కినుకగా మహేష్ మరో జామకాయ కోసి శేఖర్ చేతిలో పెడుతూ.

"నిజమే. మా జీవితం చూసేవాళ్ళకు వడ్డించిన విస్తరే. కాయకష్టం చేయకుండా, చుక్క చెమటోడ్చకుండా, వీసమెత్తు కొవ్వు కరగకుండా మా తాత ముత్తాతలు కార్చిన ప్రతి చెమటచుక్క మా పాలిట లక్ష్మీదేవై గలగలలాడింది"

"ఏందిరోయ్, ఇయ్యాల ఏందో కొత్తగ మాట్లాడుతున్నావ్"

"అవున్రా... మన వెంకట్రావు సార్ క్లాస్ వింటుంటే మధ్యలో మా తాత గుర్తొచ్చేవాడు. ఆయన చెప్పే మాటల్లో మా తాత మాటలు వినిపించేవి. ఇప్పుడు మీ ఊరు, చేన్లు, చెట్లు చేమలూ చూసినప్పటి నుండి మళ్ళీ మా తాత యాదికొస్తున్నాడు. ఆయన మాటలు చెవిలో జోరీగ లాగ మెదులుతున్నాయ్. ఎప్పుడో నేను నాలుగో తరగతిలో ఉన్నప్పుడు తాత చనిపోయాడు. తాత మాటలకి అంతా పిస్సోడని నవ్వేవారు. అప్పుడు నేనూ అంతే అనుకునేవాడిని. కానీ, ఇప్పుడు తెలుస్తోంది. అక్షరం ముక్క రాని మా తాత జ్ఞానం ఏమిటో. ఆయన ముందుచూపు ఏమిటో"

"అవునా..! మీ తాత గురించి చెప్పరా నాకు వినాలని ఉంది" కళ్ళు పెద్దవి చేసి మహేష్.

అతని గొంతులో శేఖర్ తాత గురించి తెలుసుకోవాలన్న ఆతృత, ఉత్సాహం.

"అవును, ఆ రోజు నాకు ఇంకా బాగా గుర్తే. నేను నాలుగో తరగతిలో వున్నానప్పుడు. శివరాత్రి ముందు రోజు తాతకి మా బాపు వాళ్ళకి పెద్ద లొల్లి అయింది. ఎందుకో నాకర్థం కాలేదు ఆరోజు. శివరాత్రి ఉపవాసం, జాగారం అన్నీ ఆరోజే అయ్యాయి ఇంట్లో. మేము మొహాలు వెళ్ళాడేసుకుని బిక్కచచ్చి తిరుగుతుంటే మా అమ్మ ఎవరు చూడకుండా ఐదు రూపాయలు చేతిలో పెట్టింది. నేను, చెల్లి, చిన్నబాపు కొడుకు సంజు పోయి అరటి పళ్ళు కొనుక్కొని తిన్నం. ఆ తర్వాత కొద్ది రోజులకే

భూతల్లిని అమ్మొద్దని మా బాపు, పెద్దబాపు, చిన్నబాపులతో తాత మళ్ళీ గొడవ పెట్టుకోవడం. తాత తిండి మానేసి అలకపాన్పు ఎక్కి కూర్చోవడం ఎందుకో తెలిసేది కాదు. కానీ, తాత మాట ఎవరూ నెత్తికెక్కించుకోలేదు. ఖాతరు చెయ్యలేదు. పైసలకాశపడి కన్నతల్లిలాంటి భూ తల్లిని బేరం పెడ్తున్నరు. మన భూములపై కన్నేసిన గెద్దలు, తోడేళ్ళు డబ్బుతో ప్రలోభపెడుతున్నరు. గోతికాడ గుంటనక్కలా కాసుకుని ఉన్నరు. బేరం బెడ్తే కన్నతల్లి లేని పిల్లలోలె అయితదిరా మన బతుకు అని నెత్తి నోరు మొత్తుకున్నడు తాత. ఆయన్ని పిచ్చోడిని చూసినట్లు చూశారు. ఆయన ఏమన్నా, ఏం జేసినా ఆగిందా... జరిగేది జరగక మానిందా... లేదు. పైస మీదున్న మమకారం, వచ్చిన గొప్ప అవకాశం చేజారి పోతుందేమోనన్న భావం మా బాపు వాళ్ళని నిలువ నీయలేదు. మా పంట పొలాలన్నీ బట్టపీలిక లాగా చీలికలు పేలికలు, ముక్కలు చెక్కలు అయ్యాయి. అప్పుడు మా తాతని అందరూ పిచ్చోడిలా చూస్తుంటే నాకర్థమయ్యేది కాదు. తాత మంచిగానే ఉన్నాడు కదా ఎందుకిట్ల పిస్సోడు అంటున్నారు అని బాధ ఉండేది. తాత నోటి నుండి వచ్చిన మంచి ముత్యాల్లాంటి మాటలు అట్లా నా మనసులో ముద్రించుకుపోయాయి. తను చెప్పింది అర్థం చేసుకోలేని కొడుకుల్ని చూసి ఆయన పడ్డ వేదన, యాతన ఇంకా నా కళ్ళలో కదలాడుతూనే ఉంది. జ్ఞాపకాల పొరల్లో దాగి అవి మేమున్నాం అంటూ అప్పుడప్పుడూ ఆలోచనల్లోకి చొచ్చుకొచ్చి గడబిడ చేస్తూనే ఉన్నాయి. లోతుగ ఆలోచిస్తోంటే, మనసు పెట్టి తరచి చూస్తుంటే ఇప్పుడిప్పుడే అర్థమవుతోంది. ఆ మట్టిలోనే పుట్టి, ఆ మట్టిలోనే పెరిగి పెనవేసుకుపోయిన బంధాన్ని వదులుకోవడం అంటే పొట్టలో చేతులు పెట్టి కెలికి పేగు బంధాన్ని బలవంతంగా లాగేసినట్లేనని. ఆ బాధే మా తాతదని. మా బాపమ్మ అయితే సరే సరి. రెక్కలు తెగిన పక్షిలా గిలగిలాకొట్టుకున్నది. ఇద్దరూ తెల్లారి లేస్తే జంట పక్షుల్లా చేన్లోనే ఉండేవారు. ప్చ్... ఎగరలేని ఒంటరి పక్షిలాగుంది బాపమ్మ"

"ఊహు... అయితే ఏమయింది అసలు విషయం చెప్పు"గత నెలలో వరి కోత మిషన్‌తో కోసిన వరి దంట్లలోకి పారించిన నీళ్ళలో దిగి ఒంటి కాలిపై జపం చేస్తున్న గోధుమ రంగు, తెలుపు రంగు కలసిన కొంగలని, ఆవలగా ఉన్న పచ్చని మేడి చెట్టు మీద చేరి ఆ చెట్టుకే కొత్త సొగసుని అద్దిన తెల్లని కొంగల గుంపుని అపురూపంగా చూస్తూ ఎడమ చేతి బొటనవేలు గోరు పక్కన చీరుకుపోయి లేచిన చర్మాన్ని నెమ్మదిగా నోటితో తీస్తూ మహేష్...

ఆ కొంగల్ని, మహేష్‌నీ తను చూస్తూ అద్భుతంగా పరచిన ప్రకృతి అందాలని మదిలో చిత్రికరిస్తూనే "అదే చెప్తున్నా... పెద్దబాపు ఏడు చదివితే, మా బాపు పది

చదివాడు. చిన్నబాపు డిగ్రీ చదివాడు. తాత ఏం చెప్పినా చదువురాని వాడు, పాత కాలం వాడు లోకం పోకడ తెలియని వాడు ఏదో చెప్తున్నడులే అని కొట్టిపారేశారు. ఆ చెవితో విన్నారు ఈ చెవితో వదిలేశారు. ఏమాత్రం చెవికెక్కించుకోలేదు.

పట్నం నుంచి బుర్రు బుర్రు అనుకుంట కార్లల్ల వచ్చే కడక్ కడక్ బట్టలోల్ల పైసలకి ఆశపడి నమ్ముకున్న మట్టిని వాళ్ళ వశం చేసేశారు మా వాళ్ళు. నిజంగానే... అన్నట్టుగానే నోట్ల కట్టలను సంచుల్లో నింపి జీపులో వేస్కొని తెచ్చి నట్టింట్లో పోశారు. మాకు చెప్పలేనంత ఆనందం, ఆశ్చర్యం. కట్టలకు కట్టల పైసలు. అమ్మ, చిన్నమ్మ, అమ్మక్క మా బాపు వాళ్ళు అందరికీ అంత సొమ్ము చూసి సొమ్మసిల్లినట్లయింది. మా కళ్ళని మేం నమ్మలేకపోయాం. 'ఎవరన్న రాగాల' అనుకుంట పోయి పెద్దమ్మ వాకిలి దర్వాజా బంద్‌జేసి వచ్చింది. దునియాల ఇంత పైస చూస్తమని ఎన్నడన్న అనుకున్నమా అన్నాడు మా బాపు. అందరం నోరెళ్ళబెట్టి చూశాం ఆ పైసల్ని.

లోపటింట్లో దేవుని రూంలో బియ్యం, పెసర్లు, కందులు, జొన్నలు వంటి ధాన్యాలు, పప్పులు వంటివన్నీ ఏడాది కోసం పెద్ద పెద్ద బానల దొంతరలు ఉన్నై. పైసలు రాంగానే వాటిని అట్లనే బానల దొంతరలు పేర్చి దాచిపెట్టారు. మా తాతకు, బాపమ్మకు మడి చెల్క పోయిందని నిద్రలేదు. మిగతా వాళ్ళకేమో ఎవరన్న చూస్తే ఎత్తుకుపోతారేమోనని చాలా రోజులు ఎవ్వరికి నిద్రనే లేదు.

ఏదేమైనా మేం క్షణాల్లో లక్షాధికారులమో కోటీశ్వరులమో అయిపోయాం. కూరగాయలు, పాలు, పండ్లు అమ్మిన పైసలు చేతికొస్తుండే గాని ఒక్కసారి వెయ్యి రూపాయల నోటు చూడలే. అటువంటిది ఇప్పుడు వెయ్యి రూపాయల కట్టలు కూడా వచ్చినయ్. వచ్చిన దాంట్లోంచి కొంత ఇంటి ఆడపిల్లకని పెళ్ళయిన మా అత్తమ్మకు తీసి పెట్టి, మిగిలింది నాలుగు వాటాలు వేశారు. మా బాపు వాళ్ళకు తలా ఒక వాటా, ఒకటి తాతకి అని నాలుగు వాటాలు వేశారు.

కానీ మా తాత 'మట్టిపిసికే చేతులకు మట్టికావాలే గాని ఆ పైసలేం జేస్కోను? నాకా పైసా వద్దు. నా భూమి నాక్కావాల'ని అందరి మీదా అరచి లొల్లి లొల్లి చేసినా, తన నిస్సహాయ స్థితికి లోలోన కుమిలిపోయాడు. కారణం చదువురాని మా తాతతో మా బాపు వాళ్ళు ముందే వేలు ముద్రలు వేయించుకొని చేనంతా తమ పేరు మీద చేయించుకున్నారు. రానున్న ఉపద్రవాన్ని ముందే పసికట్టి ఉంటే చేను వాళ్ళ పేరున పెట్టేవాడు కాదేమో.

చేన్ల పని జేసుడు తప్ప ఆయనకు మరో పని రాదాయె. మా నాయనమ్మ

ఆకుకూరలు అమ్మడం, పాడిజేసి పాలు డబ్బాలవాళ్ళకు పోయడం జేసేది. పొలం పోయే. గడ్డి గాదం లేకపోయే. ఇంకా బర్లనేం మేపుతరు. బర్లు పోయినయి. పాలు పోయినయి.

అప్పుడు మాది తాతల నాటి ఇల్లు. పాతకాలపు కూనపెంకల ఇల్లు. పెద్దదే. మా తాత, పెద్దతాతలకు మా ముత్తాత కట్టిచ్చినడట. మా పెద్దతాతో దిక్కు, మా తాతో దిక్కు ఉండేవారు. వాళ్ళ పిల్లలకి పిల్లలం మేము అంతా ఆ ఇంట్లోనే. అందరికి నడిచే పెద్ద దర్వాజ, వాకిలి ఒకటే. ఇల్లు సరిపోయేది కాదు. అందులోనే సర్దుకొని ఉండేవాళ్ళం. మా అమ్మనో, పెద్దమ్మనో ఎవ్వరో ఒకరు ఎప్పుడూ సణుగుతూనే వుండేవారు, పెట్టెలెక్క ఉన్న ఈ చిన్న అరల సంసారం చేసుడు మాతోటి గాదని.

మా ఇంటికి కొంచెమావల నలభై గుంటల జాగా ఉంది. అందులో ఇల్లు కట్టుకోవాలని మా బాపు, పెద్దబాపు, చిన్నబాపు అనేవారు. చేతిలో పైస లేక ఆగిపోయారు. ఎన్నడూ కలలో గూడా చూడనంత, కండ్లు చెదిరేటంత పైస, దిమ్మ దిరిగేటంత పైస చేతికొచ్చింది. ఆగుతారా? నట్టింటిలోకి వచ్చిన లక్ష్మిని కాదంటున్నడని తాతను ఎర్రోడి కింద జమకట్టి చూశారు. ఇంట్లో వాళ్ళు, బయటివాళ్ళు అంతా పిస్సోడిని చేసి చూశారు. ఆ చూపును ఆయన ఎట్ల భరించాడో" హృదయ భారంతో పచ్చికలో కూలబడ్డాడు శేఖర్.

"అసలంత బాధ ఎందుకుపడాలి? బోలెడంత డబ్బు చేతికి వచ్చిందిగా" ఆశ్చర్యంగా మహేష్ తనూ ఆ గడ్డిలో చతికిలబడుతూ.

"ప్రాణం పోసే చేతులకు ప్రాణం తీయడం చూస్తే గుండెలో గునపం గుచ్చినట్లు ఉంటది కదా. తాత, బాపమ్మ రెక్కలు ముక్కలు చేసుకుని పెంచిన నిమ్మ, జామ, వుసిరి, సంత్ర, రేగు చెట్లు నిమిషాల్లో నేలకొరిగె. ఆక్కూరల మళ్ళు మట్టిలో కలిసిపోయే. బర్రెలకు, మ్యాకలకు జాగా లేకపోయే. ఆ నలభై గుంటల జాగా మూడు ముక్కలైంది. కొడుకుల చేతిలో భంగపడి, వాళ్ళ కోసం బెంగపడి, తనలాంటి వాళ్ళకి ఈ లోకంలో తావు లేదని బాపమ్మని ఒంటరి పక్షిని చేసి లోకం విడిచాడు తాత.

నిన్న మొన్నటిదాకా 'ముడ్డిమీద బట్ట, బండ మీద దెబ్బ' అన్నట్టు తప్ప బట్టలు లేకుండే. మా ఎక్కువంటే మూడు జతలు. నాలుగు జతలు అంతే. రెండు కాళ్ళ బండి తప్ప మరోటి లేదయ్యే. సైకిల్ కొనడానికి చాలా ఆలోచన చేసినా కొనలేదు. అటువంటిది వచ్చిన పైసా మా బతుకు తీరు తీరుతీరుగా రోజుకొక తీరుగ మార్చేసే.

యాడాది లోపే మూడు పెద్ద పెద్ద భవంతులు లేసినయ్. టయోట బండి

కొని తెల్ల బట్టలేసుకొని, వెయ్యి రూపాయల చెప్పులేసుకుని రంగు కండ్లద్దాలు, సెల్‌ఫోన్‌తో తిరగడం, ఇంట్లో కలర్ టీవీ, ఫ్రిజ్, బట్టలమిషన్, ఏసీ.., ఏమేమో సామాన్లు ఇంట్లోకి చొచ్చుకొచ్చాయి. మేము సర్కారు బడి నుండి ప్రైవేటు బడికి మారాం. నేను పదో తరగతి అయ్యే సరికి నాకూ ఒక సెల్‌ఫోన్, బండి. ఆ బండికి రోజూ పెట్రోల్, జేబునిండా పైసా.

మా బాపమ్మ సముద్రమంత దుఃఖం మనసులోనే పాతేసి ఆ పాతింట్లోనే వుంది. తను కాటికి పోయేవరకు ఆ ఇల్లు వదలనని, కదలనని మొండికేసింది. మొరాయించింది. బలవంతం చేస్తే తన పీనుగునే తీసుకుపొయ్యేది అని కరాఖండిగా చెప్పింది. భూమి అమ్మితే వచ్చిన పైస మొఖం చూడలేదు. రెండు రూంలు కిరాయి కిచ్చింది. ఆ కిరాయితోనే బతుకుతాంది. బంధువర్గంలో ఎవరికి ఏ ఆపద వచ్చినా ముందు ఉంటుంది. తనకున్న దాంట్లోనే పక్కవాళ్ళకింత పెడ్తుంది" చెప్పుకు పోతున్నాడు శేఖర్.

"శ్రమ ఒకడిది సిరి మరొకడిది" అన్నాడు మహేష్, ఈ మధ్య చదివిన పుస్తకంలోని వాక్యాలు గుర్తురాగా.

"అవును, అట్లాగే అనుకోవచ్చు. పైసా కోసం తాతను మింగేసారని అంటుంది మా బాపమ్మ. అందుకే ఆమెకు కొడుకులంటే కోపం. కొడుకుల పుర్రె తొలిసి అమ్ముతాం అంటుంటే 'అమ్మొద్దు, భూతల్లిని నమ్ముకుంటే యాల్లకింత తిండివెడతది. ఈ పైసలే మిస్తయ్ కరిగిపోవుడు తప్ప. అవి చేతిల పెట్టుకొని పూరా పతనమవుడు తప్ప' అని మా తాత అంటుంటే అందరూ ఎగతాళి చేశారు. ఎర్రోడిని చేశారని బాపమ్మ బాధ.

అదుగో... అటు చూడు, ఎలుకలు చేసుకున్న బొర్రెల్లోకి వాటిని కబళించ డానికి పాము దూరుతాంది. అట్లనే మా ఊర్లల్లకి చొచ్చుకొచ్చి హైదరాబాదు మహా నగరం మింగేసింది" బాధతో బొంగురు బోయిన స్వరంతో" చెట్టు ఆకు కదలడం లేదు. ఉక్కపోతగా శేఖర్ మనసులాగా.

"ఒరేయ్ చెప్పేది సరిగ్గా చెప్పేడువు. హైదరాబాదు మింగడం ఏమిటి నా మొద్దు బుర్రకు ఏమర్థం కాలేదు" మహేష్ పక్కనున్నగడ్డి పరకలు చేత్తో లాగుతూ.

"అవును రా, ఈ ఊరు చూడంగానే మహానగరం మింగేసిన మా ఊరు కళ్ళలో మెదిలింది. ఒకప్పుడు మా ఊరూ ఇట్లాగే చిన్న పల్లె. పట్నం దగ్గరలో ఉన్న పల్లె. పాలు, పెరుగు, ఆకుకూరలు, పూలు, పండ్లు అన్ని మా ఊరికెల్లి పట్నం పోయి

అమ్ముకొస్తుండిరి. ఊరు పచ్చపచ్చగా కళకళలాడుతూ ఉండేది. అసొంటి మా ఊరు ఇప్పుడు మాయమైంది.

చిన్నప్పుడు అమ్మమ్మ ఇంటికి పోయినప్పుడు ఆమె కథలు చెప్పేది. ఆ కథలు వినడం కోసం ఆమె చుట్టూ తిరిగేవాడిని. అమ్మమ్మ చెప్పే కథల్లో ఒకటి కొండచిలువ కథ. కొండచిలువ నోరు తెరిచి ఊ... ప్ అని లోపలికి ఊదుకుంటే లోపలికి పోతామని చెప్పినప్పుడు నోరెల్లబెట్టేవాడిని. ఆ తర్వాత అది చెట్టుకు చుట్టుకుంటే మన ఎముకలు పటపట ఇరిగిపోతాయని మనం దానికి ఆహారమవుతామని చెప్పినప్పుడు ఆశ్చర్యంతో కళ్ళు పెద్దవి చేసి చూస్తూ చెవులప్పగించి వినేవాడిని. ఎంత పెద్ద మనుషులనైనా అట్లా మింగేస్తుందని ఆమె చెప్పినప్పుడు నమ్మబుద్ధి అయ్యేదికాదు.

కానీ, ఇప్పుడు అర్థమయింది మా పల్లెని, పల్లె జనాన్ని మహానగరం కొండచిలువ లాగే మింగేసిందని. అది బలిసిపోవడానికి మా పల్లెలాంటి ఎన్ని వందల పల్లెలు మహానగరం కోరల్లో చిక్కి శల్యమయ్యాయో..? నిగ నిగా మెరిసే నల్లత్రాచు లాంటి రోడ్లను, ఫ్లైఓవర్లను, వాటి అందాన్ని, ఆకాశానికి ఎగిసే బంగ్లాలు, అవి మెరిసే మిలమిల మెరుపులను, తళతళలాడే తళుకులను చూశామే కాని ఆ వెనుక అందులో నిండి ఉండే విషాన్ని, విషాదాన్ని గుర్తించలేకపోతున్నాం. ఆ విషాన్ని, విషాదాన్ని ముందే గుర్తించిన మా తాతని అంతాగల్సి పిసోడి కింద జమ కట్టడం, ఆయన్ని పోగొట్టుకోవడం మా జీవితాల్లో పెనువిషాదం కాదా..!" మహేష్ కళ్ళలోకి గుచ్చి చూస్తూ శేఖర్.

"ఊ... అవునురా. గుండెల్ని పిండేసే ఎన్నో విషాద గాథలు, గొంతెత్తి చెప్పుకోలేని భయానక దృశ్యాలు ఎన్నో ఈ మహానగర విస్తరణలో. అక్షర జ్ఞానంలేని మా అత్తమ్మ వాళ్ళని డబ్బు ప్రలోభ పెట్టి అతిచౌకగా వాళ్ళ పొలాలు కొని, ఇళ్ళ ప్లాటులు వేసి కోట్లు సంపాదించారు కొందరు. కష్టం చేసుకుని చేయి చాచకుండా బతికిన మావాళ్ళు ఇప్పుడు తిండికి గగనమై రేషన్ బియ్యం కోసం ఎదురుచూస్తూ బతుకుతున్నారు" ఆలోచిస్తూ దూరంగా కొండలకేసి వెళుతున్న సూర్యుడిని చూస్తూ మహేష్.

"నీ స్నేహం, వెంకటరావు సారు పాఠాలు బుర్రకెక్కించుకుంటుంటే తెలుస్తోంది. మా అలవాట్లు, పద్ధతులు, ఆచారాలు, సంస్కృతి, తిండి అన్నీ... అన్నీ మారిపోయాయి. మావి కానివి మాకు తెలిసీ తెలియకుండానే మా ముందుకొచ్చాయి. మమ్మల్ని ఊరించి మోహించేలా చేశాయి. కట్టెల పొయ్యిలో బూడిదతోనో, పొట్టు పొయ్యి, ఊక పొయ్యి

బూడిదతోనో గిన్నెలు తోమిన అమ్మ... తోమడమే మానేసింది. పని మనిషిని పెట్టుకొని సబ్బుతో తోమించడం మొదలుపెట్టింది. మా బాపమ్మ చెరువుల మట్టితోటో, గంజి తోటో తలస్నానం చేస్తే మా చిన్నప్పుడు మేం లైబాయ్ సబ్బునే నెత్తికి, పెయ్యికి వాడే వాళ్ళం. ఇప్పుడు రకరకాల వాసనలు, నురగలతో మేనిని మెరిపిస్తామంటూ ఏవేవో సబ్బులు, షాంపులు వాడుతున్నాం. వేపపుల్ల, తంగేడుపుల్ల, కానుగపుల్ల ఏది దొరికితే దానితో పళ్ళు రుద్దడం లేకుంటే పొయ్యిల బూడిదతోటో, కచిక తోటో పండ్లు తోమే వాళ్ళం. ఆ జాగాలో మిలమిల మెరిపించే పళ్ళనిస్తాయంటూ ఏవేవో పేస్టులు. చాయ్ తాగకుంటిమి, అంబలి తాగేవాళ్ళం. పుట్టమన్నుతోటో, పాటిమన్నుతోటో ఇల్లు అలుకు పూత చేసేవారు అమ్మవాళ్ళు. సద్ది బువ్వ తిని, ఆనిగెపుకాయ బుర్రలో నీళ్ళు పోసుకొని వెంట తీసుకుపోయే వారు. జీడిగింజ వేసి కాసిన నువ్వుల నూనె నెత్తికి అంటుతుండేవారు. మా బాపమ్మ నెత్తి అరవై ఏండ్లొచ్చినా ఇప్పటికీ ఎక్కడో ఒకటి తప్ప నల్లగా నిగ నిగలాడుతుంది. నా నెత్తి చూడు షాంపులతో ఎట్లున్నదో, నెరిసిపోయి" జుట్టులోకి వేళ్ళు పోనిచ్చి దువ్వుకుంటూ తనకేసి చూస్తున్న మహేష్‌ని చూసి నవ్వుతూ శేఖర్.

"మా తాత విత్తనాలు కొనేవాడు కాదు. పండిన పంట నుంచి విత్తనం వడ్లు, మక్కలు, జొన్నలు, కూరగాయలు అన్ని తీసేవాడు. బాగా ఎండబెట్టి బూడిద కలిపి బట్టలో కట్టి కుండలో జాగ్రత్త చేసేవాడు. అవన్నీ ఎక్కడ పోయినయో... ఏ ఏట్ల గల్సిపోయినాయో... ఆ శ్రమ సౌందర్యం కానరావడం లేదు" అప్పటివరకూ ప్రవాహంలా సాగిన అతని మాటల ప్రవాహానికి ఏదో అడ్డుకట్ట వేసినట్లు నిట్టూరుస్తూ...

"మీ ఊర్లోనే కాదు దాదాపు అన్ని ఊర్లు మారినయ్. మార్పు సహజం. లేకపోతే మానవుడు ఇంత అభివృద్ధి చెందేవాడే కాదు" శేఖర్ అభిప్రాయం కోసమా అన్నట్లు ఒక క్షణం ఆగి మళ్లీ తానే,

"అభివృద్ధి పేరుతోనే టీవీ మన నట్టింట్లకి చొచ్చుకొచ్చి మన దగ్గర లేనివెన్నో, మనకలవాటు చేసింది. దాని ముందు కట్టి పడేసింది. కచేరి కాడ ముచ్చట్లు తగ్గిపోయాయి. ఒకనాటి ఆదరణ, ఆప్యాయత, స్వచ్ఛత పోయి పల్లె మనసులు కలుషితం అయిపోయాయి. మనిషి కంటే వస్తువులకే ప్రాధాన్యత పెరిగిపోయింది. కోరికలు గుర్రాలై సవారీ చేస్తున్నాయి కదూ" సాలోచనగా మహేష్.

"అవునురా, అప్పుడు మేమెప్పుడూ చూడనివి బంజారాహిల్స్‌లోనో, జూబ్లీహిల్స్ లోనో ఉండే ఇంద్రభవనాలు, ఆ బంగ్లాల్లో ఉండే సోకులన్నీ మాకొచ్చాయని మురిసి

పోయేవాళ్ళం. అంతకు ముందు తినే జొన్నరొట్టె, సర్వపిండి, పచ్చిపులుసు లాంటి వంటలన్నీ ఇంట్లోంచి మాయమయ్యాయ్. అసలు ఇంటి వంట తగ్గిపోయింది. మాకూ చదువు మీద ధ్యాస తక్కువయింది. పిజ్జాలు, బర్గర్లు... సినిమాలు షికార్లు... డిస్కోలు ఎక్కువై పోయాయి. మా అమ్మావాళ్ళకి టీవీ సీరియళ్ళతో పోల్చుకుంటూ షోకులు. నగలు, చీరల షాపింగులతో సమయం చాలదు"

"ఇంతకీ మీ బాపు వాళ్ళు ఇప్పుడు ఏమి చేస్తున్నారు" ప్రశ్నార్థకంగా మొహం పెట్టి మహేష్.

"మా బాపు వేళ్ళనిండా బంగారు ఉంగరాలు పెట్టుకొని, బ్యాంకులో పైసలు కరిగిచ్చుకుంట రాజకీయాలు అని తిరుగుతున్నడు. చిన్నబాపు రియల్ ఎస్టేట్ వ్యాపారం మొదలుపెట్టి డబ్బు మత్తులో మునిగిపోయాడు. పెద్దబాపు కొన్ని పైసలు పిల్లల పేరున జమవేసి, కొంత ఫైనాన్స్ వ్యాపారం నడుపుతున్నాడు" చేతికున్న బంగారు వుంగరాన్ని అటూ ఇటూ తిప్పుతూ శేఖర్.

"ఓ..." తల ముందుకు ఊపుతూ మహేష్ అన్నాడు.

"మొత్తం మీద చేన్లో కండరాలు కరిగేలాగా, ఒళ్ళు పులిసే లాగా పనిచేసే బాధ తప్పినందుకు మావాళ్ళు అంతా సంతోషపడ్డారు. మా బంధువర్గంలో అంతా మేమేదో ఘనకార్యం చేసినట్లు, ఆహా... కాదు కాదు మా దగ్గర డబ్బు జమైంది కద అందుకే మమ్ములను మా డబ్బును గొప్పగా చూస్తున్నారు. కానీ, మా బాపమ్మ చిన్నాయిన కొడుకు మల్లయ్యతాత మాత్రం ఎన్నడూ మా ఇంట్లోకి తొంగిచూడలేదు. బాపమ్మ దగ్గరికి వచ్చి పోతుంటాడు. అయితే, ఎక్కడ కనపడినా 'మీ తాతలో ఉన్న కష్టపడే గుణం మీలో లేదుర. మీరంతా కష్టం చేయకుండా పైస కావాల్నని, జల్సా చేయాలనీ అనుకుంటున్నరు. కానీ, మీ తాత అట్లకాదు. కష్టపడాలి, చెమటోడ్చాలి, సంపద సృష్టించాలి, నలుగురికీ పని కల్పించాలి అనేవాడు. మనం ఏం వేసినా మంచి పంట తీయాలి. అప్పుడే మన ఒళ్ళు, మన ఇల్లు, మన ఊరు అంతా మంచిగ ఉంటదనేవాడు. ఒక్కడికన్న మీ తాత గుణం రాలేదని బాధపడేవాడు. చిల్లిగవ్వలకు ఆశపడి బంగారం లాంటి తిండి పోగొట్టుకున్నారని మా బాపు వాళ్ళని తిట్టేవాడు. ఆయన ఎప్పుడు ఎక్కడ మా ఇంట్లోవాళ్ళకి కనిపించినా అవే మాటలు. మా తాతకి బావమరిదే కాదు దోస్తు కూడా గద. అందుకే మావాళ్ళు ఆయన మాటలని వినీ విననట్లే ఉండేవారు.

అప్పట్లో, మా బాపువాళ్ళు చిన్నప్పుడు దుకాణంకి పోయి కొనేది చాలా తక్కువ

ఉండేవి. మా పొలంలోనే వడ్లు, గోధుమలు, మక్కలు, జొన్నలు, తైదలు అవింత ఇవింత వేసేవారు. ఎండాకాలం పంటగా నువ్వులు, పల్లి, సూర్యపువ్వు వేసేవారు. ఉల్లిగడ్డ, ఎల్లిగడ్డ, కూరగాయలు, పెసర్లు, మినుములు, శనగలు వేసేవారు. గట్లమ్మట కందులు వేసేవారు. మక్కలో ఇంత పసుపు వేసేవారు. మా తాతకు చుట్ట తాగే అలవాటుండేది. అందుకోసం పొగాకు కొంచెం వేసేవాడు. ఉప్పు, చక్కర, చాయ్‌పత్తా, ఇంత బెల్లం కొనేవాళ్ళట. అన్ని పండుతోంటే స్వచ్ఛమైన, శుభ్రమైన ఆహారం. అందుకే రోగాలు తక్కువ. ఆయుష్షు ఎక్కువ. ఉన్నదాంట్లో అంతా సంతోషంగా ఉండేవారు. తృప్తి పడేవారట. మల్లయ్య తాత చెప్పాడు" ఆకాశంలో మారుతున్న రంగులకేసి చూస్తూ శేఖర్.

"అవున్రా మీ మహానగరంలోనే కాదు మా పల్లెల్లోను ఎన్నో మార్పులు. ఇంటిపై ఆంటేన్నాలు ఎప్పుడు మొలిచాయో అప్పటి నుండి ఎన్నో మార్పులు. ఆ మార్పు అంతా అభివృద్ధి కోసమే అంటారు. అసలు అభివృద్ధి అంటే అర్థం ఏమిటో..?" శేఖర్ ఏం చెబుతాడోనని అతనికేసి చూస్తూ మహేష్.

"ఏమోరా... ఇప్పుడు పంటలు పండించేవాళ్ళు తగ్గిపోయారు. అవసరాలు పెరిగాయి. ఊర్లోనే బట్టలు నేసేవాళ్ళు, గంపలు చేసేవాళ్ళు, కుండలు చేసేవాళ్ళు, చెప్పులు చేసేవాళ్ళు, కమ్మరోల్లు, వడ్లోల్లు అన్ని చేసేవాళ్ళు. ఇప్పుడు ఏమైపోయారో వాళ్ళంతా... వారి ఉత్పత్తులు కనుమరుగయ్యాయి' వరిమోళ్ళ మధ్యలోంచి నీళ్ళపై మెరుస్తున్న సూర్యకిరణాల్ని తదేకంగా చూస్తూ తన ధోరణిలో చెప్పుకుపోయాడు శేఖర్.

"నిజమేరా... మా ఊర్లోను కులవృత్తులు చేసేవాళ్ళు కొందరు తమ వృత్తితో కుటుంబాన్ని పోషించలేక, అందులోంచి బయటపడలేక నరకం అనుభవిస్తున్నారు. ఎవరి సంగతో ఎందుకు? మా కుటుంబాన్నే చూడు. మాది వడ్రంగి వృత్తి. మా చిన్నప్పుడంటే ఎడ్లబండ్లు, నాగళ్ళు, కర్రులు, వంటి వ్యవసాయ పనిముట్లు, ఇంట్లోకి కావలసిన బెంచీలు, బీరువాలు, పీటలు, ఎత్తు పీటలు, మంచాలు ఇట్లా ఏదోటి చేసేవాడు మానాయన. ఇప్పుడవి అవుసరపడతలేవు కద. ఎడ్లుబండ్లు పోయే. అన్నిటికి మిషన్లు వచ్చే. చెక్క జాగాలో తయారైన ప్లాస్టిక్ సామాన్లు వచ్చే. ఇంకా మా బోటివాళ్ళకు పని ఎక్కడిది? మనం తయారుచేసిన వాటికి విలువ లేకపోవడం, బయటి నుండి వచ్చే వాటిపై ఉన్న మోజు కారణం కావచ్చు. బతుకు భారం అవుతాంటే చదువుకోరా కొడకా లేకుంటే ఈ లోకంలో బతకలేవు అని చెప్పేవాడు మా నాయన" తండ్రి మాటలు గుర్తు తెచ్చుకుంటూ మహేష్.

"అప్పటివరకు నిండా గాలితో ఎగురుతున్న జీవితం పగిలిన బెలూన్లాగా అయిపోయింది. ఈ రోజు వెనక్కి తిరిగి చూసుకుంటే ఏముంది. చేతిలో గుడ్డిగవ్వల్లా, చెల్లని చిల్లర పైసల్లా మిగిలాం. మా తాత మాట విని ఉంటే చేతిలో కాసుల గలగలా లేకున్నా తిండికి లోటుండేది కాదు. ఈ రోజు ఇప్పటికి మా పరిస్థితి ఫరవాలేదు. కానీ ఇట్లాగే ఉంటుందని, రేపటికి మెతుకు కోసం వెతుకులాట ఉండదని అనుకోను" కళ్ళు, భుజాలు ఎగురవేస్తూ శేఖర్.

పడమటి దారులు అరుణారుణ వర్ణం పులుముకుంటుంటే కొండచిలువ కోరల్లో చిక్కిన అభివృద్ధి గురించి ఆలోచనలతో లేచారిద్దరూ – రేపటి భానోదయంపై ఆశతో.

– సాహితీ ప్రస్థానం, ఏప్రిల్ 2014

ఆ రోజు ఏం జరిగిందంటే...

మా వాహనం శ్రీనగర్ నుండి జమ్మూ వైపుకి హైవేలో జెట్ వేగంతో దూసుకు పోతోంది. హిమపర్వత సానువుల్లో ఒదిగి వెండి దుప్పటి కప్పుకొని మిలమిలా మెరుస్తూ ఎంతసేపైనా చూడాలనిపించే మనసును కట్టిపడేసే ఒడుదుడుకుల పర్వతశ్రేణులు... రాతి ద్రోణులు. వాటిని వెన్నంటి ఉండే హిమనీనదాలు. స్వచ్ఛమైన నీటిపాయలూ, ఏర్లు, సెలయేర్లు, సరస్సులు, జలపాతాలూ... ఆకాశాన్ని అందుకోవాలని ఉబలాట పడుతూ ఎదిగి పోతున్న దేవదారు వృక్షాలూ, అక్కడక్కడ దట్టమైన అడవులూ, పచ్చని తివాచీ పరచినట్లు పచ్చికబయళ్ళు. వాటిపై అక్కడక్కడ గొర్రెల మందలతో తెల్లగా బక్కగా పాలబుగ్గల పసివాళ్ళు. అందమైన కాశ్మీరు లోయలో పేదరికాన్ని, వెనుకబాటు తనాన్ని తెలియజేస్తూ నా ఆలోచనల్లో నేను. ఎవరికి వారు కాశ్మీరులోయ అందాలకి పరవశిస్తూ ఆ అద్భుత దృశ్యాలని మదిలోనూ, కెమెరాల్లో బంధిస్తూ ఆ ప్రాంతాన్ని వదిలి రావాలని లేకపోయినా తప్పదుగా అనుకుంటూ...

"కాశ్మీరు కొండల్లో అందాలకి కొత్త అందాలిచ్చారు

కాశ్మీరు వాగుల్లో పరుగులకి కొత్త అడుగులిచ్చారు" మౌన రాగానికి బ్రేక్ వేస్తూ రాగం అందుకుంది మృదుల.

'కాశ్మీరు లోయలో... కన్యాకుమారిలో ఓ సందమామ, ఓ సందమామ' పోటీగా సంగీత. ఆమెకు జత కలుస్తూ మాలిని, కవిత.

'ప్రేమ యాత్రలకు బృందావనము, కాశ్మీరాలు ఏలనో' మరో పాట అందుకుంది మృదుల. మన కవులు ఈ అందాలపై ఎన్ని పాటలు కట్టారు..! కవితలు అల్లారు..!

అమర్‌నాథ యాత్ర, గుర్రాలపై ప్రయాణం, నడవలేక డోలి ఎక్కిన వైనం, వారం రోజులుగా అనుభవించిన అద్భుతమైన మధురానుభూతులను నెమరు వేసుకుంటూ... అడుగడుగునా కనిపించే సెలయేటి గలగలలు... జలపాతాల సవ్వడులు... పక్షుల కిలకిలలు... ప్రకృతి అందమంతా కుప్ప పోసినట్లుగా... తడిసి ముద్దాయిపోతూ... మేం.

"నాకయితే ఇక్కడే ఎప్పటికీ ఉండిపోవాలనిపిస్తోంది" ముందు సీటులో కూర్చొని భూతల స్వర్గం గురించి ఆలోచిస్తోన్న మాధురి.

"ఆ... నాకూను. నేను మనసులో అనుకున్నా. నువ్వు పైకి చెప్పేశావ్" వంత పాడింది కవిత.

"అబ్బ ఎంత ఆశ. మనని ఇక్కడ ఉండనిచ్చేది ఎవరట?" నవ్వుతూ నేను.

"ఉండనిచ్చేది ఏమిటి ఉండాలనిపిస్తే ఉండడమే" మాలిని.

"అలా ఇక్కడ ఉండకూడదు" నొక్కి చెప్పా.

"అదేంటి? ఎందుకు ఉండకూడదు? మనం భారతీయులం. ఈ దేశంలో ఎక్కడైనా ఉండవచ్చు" తెలిసినట్లుగా మాలిని.

"ఆ పప్పులేవి ఇక్కడ వుడకవమ్మ" ఉడికిస్తూ నేను.

"ఆ ఎందుకనీ..." రవిత్రేయిని చేతిలో ఉన్న తమ జమా ఖర్చుల పుస్తకాన్ని మూసి మాలిని చేతిలో పెడుతూ.

"ఏం వీసా కావాలా" గాలికి రివ్వున ఎగురి మొహాన్ని కమ్మేస్తున్న ముంగురుల్ని సవరించుకుంటూ మృదుల.

"వీసా తీసుకుని అమెరికా లాంటి దేశాల్లో పౌరసత్వం పొంది స్థిరనివాసం ఏర్పర్చుకోవచ్చు. కానీ కాశ్మీరులో మాత్రం కుదరదు. శ్రీనగర్‌లో మనం ఉన్నాం చూడండి అలాంటి బోటు హౌస్‌లే గతి మనలాంటి వాళ్ళకి. ఇక్కడి చట్టాల ప్రకారం కాశ్మీరు ప్రాంతేతరులు ఇక్కడ భూమి కొనలేరట. బోట్‌హౌస్‌లో మాత్రం ఉండవచ్చుట" ఈ యాత్రకి వచ్చేముందు వికిపీడియాలో చూసిన విషయం చెప్పా.

"అవునా!" రవిత్రేయిని ఆశ్చర్యంగా.

"బోట్ హౌస్ అయితేనేమి..? ఎంచక్కా స్వచ్ఛమైన నీటిలో తేలియాడుతూ ఊయలలూగే ఇల్లు. ఆనందించక" కవిత కంచు కంఠంతో కరచినట్లుగా.

'పర్యాటక లోకాన్ని రా రమ్మని పిలుస్తోన్న సుందర కాశ్మీరంలో ఈ అల్లకల్లోలం ఏంటో" తమ రాకకి కొద్దిగా ముందు బారాముల్లాలో జరిగిన అల్లర్లు, శ్రీనగర్‌లో కర్ఫ్యూ గుర్తొచ్చిన రవిశ్రేయిని.

"కాశ్మీరులో జరిగే అల్లర్ల గురించి మేం పుట్టినప్పటి నుండి వింటున్నాం. అసలు కారణం ఏమిటి?" డ్రైవర్‌ని అడిగింది మాధురి.

ఏమి చెబుతాడోనని అందరం ఆసక్తిగా అతని కేసి చూస్తూ...

కొద్ది క్షణాలు ఆలోచించి "దేశ విభజన సమయంలో కాశ్మీరు సంస్థానం మహారాజ హరిసింగ్ సారధ్యంలో భారతదేశంలో విలీనమైంది. అయితే, అప్పట్లో కాశ్మీరు భూభాగం ఒక ప్రత్యేక స్థానాన్ని పొంది ఉండేది. మెజారిటీ ముస్లిం జనాభా అధికంగా ఉన్న జమ్మూ కాశ్మీర్ హిందూ రాజుల పాలనలో ఉండేది. భారతదేశం రెండు ముక్కలై ముప్పు ముంగిట ఉన్నప్పుడు తప్పనిసరై కాశ్మీర్ విలీనానికి రాజు ఒప్పుకున్నాడని కొందరంటారు. బలవంతంగా విలీనం చేసుకున్నారని కొందరంటారు. విలీన ఒప్పందంపై అనేక వివాదాలున్నాయి. విలీన ఒప్పందం నిబంధనలు అమలు కాకపోవడం వల్లనే సమస్యలు అని కొందరంటారు.

దేశ విభజన సమయంలో సాగిన హింసలో హిందువులు, ముస్లింలు భయంకరమైన రక్తపాతం, అత్యాచారాలు ఎదుర్కొన్నారు. కాశ్మీరీ జాతీయ నాయకుడు షేక్ అబ్దుల్లా అనుకూలంగా మహారాజుకు, భారత ప్రభుత్వానికి వ్యతిరేకంగా వేల సంఖ్యలో రోడ్లపైకి వచ్చారు. ఇప్పటికీ సమస్య రగులుతూనే ఉంది. భారత్‌లో కాశ్మీర్ భాగమనే నమ్మకాన్ని ప్రభుత్వం కలిగించలేకపోయిందని అంటారు మేడం"

"అగ్గిపెట్టెలో పట్టే చీరలంటే ఏమో అనుకునేదాన్ని. నిజంగా కశ్మీరీ సిల్క్ చీరలు నా మనసు దోచేశాయి" ఆ టాపిక్ మారుస్తూ మాలిని. నిన్న సాయంత్రం శ్రీనగర్‌లో చేసిన షాపింగ్ చీరలు, శాలువాలు, వాటిపై ఉన్న కశ్మీరీల చేతి పనితనం, స్టోల్స్, గాజులు, కుంకుమ పువ్వు, ఆప్రికాట్స్, మొఘలుల ఉద్యానవనాలు, కోటలు ఇలా మాటల గలగలలు సాగిపోతూ... మేం కొన్న గాజులూ, పర్సులు అందుబాటులో ఉన్నవాటిని ఒకరికొకరం చూపుకొంటూ... ధరలు బేరీజు వేసుకుంటూ.

మేం ప్రయాణిస్తున్న వాహనం స్లో అయింది. ఆగింది. ఎదురుగా వచ్చే వాహనదారులు డ్రైవర్‌తో ఏదో కశ్మీరీలో మాట్లాడారు. ఆ తర్వాత ఎవరితోనో ఫోన్‌లో మాట్లాడాడు. ఆ తర్వాత మా వాహనం ప్రధాన రహదారిలో కాకుండా దారిమళ్ళింది. గ్రామాల్లో ఉండే కచ్చారోడ్డులో మేం. ఆ గతుకుల కుదుపులకు ఒక్కసారిగా స్పృహలోకి

వచ్చాం. అసలేం జరుగుతోంది. శ్రీనగర్ నుంచి జమ్ముకి ఉన్న హైవేలో కాకుండా మేం ఈ రోడ్డులోకి రావడమేమిటి..? మాటల్లో పడి గమనించనే లేదు. అందరిలో తెలియని ఆందోళన.

"భయ్యా... ఏమిటిది? రహదారి ఉండగా ఈ దారిలో..?" అర్థోక్తిగా హైదరాబాదీ హిందీలో మాలిని.

"ముందు రెండు చోట్ల హర్తాల్ జరుగుతోందట" డ్రైవర్ తల ఇసుమంతైనా కదల్చకుండా.. మా వైపు దృష్టి మరల్చకుండా.

"ఎందుకు?" గాబరాగా సంగీత.

"మొన్న బారాముల్లా దగ్గర జరిగిన కాల్పుల్లో సాధారణ పౌరులెవరో చని పోయారట. అందుకు నిరసనగా" చెప్పాడు డ్రైవర్.

అంతా ఉలిక్కిపడ్డాం.

"ఇది నిజమేనా" మాలిని సందేహం.

"ఏమో... అసలే మనమంతా ఆడవాళ్ళం" భయంగా సంగీత.

"ఇతని మాటలు నమ్మదగ్గట్టుగానే ఉంది అతని వాలకం" మృదుల.

రకరకాల సందేహాలు మా మనస్సులో. అప్పటివరకూ ఉన్న ఉత్సాహం, కబుర్ల స్థానే కలవరం, భయం. ఏం జరగబోతోందనే ఉత్కంఠ. అన్ని వైపులా తేరిపార జూస్తూ... అప్రమత్తంగా.

ప్రతికూల పరిస్థితుల్లో, ఉగ్రవాద బూచి ఉందంటూన్న సమయంలో ఈ ప్రయాణం అవసరమా అంటూ ఇంట్లోవాళ్ళు బయటివాళ్ళు మమ్మల్ని నీరసపర్చ చూశారు. భయపెట్టారు. అయినా అవేవి లక్ష్యపెట్టక రెండు నెలల క్రితమే ప్లాన్ చేసుకున్న విధంగా మా యాత్ర సాగించాం. అమరనాథుని దర్శనం చేసుకుని శ్రీనగర్ చేరాం. వైష్ణోదేవిని దర్శించాం. అంతా అనుకున్న విధంగా సవ్యంగా సాగిందన్న ఆనందంతో ఉన్న మాకు షాక్ కలిగిస్తూ...

కచ్చా రోడ్లో పది నిమిషాల ప్రయాణం తర్వాత ఓ చిన్న గ్రామంలో ప్రవేశించాం. వీధుల్లో కొద్ది మంది యువకులు తప్ప ఊళ్ళో ఉండే సందడే లేదు. అకస్మాత్తుగా మా వాహనం ఆగింది. డ్రైవర్ దిగిపోయాడు. అతడెందుకు ఆపాడో అర్థంకాక మేం అడిగే లోపే అతను వడివడిగా అడుగులేస్తూ కుడి వైపునున్న మసీదు కేసి నడుస్తున్నాడు.

పట్టేసిన కాళ్ళని సాగదీస్తూ మధ్యలో ఉన్న నేను, మృదుల, సంగీత దిగబోయాం.

"ఎందుకు దిగుతున్నారు? వద్దు. అసలీ డ్రైవర్ మనతో ఏమీ చెప్పకుండా వెళ్ళడం ఏమిటి?" వారిస్తూ మాలిని.

మేం దాటి వచ్చిన యువకులు మమ్మల్నే చూస్తూ ఏదో అరుస్తున్నారు. మాకేం అర్థం కాలేదు. ఎందుకైనా మంచిదని మేం మా వాహనం ఎక్కబోతుండగా, రోజాలో ఉన్నాడేమో నమాజ్ కోసం వెళ్ళి కాళ్ళు చేతులు కడుక్కుంటున్న డ్రైవర్‌కి ఏం కనిపించిందో కంగారుగా పెద్ద అరుపు ఎక్కండంటూ. అంతలోనే ఆ యువకుల గుంపు నుంచి ఓ గులకరాయి మావైపు దూసుకొచ్చి మాకు అతి సమీపంలో పడింది.

పట్టుకోండి... తన్నండి... తరమండి... రాళ్ళ వర్షం మాకు దగ్గరవుతూ.

పరుగు పరుగున వచ్చిన డ్రైవర్ బండిని ముందుకు ఉరికించాడు. ఆ అల్లరి మూకని, రాళ్ళనీ తప్పించుకుంటూ సందులు గొందులు తిప్పి ఎలాగయితేనేం ఆ ఊరు దాటించాడు. ప్రాణాలు అరచేతిలో పెట్టుకొని మేం. ఏ ప్రమాదం ఎటు నుంచి ముంచుకొస్తుందోనన్న భయంతో మరో ఊరు, మరో ప్రదేశం. అక్కడా వాతావరణం తుఫాను వచ్చే ముందు ప్రశాంతతలా కర్ఫ్యూని తలపిస్తోంది. మధ్య మధ్యలో మా వాహనం ఆపే బీఎస్ఎఫ్ జవాన్లు.

ఏదో జరుగుతోంది. మా ప్రయాణం ఏ మాత్రం సురక్షితం కాదని తెలుస్తోంది. ఆపద ముంచుకొస్తోంది. ఏం చేయాలో దిక్కుతోచని స్థితి.

"క్యా భయ్యా క్యా హువా" రవిత్రేయిని డ్రైవర్‌ని అడిగింది.

"ఏమో... ఈ బండి జమ్మూ రిజిస్ట్రేషన్ కదా. మనం ఉన్నది కాశ్మీర్‌లో. ముందుకు వెళ్ళడం కష్టమే. ఎక్కడైనా ఆగాల్సిందే" డ్రైవర్ మధ్య మధ్యలో ఎవరితోనో ఫోన్‌లో మాట్లాడుతూనే ఉన్నాడు తమ భాషలో.

"అదేంటి... నువ్వు ఈ రాష్ట్రానికి చెందినవాడివే కదా" కవిత.

రంజాన్ ఉపవాసంలో ఉన్న అతను నమాజ్ చేసుకోవడానికి ఎక్కడా కుదర లేదు. చివరికి కూర్చున్న చోటే నమాజ్ కానిచ్చాడు. ఓ గ్రామంలో పరిస్థితి చెప్పి తమకి ఆశ్రయం కోరాడు. ఎవరూ ఒప్పుకోలేదు. చివరికి ఓ ఇంటి పెద్ద సరేనన్నాడు. మా వాహనం రోడ్డు మీద ఉంటే ప్రమాదమని రెండు ఇళ్ళ మధ్య ఉన్న సందులో ఎవరికీ కనపడకుండా పెట్టించాడు. మా అందరినీ తమ ఇంట్లోకి తీసుకెళ్ళి ప్రధాన ద్వారం మూసేశాడు. వీళ్ళంతా ముస్లింలు. ఇది ఏ తీవ్రవాదులకో సంబంధించిన

స్థలం కాదు కదా! మమ్మల్ని ఇక్కడ బంధించారా? ఏమో. ఏ పుట్టలో ఏ పామున్నదో ఎవరికి తెలుసు? అసలు నిజంగా హర్తాల్ జరుగుతోందా? ఈ డ్రైవర్ మధ్య మధ్య ఫోన్ మాట్లాడుతూనే ఉన్నాడు. తీవ్రవాదులతో కాదు కదా..? ఇందాక ఈ ఇంటి యజమాని చెప్పినట్లు మేము దాటివచ్చిన ఆ గ్రామం పాకిస్తానీ ఉగ్రవాదుల్ని కాల్చివేసిన ప్రదేశమేనా..? మదిని తొలిచేస్తున్న ప్రశ్నలు.

మేం క్షేమంగా ఉన్నామా? లేక పెనం మీద నుంచి పొయ్యిలో పడ్డామా? అనుమానపు చూపులతో మేం. డ్రైవర్ జమ్ముకి చెందిన ముస్లిం, ఈ ఇల్లు కాశ్మీరీ ముస్లిం వ్యక్తిది. మేమంతా హిందువులం. తప్పదు. ఇప్పుడు ఏమనుకొని ఏమీ లాభం లేదు. ప్రతి క్షణం అప్రమత్తంగా ఉండాలి. ఏది జరిగితే అది జరుగుతుందని మమ్మల్ని మేం సన్నద్ధం చేసుకుంటూ ఎదురయ్యే పరిస్థితులని ఎదుర్కోవడానికి సమాయత్త మవుతూ గుండె దిటవు చేసుకుంటూ వున్నాం.

"ఈ ప్రాంతంలో వాళ్ళకి హిందువులంటే గిట్టదట" ఏదో గుర్తొచ్చినట్లు మృదుల చెవిలో గొణిగింది సంగీత.

"చుప్" కళ్ళతో వారిస్తూ మృదుల.

భారత్ – పాకిస్తాన్‌ల మధ్య జరిగిన మూడు యుద్ధాలకు, కశ్మీరీ లోయలో ఉగ్రవాదానికి మా ఈ విపత్కర పరిస్థితికి మేమే కాదు మాలాంటి ఎందరో పర్యాటకుల ఇబ్బందులకు కారణం కశ్మీరు వివాదమే. కశ్మీరు మన దేశంలో అంతర్భాగమని మనం అనుకుంటున్నాం. పాక్‌లో ఉన్న కశ్మీరి భూభాగాన్ని పాక్ ఆక్రమిత కశ్మీర్ అంటున్నాం. మనలాగే పాకిస్తాన్‌వాళ్ళు కాశ్మీర్ తమదంటున్నారు. భారత్‌లో ఉన్న కశ్మీరీ భూభాగాన్ని భారత్ ఆక్రమిత కాశ్మీర్ అంటున్నారు. మా ఈ స్థితికి మూలాలను వెతుకుతూ నా ఆలోచనలు.

మా బృంద సభ్యులంతా మనసులో ఏ భయాలున్నా కనిపించనీయకుండా ఆ ఇంటివాళ్ళతో మాట్లాడుతున్నారు. ఆ ఇంటి పెద్ద అబ్దుల్లా చాల స్నేహంగా వున్నాడు. గలగలా మాట్లాడుతున్నాడు. లోపలున్న భార్యని, కోడల్ని, కూతుర్ని పిలిచి మా విషయం చెప్పాడు. మేం హైదరాబాద్ నుండి అని చెప్పగానే చాలా ఆశ్చర్యం వారిలో. అంత దూరం నుండి చూడడానికి వచ్చారా! అందులోనూ అంతా ఆడవాళ్ళు అని. ఇంటి యజమాని తమ్ముడు హైదరాబాదులోనే మిలిటరీ శిక్షణ తీసుకున్నాడని వచ్చేటప్పుడు చేతి గడియారాలు తెచ్చాడని చెప్పారు. వాళ్ళ మాటల్లో హైదరాబాద్ అంటే అభిమానం కనిపించింది. అంతా కూర్చున్నాం. సుహృద్భావ వాతావరణంలో

సాగుతున్న సంభాషణల మధ్య నిశ్చలంగా ఉన్న బావిలో రాయి వేసి కంపనాలు సృష్టించినట్లు అయింది మా పని - మాలిని కొద్దిగా పక్కకు వెళ్ళి చేసిన ఫోన్‌తో.

మాకు ఎదురైన క్లిష్ట పరిస్థితి, మేం తలదాచుకున్న విధం, మేమున్న ప్రదేశం, ఇంటి యజమాని పేరు అన్నీ వాళ్ళాయనకు ఫోన్ చేసి చెప్పింది, ఎందుకయినా మంచిదని. ఆ ఇంటి వారి మొహాల్లో మారిన రంగులు, భ్రుకుటి ముడుస్తూ పెద్దాయన. మమ్మల్ని అనుమానాస్పదంగా చూస్తూ, అసహనంగా కదులుతూ ముక్కూ మొహం తెలియని వారికి ఆశ్రయం ఇచ్చి తప్పు చేశామా అన్న భావన వారి కళ్ళలో ప్రతిఫలిస్తూ..

సహజమే కదా. వారిని తప్పుపట్టలేం. అప్పటివరకూ మాకు తెలిసిన హిందీలో మాట్లాడిన మా మాటలు విన్న వారికి ఒక్కసారిగా తెలుగు వినడం అది వారికి అర్థం కానిది కావడం, మధ్య మధ్యలో వారి ఊరి పేరు, ఇంటి యజమాని పేరు రావడం అకస్మాత్తుగా వారి అనుమానానికి కారణమయ్యి ఉండొచ్చనిపించింది. పురుషులు లేకుండా మీరే వచ్చారా అని మమ్మల్ని ఆశ్చర్యంగా, అబ్బురంగా ఆరాధనాపూర్వకంగా చూసిన ఆ ఆడవాళ్ళలో కన్పిస్తున్న భయం, ఆందోళన. ఈ సంకట పరిస్థితి నుండి ఎలా బయటికి రావాలి? తూటాల్లా తాకుతున్న చూపులనుంచి ఎలా తప్పించుకోవాలి?

"హైదరాబాద్‌లోను ఇంకా చాలా ప్రాంతాల్లోనూ ఉర్దూ మాట్లాడతారు. అదే మీతో మాట్లాడాం. మా రాష్ట్రంలో మా మాతృభాష తెలుగు. మేం ఇంట్లో మాట్లాడేది తెలుగులోనే. ఇక్కడ అలజడుల గురించి వార్తల్లో చూస్తే మావాళ్ళు కంగారు పడతారు కదా. అందుకే మేం అంతా క్షేమంగా ఉన్నాం. మా గురించి ఆందోళన వద్దు. ఓ పెద్దమనిషి పెద్ద మనసుతో మాకు ఆశ్రయం ఇచ్చారని మాలిని వాళ్ళాయనకి చెప్పింది" అని చెప్పాను.

అవునన్నట్లుగా తలలూపారు మిగతావాళ్ళు. మా అందరినీ నఖశిఖ పర్యంతం పరీక్షగా చూసిన ఆ ఇంటి పెద్ద, ఇతర కుటుంబ సభ్యుల మొఖాల్లో ప్రసన్నత నిదానంగా చోటు చేసుకుంది. హమ్మయ్య వాళ్ళు మామూలయ్యారు అనుకున్నాం. కాసేపు మాట్లాడిన తర్వాత అత్తా కోడళ్ళు సాయంత్రపు పనిలో నిమగ్నమయ్యారు.

ఆ పెద్దాయన కశ్మీరీల పేదరికం, పిల్లల చదువు, పాకిస్తానీ ఉగ్రవాదులు స్థానికులను ప్రేరేపించి, డబ్బుల ఎర చూపి అక్కడి యువతకి శిక్షణ ఇస్తున్నారని, ఉగ్రవాదం వైపు మళ్ళిస్తున్నారని దాదాపు 50 వేల మంది ఉగ్రవాదం వల్ల ప్రాణాలు కోల్పోయారని చెప్పాడు. 1990 తర్వాత తీవ్రవాదం వల్ల హిందువులపై దాడులు పెరగడంతో హిందువులు కశ్మీరీ ప్రాంతాన్ని వదిలి ప్రాణాలు గుప్పెట పట్టుకుని

పోయారని, ఇప్పుడు 5 శాతం కూడా హిందువులు లేరనీ అన్నాడు. ఇప్పుడు తమ గ్రామంలోనూ ఒకే ఒక కశ్మీరీ పండిట్ కుటుంబం ఉందనీ, తాము ఎంతో స్నేహంగా ఉంటామని చెప్పాడు. కశ్మీర్ భూభాగంలో కొంత ఆక్సాయ్ చిన్ భాగం చైనా అధీనంలో ఉందనీ, పాకిస్తాన్ ఆక్రమణలో ఆజాది కాశ్మీర్ ఉందనీ, ఆ బందులు, హర్తాల్‌లు కాశ్మీర్ లోయ దద్దరిల్లిపోవడం, పాలకులు ప్రజల మనోభావాల్ని పట్టించుకోకపోవడం గురించి చాలా చెప్పాడు.

భారతసైన్యం వేరు, కశ్మీరీ ప్రజలు వేరు అనే స్థాయిలో పరిస్థితులు చేయి దాటిపోతున్నాయి. భద్రతా బలగాలు మా పాలిట యమకింకరులుగా తయారయ్యాయి. అత్యంత సున్నితమైన ఈ సరిహద్దు ప్రాంతంలో ప్రజల మనోభావాలను పట్టించుకోరు. మా పాలకులకి ప్రజలని సానుకూలంగా మలుచుకోవడం తెలియదు. ఉత్తర, దక్షిణ కశ్మీరు జిల్లాల్లో మునుపెన్నడూలేని రీతిలో ప్రజలు భద్రతా బలగాలపై విరుచుకు పడుతున్నారు. మేం ఉగ్రవాదం మినహా జీవితంలో సుఖం, సంతోషం, సమైక్యజీవనం, విద్య, విజ్ఞాన వినోదాలు వంటి వాటితోపాటు సామాజిక జీవితాన్ని కోల్పోతున్నాం. రోడ్డుపై వెళ్ళే ఎవరికీ భద్రత లేదు. మా పిల్లల చదువులు కొండెక్కాయి. ప్రజలు స్వేచ్ఛ కోల్పోయారు. సాయంత్రమైతే భయంగా ఇంట్లోనే ఉండిపోవాలి. అర్ధరాత్రి తలుపులు తట్టేది ఉగ్రవాదులో, పోలీసులో తెలియదు. ఒకరి కోసం ఒకరు వెతుక్కుంటూ వస్తారు. ఇద్దరి వల్లా చిత్రహింసలకు మేం గురికావల్సిందే. ఇంకా చెప్పాలంటే కాశ్మీరులో మత కలహాలు లేవు. ఉగ్రవాదులకు, భద్రతా బలగాలకే పోరు. ఎప్పుడో ఒకప్పుడు ఈ మంచుపర్వతాలు బద్దలై, ఆ మంటలు ఎప్పుడు భగ్గున భారత ప్రభుత్వాన్ని చుట్టు ముడతాయా? అని పాకిస్తాన్ కాచుకుని కూర్చుంది. ఆవేదనతో చెప్పుకొచ్చాడు అతను.

అక్కడి వ్యవసాయం, పంటలు మధ్యలో చిన్న చిన్న ప్రశ్నలు మినహా మేం మాట్లాడింది తక్కువ. అబ్దుల్లా ద్వారా కాశ్మీర్ బాహ్య సౌందర్యమే కాదు, ఆ ప్రజల అంతర సౌందర్యమూ అర్థమైంది. కల్లోల కాశ్మీర్‌ని మరో కోణంలో చూసే అవకాశం కలిగింది. దాదాపు నాలుగైదు గంటలు ఇట్టే కరిగిపోయాయి. మా అనుమానాలు, భయాలు నీలాకాశంలో దూదిపింజల్లా ఎగిరిపోయాయి. ఆ ఇంటావిడ ఇచ్చిన కాఫీ మమ్మల్ని తేలికపరిచింది. బయటకు చూస్తే చీకటి ముసుగు వేస్తోంది.

ఈ సమయంలో మీరు ఎలాంటి ఇబ్బంది లేకుండా వెళ్ళవచ్చు. మా వాళ్ళంతా ఉపవాసంలో ఉంటారు కదా. ఉపవాసం వదిలేముందు నమాజ్‌కి వెళతారు. ఆ

తర్వాత భోజనం వేళ. ఇప్పుడయితేనే మిమ్మల్ని ఎవరూ పట్టించుకోరు. ఎలాంటి అవరోధం కల్గించరని చెప్పాడు. అప్పుడే వచ్చిన వాళ్ళబ్బాయి ఇంతియాజ్. దాదాపు మరో రెండున్నర గంటలు ప్రయాణం చేస్తే కాశ్మీరు లోయ వదిలి జమ్మూ ప్రాంతంలోకి అడుగు పెడతారని డ్రైవర్‌కి జాగ్రత్తగా తీసుకెళ్ళమని జాగ్రత్తలు చెప్పాడు అబ్దుల్లా. ఆ కుటుంబానికి ధన్యవాదాలు తెలిపి, నిన్న మేం కొన్న వాటిల్లోంచి గిఫ్ట్ ఇవ్వబోతే వద్దని వారించాడు పెద్దాయన. అయినా వినకుండా మా దగ్గర ఉన్న చాక్లెట్లు, డ్రై ఫ్రూట్స్, గాజులు, పర్సులు ఇచ్చాం.

మా ఆదిలాబాద్ జిల్లాలోని భైంసాలో మతకల్లోలాలు జరిగినప్పుడు ఓ సాధారణ హిందూ వనిత తుల్జాబాయి దాడికి లోనైన కొందరు ముస్లింలకు ఆశ్రయం యిచ్చిన విషయం, హైదరాబాద్‌లో 55 ఏళ్ళ షాహీన్‌సుల్తానా 1980లో మతకల్లోలాల్లో జరిగిన భయంకరమైన హింసని చూసి, ఆమె మత సామరస్యం కోసం కృషిచేస్తోన్న విధం చెప్పాం.

అందరం భాయీ భాయీగా ఉండాలనే వాదాన్ని ప్రోత్సహిద్దాం. దేశమంతటా వ్యాపింపజేద్దాం అంటూ మరో మారు ఆ కుటుంబానికి మనస్ఫూర్తిగా ధన్యవాదాలు తెలుపుకుని, వారి మానవత్వాన్ని అభినందించి బయలుదేరాం.

– 'సారంగ' వెబ్ మ్యాగజైన్, అక్టోబర్ 2013

మార్కెట్ సాలెగూటిలో పల్లెలు

"అరె నీ బొందల మన్నువడ. మాపటి బువ్వలకు ఇంత కారం నూర్తారను కుంటే గా చింత దుమ్ము మీ నెయ్యవడ్తి వేందిర? ఏమేస్కతింటవ్...?" కసిరింది, తొడిమలు తీసిన పచ్చిమిరపకాయలు, వెల్లుల్లి రెబ్బలు, ఉప్పు రోట్లో వేస్తున్న పార్వతి.

"గదంత నాకెర్కలే... రాస్కోను పెన్ను కొనుమంటే కొంటలెవ్‌గని. పెన్ను లేకుంటే నేను హోంవర్క్ ఎట్ల జెయ్యాలె. హోంవర్క్ రాస్కపోకుంటే మా సారు చింతబరిగె ఇరిగెదంక తంతనని ముందె జెప్పిండు" చింత చెట్టుపై నుండే ఏడ్పు గొంతుతో అరిచాడు. అంతకుముందే తల్లితో పెన్ను కోసం గొడవ పెట్టుకున్న పదేళ్ళ సాయిబాబు.

పెన్నుకోసం నాల్గు రూపాయలు ఇవ్వలేదని తనపై కోపంతో, ఆ పని చేశాడని అర్థం చేస్కుంది పార్వతి. కానీ ఏం చెయ్యలేని అసహాయస్థితి.

"గట్లయితే బడి బందుబెట్టు. నా గోస తీర్తది" బయటకు రాబోతున్న మిరప కాయను రోట్లోకి తోసి మరింత స్పీడుగా నూర్తూ... పార్వతి.

"అ... నేను బందెందుక బెట్టాలె... పెయ్యంత వాతలు తేలెదంక సారుతోని తన్నులు తినస్త... గప్పుడు నువ్వేడుస్తవ్..." కసిగా సాయిబాబు.

ఏం చేయాలో, ఏం అనాలో తోచక తన పరిస్థితికి తనపై తనకే కల్గుతున్న కోపం, కసి అంతా రోట్లో వాటిపై చూపి బరబర నూరేస్తోంది పార్వతి.

"ఏం పార్వతీ బాగున్నావా...?" అంటూ పచ్చికారం నూరుతున్న పార్వతికి దగ్గర్లోనే ఉన్న రాయిపై కూర్చొంది ఎజిఎస్ అలివేణి, ఆమెతోపాటు మరో యువతి.

బ్యాగులోంచి వాటర్ బాటిల్ తీసి రెండు గుక్కలు తాగింది. ఆ నీటినే కొన్ని అరచేతిలో పోసుకుని మొహం కడుక్కుంది. బ్యాగ్‌లోంచి ఖర్చీఫ్ తీసి తుడుచుకుంటూ ఆ బాటిల్‌ని తనతో వచ్చిన అక్క కూతురు నీలిమకి అందించింది.

"ఆ" తప్ప మరేం మాట్లాడకున్నా పార్వతి చేతులు మరింత స్పీడుగా పని చేస్తున్నాయి. బుర్ర ఆలోచిస్తోంది. ఈ నెల పొదుపు 50 రూపాయలు. రెండు నెల్ల క్రితం పెద్దబిడ్డ కాన్పుకు తీసుకున్న మూడువేల అప్పు రెండు నెలల జమ, వడ్డీ, ఈ నెల పొదుపు... అంతా కలిపి ఏడొందల పది రూపాయలు కట్టాలి. చేతిలో పైస లేదు. పొయ్యిలకు, పొయ్యిమీనకు రోజు ఎతుక్కునుడేనాయె... ఈ పూట ఎట్ల గడుస్తదా అని చూసుడాయె... గీ అప్పులు, పొదుపులు ఎట్ల కట్టుడు...? మదిలో ఎన్నెన్నో ప్రశ్నలు... కందిరీగల తుట్టలా... కదిలి బాధపెట్టేస్తూ...

మనసులో ఎంత బాధ ఉన్నా ఎంతో ఆదరంగా, అభిమానంగా పలకరించే పార్వతికి ఏమైంది? తనెప్పుడొచ్చినా ఇక్కడే ఈ చింత చెట్టుకిందే కూర్చుంటుంది. మేడం వచ్చిందంటూ గబగబా నలుగుర్నీ కేకేస్తుంది పార్వతి. లేదా పిల్లల్ని పంపుతుంది. అలాంటిది ఈ రోజు ఇలా ఉందేమిటి? కనీసం పలకరింపుగా కూడా నవ్వలేదేమిటి? ఈ మౌనానికి కారణం ఏమై ఉంటుంది? మనసులో అనుకొన్న అలివేణి,

"పిల్లగాడ్ని ఎత్తుకొని పెద్దబిడ్డ అత్తగారింటికి పోయిందట గద! ఆడికి పోయినంక మనవడి ముచ్చట్లేమన్న తెల్సినయ్యా...?" ముఖం తుడుచుకుంటూ పలకరించింది.

"ఆ... పోయింది. మల్ల ఏ ముచ్చట లే..." ముక్తసరి సమాధానం చెప్పి,

"ఓరి సాయిగా, పోయి గా కర్రోల్ల సాయిత్రికు, మల్లారం గంగవ్వకు, పాతడోల్ల పోశక్కకు, ముత్యాల చిన్నక్కకు, పద్మకు మేడం అచ్చిందని చెప్పి అందర్ని తోల్కరా పో..." కొడుక్కి పురమాయించింది.

సాయిబాబు ఏం మాట్లాడకుండా చిన్న దగ్గు... ఆ తర్వాత "నేను పిల్వ" సమాధానం.

"ఏంట్రా సాయిబాబూ చెట్టుమీదున్నావా? పడగలవ్ జాగ్రత్త" హెచ్చరించింది అలివేణి.

"ఆరి పోనీ, ఇంత చింత చిగురు దొర్కతదేమో పొద్దుగాల్ల పప్పులకన్న అయితది" అని,

"భాగ్గెవ్వా... ఏం చెయ్యబడ్తివే... మేడమచ్చింది. అందర్ని పిలువ్" లోన వున్న భాగ్యను కేకేసి చెప్పింది పార్వతి.

"నాకు పెన్ను కొనియ్యమంటే కొనియ్యవ్‌గాని, నేను నీకు చింతాకు తెంపాల్నా. నేను తెంప" విసురుగా సాయిబాబు.

రుసరుసలాడ్తూ వెళ్ళింది భాగ్య.

పదవ తరగతి పాసయిన భాగ్యకి అలివేణి అంటే ప్రత్యేకమైన అభిమానం మంచిగున్నారా మేడం అంటూ ఎప్పుడొచ్చినా నవ్వుతూ పలకరిస్తుంది. ఈ రోజేమిటి తనని పలకరించకుండా మొఖం కందగడ్డలా చేస్కుని పోయింది. బాగా ఏడ్చినట్టుంది. ఏదో జరిగి ఉంటుంది. ఏదో సమస్య ఉంది వారికి అనుకుంది అలివేణి.

"ఏమైంది పార్వతీ... ఆరోగ్యం బాగుండలేదా..?" ప్రేమపూర్వకంగా అలివేణి పలకరింపు.

లావాలా ఎగిసిపడ్తున్న అగ్ని కెరటాల్ని తనలోనే అణచివేసుకున్న పార్వతిని ఆ ప్రేమ పూర్వకమైన పిలుపు కదిలించింది. నూరిన కారం తీసి సీమెండి గిన్నెలో పెట్టి ఎడం చేత్తో చెంగుతీసి కళ్ళొత్తుకుని గిన్నె లోన పెట్టడానికి వెళ్ళినట్టుగా వెళ్ళిన పార్వతి కన్నీళ్ళు అలివేణి దృష్టిని దాటి పోలేదు.

అసలే సన్నగా ఉండే మనిషి మరింత కుంచించుకు పోయినట్లయింది అనుకుంది అలివేణి. "ఏం పార్వతీ... ఏం జరిగింది? ఎందుకలా ఉన్నావ్?" అంది అనునయంగా.

"ఎట్ల జెప్పాలె. మేడం... మా తలరాత... మా గాచారం గిట్ల కాలబడ్డది. పొద్దెల్లినా, పొద్దు కుంకినా ఈ పూట ఎట్ల ఎల్తదోనని నేను పరేశాన్లుంటి. పోరికి నెత్తి రుద్దుకోను అదేదో షాంపు గావాల్నట. రెండ్రూపాలు ఇయ్యమంటది. పోరడేమో రాస్కోను పెన్ను గావాల్నంటండు. ఎట్ల జేతునా అని నేను సమజుకాకుండ ఉంటే... నా మొగుడు ఉన్న ఇత్తడి ముంత పట్కపాయె. తాగెతందుకు పైసల్లేక. నా కడుపుల పెట్టుకున్న పరేశాన్... ఎవల్లకు జెప్తే ఎవలు తీరుత్తరు! ఆరుత్తరు?" పార్వతి అంటుండగానే,

"దినాలు గిట్ల రావట్టినయి... గా దినం మనం చెర్ల మన్నుతోని, గంజితోని నెత్తి రుద్దుకోలే... ఎన్నడన్న గా ఎర్రసబ్బు మొకం జాస్తిమా..? గిప్పుడు ఎర్రసబ్బు అద్దు గా నెత్తి రుద్దుకునే పూడలు గావాల్నంటున్నరు. ఆడిపోరగాల్లు, మగ పోరగాల్లు,

కచేర్లకు కాకిని రానిత్తే కచేరంత ఏరిగిందట" వస్తూనే పార్వతి బాధ విన్న నలభయ్యేళ్ళ ముత్యాల చిన్నమ్మ వ్యాఖ్యానం.

"దినాలు ఒక్క తీర్గనే ఉంటయా..? జమాన మారింది. ఎన్నడన్న టి.వి. పేరు ఎర్కాయెనా మనకు. కచేరికాడ రేడియో ఒక్కటె ఊర్ల ఉండే... ఈ జమాన ఊర్ల రేడియోలు గాదు... టి.వి.లు. కొనబడ్చిరి. ఆ టీవీల్ల జూసినట్లు మాకు సూతం ఉంటే మంచిగుండు అనుకోబడ్చిరి పోరగాల్లు అంటూ సాగర్ గుట్కా పొట్లాం విప్పి నోట్లో వేస్కుంటూ అంది చిన్నమ్మతో పాటే అక్కడికి వచ్చిన పద్మ. ఆమె స్వరంలో ఈ మధ్య లోను మీద బ్లాక్ అండ్ వైట్ టి.వి కొన్న చిన్నమ్మపై చిన్న ఎత్తిపొడుపు కూడా ధ్వనింపజేస్తూ.

"పద్మా నీవింకా గుట్కాలు మానలేదా..? అయినా మన గవర్నమెంటు బందు పెట్టింది కదా... ఆ గుట్కా పేకెట్ నీకెక్కడ దొరికింది?" గుట్కా నోట్లో వేస్కోవడం చూసిన అలివేణి ప్రశ్నించింది.

"సర్కార్ బందుపెట్టిన కాడికెల్లి రూపాయి పూడ రూపాయిన్నరకు సాటుకు అమ్ముతున్నారు. పానం పీకుతా ఉంటే మేం గట్లనే కొనబడ్తివి" ఆ కొత్తమనిషి ఎవరా అని నీలిమనే పరీక్షగా చూస్తూ చెప్పింది పద్మ.

"ఓ మేడం, ఈ అత్తమ్మ పూడలు కొడుకుతోని తెప్పిత్తదిగదా... ఆడు బీ సాగర్ తింటాడు. మానిక్ చంద్ తింటాడు. తినద్దురా. పొట్టల పేగులు కరాబయితయి, నోట్ల కాన్సరు రోగమొస్తది అని మా లెస్స చెప్పిన ఇనకపాయె... మీనికెల్లి మా అవ్వ తింటలే... మరి ఆమెకు రావాయె రోగాలు...? నాకొక్కనికే అస్తయానె..? అంటాడు. ఈ అత్తమ్మనే ఆడ్ని బీ సత్తెనాశ్నం చేయవట్టింది" చేతులు తిప్పుతూ అంది పద్మ అన్న కూతురు సరోజ, మధ్య మధ్య నీలిమని గమనిస్తూ.

"అప్పటి కెల్లి ఎవల్ల ముచ్చట ఆల్లదే గని... అచ్చినోల్లకు పల్కరించుడు లేదా" ఆరిందలా అని మళ్ళీ తానే,

"అవ్ మేడం... మీ బిడ్డనా..? మంచిగున్నది. సదుకుపోతున్నదా...?" అడిగింది సరోజ.

"అవును బిడ్డే... అంటే మా అక్క బిడ్డ. బొంబాయిలో ఉంటారు. అక్కడే చదువుకుంటుంది"

"లగ్గమైందా..." జుట్టు ముడి బిగిస్తూ సావిత్రి ప్రశ్న.

"అరే... సదుకుంటోందని మేడం సెప్పనేబట్టే... లగ్గమైందా... అంటవేందే... ఆయీ..." వెటకారంగా పద్మ.

"అదృష్టం... నసీబు ఉండాలె" దీర్ఘంగా నిట్టూర్చి పై నుండి కింద వరకూ ఆమెనూ... ఆమె కట్టుకున్న బట్టల్ని, నగల్ని, అలంకరణని పరీక్షగా చూస్తూ అంది సరోజ.

నీలిమనే ఆరాధనా పూర్వకంగా చూస్తూ భాగ్య.

ఏడవ తరగతితోనే చదువుకు స్వస్తి చెప్పిన సరోజకి సినిమాల్లోలాగా అందంగా తయారయి కాలేజీకి వెళ్ళడం, రకరకాల బట్టలు వేస్కోవడం, స్నేహితులు, ఆటలు, పాటలు... అంతా... ఓ మధురమైన ఊహ. అప్పుడప్పుడు ఆ ఊహల్లో విహరించి ఆనందం పొందుతూ ఉంటుంది – మిత్రురాళ్ళు భాగ్య, గంగమణిలతో కలసి.

"మీరు ఏం చదువుతున్నారు?" తననే తదేకంగా చూస్తున్న సరోజను చిరునవ్వుతో పలకరించింది నీలిమ.

"ఆ... నేనా... సదువా? ఎన్నడో బందుపెట్టిన" కించిత్ బాధతో నెమ్మదిగా సరోజ స్వరం.

"అప్పుడే మానేశావా... ఎందుకు?" చిన్న వయసులోనే మానేయడమేమిటి నీలిమ సందేహం.

"పట్నపోల్లు... బొంబాయిల ఉండెటోల్లు... మా ముచ్చట మీకేం సమజయితది?" అన్న పద్మ నీలిమని, సరోజనీ, భాగ్యని మార్చి మార్చి చూస్తూ బుగ్గనున్న గుట్కాను చింత మొదట్లో ఊసి మళ్ళీ తానే "బాగ్గెవ్వతోని నేను సుతం బడికి పోతని మస్తు కిరికిరి చేసింది గానీ దాని అయ్య, ఆయి ఒప్పులే. ఎద్గిన పోరిని ఊరు దాటి పంపుతవా... రోజులెట్లుంటయో ఏవో... సదువు పేరు మీన బయట తిరగ నేర్చిన పోరి సక్కగ ఇల్లు జేర్తదా అని మస్తు సనిగపట్టే మా అవ్వ. ఇది సదు నేర్సిందంటే సదుకున్నోడిని నేనేడ తేవాలె..? నా తోని అయితదా... అంత బరువు లేపుడు అని మా అన్న గాయిగాయి జేసె.

బాగ్గెవ్వతోని బిడ్డ సదుకుంటే మంచిగనే ఉంటది. పదోది పాసయితే చిన్నంగ ఏదో నౌకరి దొరక్కపోతదా అని మా ఆదినెకుండె. గాని దాని మాట ఆ యింట్ల నడుత్తదా..? దాని మనసుల మాట లోపట్నే పెట్టుకొని పోని... బిడ్డా... మన నసీబు

ఎట్లుంటే అట్ల అయితది. నాతోని పనికి కొంటబోతే ఇంత పనన్న నేరుత్తవు. అత్తకాడ బీడీలు నేర్వు అని దాన్నింట్ల బెట్టె.

పోరి మస్తు ఉషారి ఉన్నది. పెద్దోలతోని ఖరా పనిజేత్తది. దానిని బీ డ్వాక్రా గ్రూపుల జేరుద్దమని మస్తు కోషీష్ చేసింది మా అదినే. మెంబర్లు ఒప్పలె. ఆడిపిల్ల ఎన్నడైనా 'ఆడ' పిల్లనే గద..! ఊరు దాటి పొయేదేనాయె... దాన్ని మెంబరు జేత్తే ఎట్ల? ఈ ఊరికొచ్చిన పిల్లకయితే జేయచ్చు... ఏడకు పోదు అంటిరి... ఏం జేత్తం సప్పుడు కాకుంటరి" దీర్ఘంగా నిట్టూర్చింది పద్మ.

"మా అత్తమ్మ తాన బీడీలు నేర్చిన. ఆకు కత్తిరిస్త, దారం కడ్త, బీడీ సుడ్త" ఒకింత గర్వంగా చెప్పింది సరోజ.

"రోజుకు ఎన్ని చేయగలవ్..?" నీలిమ ప్రశ్న.

"యాడ జేసుడు..? మా అత్తమ్మ తెచ్చుకున్న సేర్లనే సగం జేత్త. ఈ పొద్దయితే మా అత్తమ్మకు ఆకు తక్కువెయ్య బట్టిన్రు కరువచ్చె. కూలీపని దొరక... పాయె... పదో ఇరవయ్యో... బీడీల మీన తెచ్చుకుందామంటే ఆకెయ్యకచ్చిన్రు. కార్ఖానాల నాకయితే కారట్ ఇవ్వనంటున్నరు. లగ్గంకాని ఆడిపిల్లకు కారటియ్యరట. ఓ అయ్య జేతిల పెడ్తే ఊరొదిలి పొయ్యేదానికెందుకు అనవట్టె" బాధగా సరోజ.

"కార్ఖానల కారటుంటే వరదక్షిణ కొద్దిగటీటయిన పిల్లను జేస్కపోతరు. వున్నన్ని దినాలు జేస్తరుగద అంటే ఆ ము...కొడ్కులు ఇయ్యకబోతిరి" బూతుల పంచాంగం విప్పింది మల్యాల చిన్నమ్మ.

'ఓహో... అదొక అర్థతన్నమాట. దాదాపు ఏడాదికి పైగా గ్రామాల్లో తిరుగుతూ ఉన్నా, వీళ్ళతో పరిచయమయినా, తనకీ విషయం తెలినే తెలీదే...' తన పని చేసుకుంటూ మనసులో అనుకొంది అలివేణి.

తలా ఓ ముచ్చట పెడ్తుండగా పొదుపు డబ్బుతో వచ్చింది బాయికాడి లక్ష్మి.

"ఏం లక్ష్మి బాగున్నావా? హోటలు బాగా నడుస్తోందా..?" పలకరించింది అలివేణి.

"ఏం నడ్సుడో మేడం. కాలం గిట్ల కాలబడె... అనలు లేకపాయె... పంటల్లేకపాయె... రైతు భూమి దున్ని సేద్దెంజేత్తెనే గదా కూలోల్లకు ఇంత పని దొరికేది... చేతిల పైస తిరిగేది... ఆ చేతిల సిల్లపెంకు లేకుంట చాయ్ ఎట్ల తాగుతరు? అటుకులు, పేలాలు ఏం బుక్కుతరు..." హోటల్ల కూసోని,

"లస్మక్కా... నీ సేతి బజ్జీలు మస్తుంటయే... ఇంకో రెండేయె అంటూ ఎట్ల బజ్జీలు తీయించుకుంటరు మేడం. ఆల్ల తాన పైస లేకుంటే నా హోటలు ఏముంటది? అప్పుడోటి ఇప్పుడోటి చాయ్ తప్ప" చెప్పింది ఏడాది క్రితం గ్రూపు లోను తీసుకుని హోటలు పెట్టి నడుపుకునే లక్ష్మి.

అందరూ తలా ఓ మాటా మాట్లాడుకుంటూనే అతి కష్టం మీద తాము చేసిన పొదుపు జమ చేశారు కొందరు. ఈ నెల కట్టలేం వచ్చే నెల జమేస్తామని చెప్తున్నారు కొందరు. అందర్నీ గమనిస్తోంది నీలిమ.

"గ్రూపు లీడరివి నువ్వే రెండు నెలల బకాయి పడే ఎట్లా? తక్కినోల్లని ఎట్ల అడుగుతవ్... ఎట్ల కట్టిపిత్తన్... లోను గావాల్నని నలుగురు అడగవలె..." నిలదీసింది మెంబరు మణెమ్మ.

"యాడనే మీరు సూడనే వడ్తిరి. నాకు మస్తు కలకల అయితాంది... నూకలకు బీ సేతిల పైసల్లేకపాయె. పని దొరక్కపాయె" పార్వతి కళ్ళనీళ్ళ పర్యంతమవుతుండగా.

"అయ్యొ లేదంటే అమాస ఆగుతదాయె..." దబాయించింది పద్మ.

"మీ అన్న, నేను మెట్టుపల్లి మొకాన పోదామనుకుంటున్నం... ఏడన్న నూర్రూపాయలు అప్పు పుడితే, పోయి బయానా పడ్తడు మీ అన్న. అయి రాంగనె జమేత్త" నమ్మకంగా పలికింది పార్వతి.

"అటు దిక్కు పనులెట్లున్నయో..." మల్లారం గంగమ్మ.

"బగ్గ పని దొరుకుతదట" పార్వతి.

"పొద్దెల్లిన కాడికెల్లి పొద్దుమీకె దంక నడుం లేపకుంట పనిజేపిచ్చుకుంటరు" అనుభవంతో చెప్పింది మణెమ్మ.

"ఏదోటి... ఈడ అది బీ గతి లేకపాయె. తక్లీబు కావడ్తిమి. తప్పుతదా...?" చిరిగిన చీరచెంగు తలపైకి తిప్పుతూ పార్వతి.

"గా... కాపోల్ల మల్లక్క అల్లుడు బతికెతందుకు కోరుట్లకు బోయిండు. ఈడ అప్పులను తీర్చి ఉన్న బొగుడను సావుకారు కాడికెల్లి ఇడ్పిచ్చుకోవాలె. పిల్లగాల్లకు బడిల ఎయ్యాలె అనుకుంట అటు మొకాన బోయిండు. పసుపు తోటల్ల పని మంచిగ దొరికిందట. జమెయ్యలె... పైస పైస జమెయ్యాలె.... అప్పులన్నీ తీరాలె అన్న ద్యానంల బడి కడుపు నొచ్చిన ఖాతర్ చెయ్యలె. అదే తగ్గుతదని దవఖానకు పోలె. గోలి

ఎయ్యాలె. గా... పొద్దు బాధతోని కాల్జేతులు కొట్టుకుంటుంటే తోటలకెల్లి సర్కారు దవఖాన్లకు కొంటబోయిన్రట. ఆల్లు పట్టలేదట. ఆడికెల్లి కానిగిరి దవఖాన్లకు కొంటబోతే పచాస్ హజార్ అయితది. అది ముందువెడ్తే పెద్దాపరేషన్ జెయవడ్తది అన్నరట. యేం జేసిన్రో... ఏవో... పచాస్ అజార్... యాడకెల్లి వెడ్తారు. రెక్కల మీద బతికెటోల్లు..." హృదయం భారం అవుతుండగా తెల్సిన విషయం అందరి ముందుంచింది పద్మ బుగ్గనున్న గుట్కా మరోవైపుకు మార్చుకుంటూ.

"అగ్గో అత్తమ్మా... గందుకే సెప్పవడ్తి... గా పెద్ద పెద్ద బీమార్లయితమ్... సాగర్ బందుపెట్టుమని" సందు దొరికిందని అందుకుంది సరోజ.

"ఏం జమాననో... ఏవో... పేదరికం లేకుంట జేత్తం అనుకుంట ఆకిరికి పేదలే ఈ భూవి మీన లేకుంట జేత్తున్నరు ఈ సర్కారోల్లు" గొణిగింది పార్వతి.

జమయిన కొద్దిపాటి పొదుపు సొమ్ము ఎవరికి వారు నాకు అవసరం, నాకు కావాలి అని పట్టుపట్టడంతో ఉన్న సొమ్మునే నలుగురికీ పంచింది అలివేణి.

"సర్కారు ఏం సాయం చేయకుంట మమ్ముల పొదుపు సేయమంటరు... మాకాడ పైస ఉంటే మేం సర్కారు కోసం చూసుడెందుకు? కూలీ నాలీ తగిల్తే ముప్పై రూపాయలు ఎట్లనో జమేస్తుంటివి. కానీ కూటికి ముద్దెత్తలేకుంట ఉంటరు... నెల నెల పొదుపులెట్ల కట్టాలె. అప్పులెట్ల జమెయ్యాలె..? ప్రశ్నించింది పద్మ.

"పెద్దసారునడిగి మా గ్రూపుకు లోనిప్పియ్యి గద..." అడిగింది మణెమ్మ.

"లోను తీసుకుని ఏం జేస్తారు...?" ప్రశ్నించింది అలివేణి.

"ఏం జేద్దాం..." ఒకరి మొహాలు ఒకరు చూసుకుంటూ...

"అడివిల పని.. లేకుంటే బీడీలు సుట్టుడు గంత కంటే మాకేమొత్తయ్?" లక్ష్మి.

"మా అత్తమ్మకు మిషిన్ అస్తది" గొప్పగా చెప్పింది సరోజ.

"బర్రెలు కొని పాలమ్ముకుంటే మంచిగుంటది" లక్ష్మి.

"నేల నెర్రలు వాసి ఉంటే... తాగెతందుకే నీటి బొట్టుకు కొట్టుకు చస్తుంటే... బర్రెలకు గడ్డి, నీల్లు ఏడ దొరుకుతయి" సాలోచనగా అంది పార్వతి.

"గేదెలు పెట్టుకుంటే పాలు ఎక్కడ అమ్ముతారు?" అలివేణి సందేహం.

"నీలీ పేటకు కొంటబోయి అమ్మొచ్చు" మణెమ్మ.

"లీటరు ఎంత ఉండొచ్చు...?" అలివేణి ప్రశ్న.

"ఫ్యాటు ఏత్తే లీటరుకు ఎనిమిది రూపాయలు పడ్తుండచ్చు" చెప్పింది లక్ష్మి.

"ఏమిటీ లీటరు పాలు ఎనిమిది రూపాయలేనా...? నీళ్ళు లీటరు 10 రూపాయలు అమ్ముతున్నరు కదా" మనసులో అనుకొన్న నీలిమ అప్రయత్నంగా పైకే అనేసింది.

"పల్లిచెక్క, తౌడు, నువ్వుల చెక్క వాతం రాకుండ అప్పుడప్పుడు బెల్లం ఏస్తేనే అంతనన్న ఫ్యాటు పడ్తది. లేకుంటే అంతకంటే తక్కువేపడ్తది" సావిత్రి.

"ఈ పరిస్థితిలో గేదెలు లాభసాటి కాదు. ఇంకేవైనా ఆలోచించుకోండి. సార్‌తో మాట్లాడతాను" చెప్పి బయలుదేరింది అలివేణి నీలిమతో.

"పిన్నీ అటు చూడు" నడుస్తున్నదల్లా ఆగిపోయిన నీలిమ చిన్న దుకాణాన్ని చూపిస్తూ.

"ఏముంది...?" అర్థం కాని అలివేణి.

"ఈ ఊళ్ళో... ఇంత లోపలి మారుమూల గ్రామంలో... కోకోకోలా... థమ్సుఅప్... ఆశ్చర్యంగా ఉందే" అంది నీలిమ.

"ఈ ఊరేంటి... ప్రతి పల్లెలో ఇవి కన్పిస్తాయి. ఒకప్పుడు ఇంటికి చుట్టం వస్తే కల్లు సీసా తెప్పించే వారు. ఇప్పుడు కోక్ లేదా థమ్సుఅప్ తెప్పిస్తున్నారు. పట్టణాల్నే కాదు. పల్లెల్ని అని ఆక్రమించేశాయి" చెప్పింది అలివేణి.

"ఒక్క నిమిషం పిన్నీ..." అంటూ ఆ దుకాణం కేసి నడిచింది నీలిమ. చిక్, క్లినిక్‌ప్లస్, సన్‌సిల్క్ వంటి షాంపూ పాకెట్లూ, చిన్న చిన్న సైజ్‌ల్లో ఫెయిర్ అండ్ లవ్‌లీ, నవరతన్ హేర్ ఆయిల్, క్లోజప్, కోల్గేట్ పేస్ట్, పారచూట్ కొబ్బరి నూనె... రకరకాల సబ్బులూ... చిన్న పెద్ద సైజుల్లో తోరణాలు కట్టినట్టుగా వేలాడుతూ... లోపల ఫ్రిజ్.

"రెండు చాక్లెట్లు" ఇవ్వమని అడిగింది షాపు అతన్ని. అతను బాటిల్‌లోంచి తీస్తుండగా... "ఈ షాంపులు, సబ్బులు, ఫెయిర్ అండ్ లవ్‌లీ... అన్నీ వేలాడదీశారు. వీటికి గిరాకీ ఉంటుందా?" ప్రశ్నించింది నీలిమ.

"ఎందుకు పోవు... బాగనే అమ్ముతున్నమ్" అతని జవాబు.

పేదరికంతో తీవ్ర వత్తిడికి గురయ్యే వీళ్ళ కొద్దిపాటి సంపాదనా కోకోకోలా రూపంలోనో, క్లినిక్ ప్లస్ రూపంలోనో బయటకు వెళ్ళిపోతోంది. ఎల్లలు దాటి పోతోంది అనుకొంది నీలిమ.

కుటుంబ అవసరాలు తీరడం కష్టమైన సమయంలో బడికి వెళ్ళే పిల్లలు అవసరాలు తీర్చలేక సాయిబాబు లాంటి పిల్లల్ని బడి మాన్పించే తల్లులూ, తమ వ్యసనాలకు చేసిన అప్పులు తీర్చడం కోసమో లేదా కుటుంబ ఆచారాలు, ఆనవాయితీలు నిలుపుకునే క్రమంలో చేసిన అప్పులు తీర్చుకోవడం కోసమో పిల్లల్ని పనిలో పెట్టే తల్లిదండ్రులూ ఏం చేస్తాం గాచారం అంటూ సర్దిపెట్టుకునే బతుకులు ఇంతేనా...? అలా సాగాల్సిందేనా...? ఇందాక పార్వతి అన్నట్లు పేదరికం నిర్మూలన అవుతోందా? పేదల నిర్మూలన జరుగుతోందా...? ఆలోచిస్తూ పిన్నితో పాటు కదులుతోంది నీలిమ.

పెద్ద పెద్ద కంపెనీల సరుకంతా గ్రామాల్లోకి గాలి దుమారంలా వచ్చి చేరుతోంటే ఈ పేద మహిళలు స్వయంకృషితో చిన్న పెట్టుబడితో స్థాపించే చిన్న చిన్న యూనిట్లు తట్టుకోగలవా...? కొండచిలువలా మింగేయవూ... గాలి దుమారంలో కొట్టుకుపోవు... ఆలోచిస్తూ అలివేణి.

– 'మాతృక' స్త్రీవాద మాసపత్రిక, నవంబర్ 2003–జనవరి 2004

ఒక వూరి కథ

"అయ్యో... నాన్నా... ఇటు వెళ్ళమంటున్నారేం... అటు అసలు రోడ్డే లేదు" నేను రూటు తప్పు చెప్పాననుకున్నాడేమో గాభరాగా అన్నాడు పదేళ్ళ వివేక్.

"ఇదే... మన వూరికి వెళ్ళే దారి"

"ఒహో రూరల్ ఇండియా రోడ్లు ఇలాగే వుంటాయా..?"

కారు తారురోడ్డు వదిలి మట్టిరోడ్డుపై నెమ్మదిగా కదులుతోంది దుమ్ము రేపుకుంటూ... వందగజాలు ఆ మట్టి రోడ్డులో ముందుకెళ్ళి కాలువ గట్టెక్కి ప్రయాణిస్తోంది ఆ ఇండికా ఏసీ కారు.

"వావ్... బ్యూటిఫుల్... వెరీబ్యూటిఫుల్ లాండ్ స్కేప్ చూడు నాన్నా"

"రాస్తా అసలు మంచిగ లేదు సార్. ఇక బండి ముందుకు పోవుడు కష్టం" అంటూ కారాపాడు డ్రైవర్.

"అయ్యో ఇప్పుడెట్లా" వివేక్ ఆందోళన.

"ఈ రాస్తాలో ఇట్లా వెళ్తే కారు ఇక పనికిరాదు. మా ఓనర్ నా జీతం ఇవ్వను కూడా ఇవ్వడు. పెద్ద పరేషాన్" అన్నాడు డ్రైవర్.

"ఇక్కడ్నుంచి మన వూరు ఎంత దూరం నాన్నా?"

"దాదాపు రెండు కిలోమీటర్లు" అని వివేక్‌తో చెప్పి, "డ్రైవర్ పోనీ... కాస్త ముందుకెళ్తే రోడ్డు బాగుంటుందేమో" నచ్చచెప్తూ అన్నాను నేను.

"కుదరదు సార్... అసలే కాలువగట్టు. కాలువ వస్తోంది. ఎక్కడన్నా నీరు,

బురద ఉంటే ఈ ఎగుడు దిగుడు రోడ్డులో కారు కూరుకుపోతుంది. అట్నుంచిగానీ, ఇట్నుంచిగానీ ఎవరన్నా వస్తే అడుగుదాం" అంటూ తన నిర్ణయాన్ని కచ్చితంగా చెప్పేడు డ్రైవర్.

"ఈ రూట్‌లో వెహికిల్స్ ఏమీ కన్పించడం లేదు. అంటే మన ఊరికి ట్రాన్స్‌పోర్టేషన్ ఫెసిలిటీ లేదా..?" చుట్టూ పరికిస్తూ అడిగాడు వివేక్.

దూరంగా పొలాల్లో వంగి పని చేసుకునే మహిళలు, ఖాళీ పొలాల్లో పశువులు మేపే కుర్రాళ్ళు తప్ప మరెవరూ కన్పించడం లేదు.

"నా చిన్నప్పుడయితే రోడ్డు లేదు. ఇప్పుడు వేశారేమో అనుకున్నా. వేసినట్లే లేరు"

"రెండు కిలోమీటర్లేనా... ఫర్వాలేదు. మనం కబుర్లు చెప్పుకుంటూ, ఈ బ్యూటిఫుల్ లాండ్‌స్కేప్‌ని ఎంజాయ్ చేస్తూ..." అని, "మరి మన బ్యాగేజి..?" ప్రశ్నార్థకంగా నా మొహంలోకి చూస్తూ అన్నాడు వివేక్.

"వావ్... వండర్‌ఫుల్..!" అంటూ పచ్చని పొలాల్లోంచి పైకి లేస్తున్న కొంగల్ని చూసి ఆశ్చర్యం, ఆనందంతో వివేక్.

ఆ పక్షుల గురించి కబుర్లతో కొంత సమయం గడిచిపోయింది. ఎండ వేడిమి ఉన్నకొద్దీ పెరిగిపోతోంది. ఫిబ్రవరిలోనే ఇంతలా పెరిగిపోతోంది. జనసంచారమే లేదు. అదే ఉదయం, సాయంకాలం అయితే బడికి వెళ్ళే పిల్లలు, పశువులు-వాటి కాపరులూ, పనులకు చద్దిమూటలతో వెళ్ళే పడుచులు, ఎడ్లబండ్లు, భుజాన నాగలితో రైతన్నలూ దారంట ఎంత సందడి..!! ఒకప్పుడు నేనూ వారిలో ఒకడినే కదా... మనసు గత స్మృతుల్లోకి వెళ్ళబోయింది.

"అబ్బ... చాలా వేడిగా ఉంది" అంటూ నా ఆలోచనలకు భంగం కల్గించిన వివేక్ కారులూ కూర్చున్నాడు. ఈ ఎండ భరించడం నాకూ చాలా ఇబ్బందిగానే వుంది. ఒకప్పుడు మండుటెండని సైతం లెక్క చేయకుండా, కనీసం చెప్పులైనా వేసుకోకుండా చెట్లూ పుట్టల్లో తిరిగేవాడినే. ఇప్పుడేమిటి ఈ మాత్రం వేడిని భరించలేకపోతోంది నా శరీరం అని ఆలోచిస్తూ నేనూ వెళ్ళి కారులో కూర్చున్నా. డ్రైవర్ మేం కూర్చోడం చూసి ఏసీ ఆన్ చేశాడు.

"నాన్నా అది ఏ క్రాప్?" దూరంగా కన్పించే సన్‌ఫ్లవర్ చూపుతూ వివేక్ ప్రశ్న.

"సన్‌ఫ్లవర్" అని చెప్పి మళ్ళీ నేనే...

"ఆ ఎత్తుగడ్డ మీద వేసింది మొక్కజొన్న, ఆ గ్రీనరీలో కొంత వరిపంట - పచ్చగడ్డి అనుకుంటాను"

"మొక్కజొన్న అంటే..?" వివేక్ సందేహం.

"కార్న్"

"ఓహో... ఏనిమల్ ఫీడ్"

"అమెరికాలో మొక్కజొన్నని ఏనిమల్ ఫీడ్‌గా వాడతారు. కానీ మన దేశంలో ప్రజల ముఖ్య ఆహారాల్లో ఒకటి. చాలా బలవర్ధకమైంది"

"ఏంటి కార్న్ మనుషులు తింటారా..?" వాడిలో అంతులేని ఆశ్చర్యం.

"అవును... నా చిన్నప్పుడు మా పొలంలోనూ మొక్కజొన్న పండించేవాళ్ళం. పొలం వెళ్ళినప్పుడల్లా మొక్కజొన్న కంకులు మంటలో వేసి కాల్చుకు తినేవాళ్ళం. అసలు ఆ టేస్టే వేరు. ఆ రోజులే వేరు..." మళ్ళీ గత స్మృతుల్లోకి వెళ్తున్న నా ఆలోచనలకు అంతరాయం కల్గిస్తూ...

"రియల్లీ అంత టేస్టీగా వుంటాయా? అమెరికాలో ఎందుకు తినరు? నేనూ టేస్టు చూడాలి" వివేక్ ఆతృత.

"అంతేకాదురా... మొక్కజొన్న సీజన్‌లో వీటితో చాలా వంటలు చేసుకునే వాళ్ళం. లేత మొక్కజొన్నల్ని ఒలిచి గారెలు, బూరెలు చేసుకునేవాళ్ళం. నాకు ఈ గారెలు ఇష్టమని మా ఎదురింటి సీతమ్మ పిన్ని ఎప్పుడు వండినా నన్ను పిలిచి పెట్టేది. మాఫ్రెండు సుధాకర్‌రెడ్డి వాళ్ళింట్లో బొగ్గుల మీద కాల్చిన కంపె పైన వెన్నరాసి ఉప్పుకారం చల్లి ఇచ్చేవాళ్ళు. ఒక్కోసారి నిమ్మరసం రాసి ఉప్పు చల్లుకు తినేవాళ్ళం. ఓహ్... ఆ టేస్టే... టేస్ట్... మొక్కజొన్న కోసేటప్పుడు ఎక్కడైనా పచ్చిగా ఉన్న కండెలు ఉంటే వాటిని ఇంటికి తెచ్చేవాళ్ళం. అవి నేనైతే పచ్చిగానే తినేవాడిని ఒక్కోసారి. లేదా ఉడికించుకు తినేవాళ్ళం. వర్షాకాలంలో ఎండిన మొక్కజొన్నలతో పేలాలు వేయించుకునేవాళ్ళం" మాతృభూమిలో అడుగు పెట్టగానే ప్రవాహంలా ముంచెత్తుతున్న మధురానుభూతులు.

"నాన్నా, ఈ విషయాలు నాకెప్పుడూ చెప్పలేదేం" నాకు బ్రేకు వేస్తూ ప్రశ్న.

"ఆ సమయం, సందర్భం రాలేదు..." అంటుండగానే,

"నాన్నా... అటు చూడు దుమ్ము మేఘంలా లేస్తూ... ఏదో వెహికిల్ వస్తున్నట్లుంది" వెనక్కి చూపుతూ ఉత్సాహంతో అన్నాడు వివేక్.

"ఆటో అనుకుంట సార్" డ్రైవర్.

ఎత్తు పల్లాల మట్టిరోడ్డులో అటు ఇటు ఒరిగిపోతున్న ఆటో జీవన పోరాటంలోని ఒడిదుడుకులతో నడవలేక నడుస్తున్న నిండు గర్భిణిలా.

"అయ్యో... కాలువలో పడిపోతుందేమో" వివేక్ భయపడ్డాడు.

సిటీలో అయితే ముగ్గురు, నలుగురు కంటే ఎక్కువ ఎక్కనియ్యరు. రోడ్డు, బస్సులేని ఊర్లలో ఇదే దిక్కు కద... బందుల దొడ్డిలో మందిని తోలినట్టు ఈ ఆటోల్లో తోల్తారు జనాన్ని!" అంటూ డ్రైవర్ కారు దిగి, వస్తున్న ఆటోను ఆపాడు.

నేనూ వివేక్ కూడా కారు దిగాం.

ఆటోలోని వాళ్ళంతా మావైపే వింతగానూ, ఆసక్తితోనూ చూస్తున్నారు. ఆటో ఆగడంతో అటూ, ఇటూ వేళ్ళాడుతున్న ప్రయాణికులు దిగి కాస్త రిలాక్స్ అవుతూ ఏదో గుసగుసలాడుకుంటున్నారు.

"సార్ మనం వెళ్ళాల్సిన ఊరు"

"తానిమడుగు" అని చెప్పగానే మా డ్రైవర్ ఆటోడ్రైవర్ దగ్గరకు వెళ్ళి మాట్లాడుతున్నాడు.

"బాబూ మీరు ఎవరింటికి వెళ్ళాలి" నలిగిపోయిన ఖద్దరు పంచె, లాల్చీ, కండువా వ్యక్తి ఆటో దిగి వచ్చి మమ్మల్ని పరిశీలనగా చూస్తూ అడిగాడు.

ఆయున్ని చూస్తే బాగా పరిచయస్తుడిలానే అన్పిస్తున్నా ఎవరైందీ పోల్చుకోలేకపోతూ జవాబిచ్చాను.

"వార్నీ... నువ్వట్రా బుల్లెబ్బాయ్...? ఎంతగా ఎదిగిపోయావ్? మారిపోయావ్? అసలు ఆనవాలు పట్టలేకపోయానంటే నమ్ము" అంటూ ఆనందంతో నన్ను పట్టుకుని ఊపేశాడు. వెంటనే నా పక్కనున్న వివేక్‌ని చూస్తూ,

"నీ కొడుకా...? రంగు తప్ప అంతా తాత సీతారామయ్య..." వాడి భుజం చరుస్తూ అన్నాడు.

"ఎన్నాళ్ళకు గుర్తొచ్చిందిరా మనూరు..?" కొద్దిగా నిష్ఠూరం ధ్వనింపచేస్తూ గలగల మాట్లాడేస్తున్న ఆయన మా పక్కింటి మాధవరావు మామయ్య. నా కన్నతల్లికి

వరుసకు అన్న, స్వాతంత్ర్య సమరయోధుడు. ఆనాటికీ ఈనాటికీ అదే ఖద్దరు... అదే మాట తీరు... అదే చూపు... నిశితమైన చూపు.

"అయాం సారీ మావయ్యా... వెంటనే గుర్తుపట్టలేకపోయాను... అయినా అంత ముసలైపోయారేంటి?" అన్నాను నొచ్చుకుంటూ...

"ఆ... ఊరు పొమ్మంటోంది... కాడు రమ్మంటోంది... వయసు మీద పడ్తోంటే ముసలివాళ్ళు కామత్రా అబ్బాయ్" అనిఊరొదిలి పాతికేళ్ళు దాటినా బాగానే గుర్తు పట్టావే మెచ్చుకోలుగా అని

"ఇదేనా రాక... ఎప్పుడు దిగావ్ ఇండియాలో...?" ప్రశ్నల వర్షం కురిపిస్తూ... ఎంతో ఆప్యాయంగా, అభిమానంగా పలకరించాడు.

"సార్ ఇంకా ముందుకెళ్తే రోడ్డు అస్సలు బాగోలేదు. మన కారు పోదట. ఈ గిరాకీని దింపి వచ్చి మిమ్మల్ని తీసుకెళ్తానన్నాడు" చెప్పాడు మా డ్రైవర్.

"ఒరేయ్... కేవళ్యా... ముందు వాళ్ళందర్నీ దింపు. ఆ తర్వాత ట్రిప్పులో వస్తార్లే... వీళ్ళెవరో గుర్తుపట్టావా...? సీతారామయ్యగారి అబ్బాయి. అమెరికా నుండి వస్తున్నాడు" నన్ను చూపుతూ చెప్పడంతో ఆటోలో కూర్చున్న వాళ్ళంతా దిగిపోయారు.

"మీరలా నాలుగడుగులేసే సరికి మీ ముందుంటుంది ఆటో అని వాళ్ళకు సర్దిచెప్తూ ఆటోలో మా సామాను డ్రైవర్ సాయంతో సర్దేశాడు మామయ్య.

"అరే... వద్దు మామయ్యా... వాళ్ళని దింపి వచ్చి తీసుకెళ్తారు" అంటే ఒప్పుకోకుండా నన్ను ఇబ్బంది పెట్టేశారు. ఇక ఆటో ఎక్కక తప్పలేదు.

"నాన్నా ఈ కాలువలో నీళ్ళు ఇంత మురికిగా వున్నాయేం?" వివేక్ సందేహం.

"కాలువ ఈ రోజే వదిలారు. అందుకే చెత్తా చెదారంతో మురికిగా వున్నాయి. ఎలక్షన్లు దగ్గర్లో ఉన్నాయి కదా... అందుకే వదిలారు నీళ్ళు. పోయినేడాది ఈ సీజన్‌లో తాగునీటికి, సాగునీటికి కటకటలాడిపోయాం. ఎక్కడి పొలాలక్కడే ఎండిపోయాయి. బోర్లు కూడా ఇంకిపోయాయి. మనూర్లో మంచినీళ్ళ బాటిల్స్ కొనుక్కున్నామంటే పరిస్థితి అర్థం చేసుకో... ఎలక్షన్లు ఏమోగానీ మనూరికి మంచినీటి సమస్య ఈ ఏడాదికి తీరినట్టే" అని మాతో చెప్పి, మళ్ళీ ఆయనే "ఒరే అబ్బాయ్... మీ నాన్న చిన్నప్పుడు ఈ కాలువలోనే ఈతకొట్టేవాడు. బడి నుంచి వచ్చేటప్పుడు, వెళ్ళేప్పుడు కాలువ గట్టుమీద వెళ్ళే వాళ్ళతో పందెం వేసుకొని మరీ ఈదేవాడు. ఒక్కోసారి బడి ఎగ్గొట్టేవాడు."

"మరి నాన్న స్కూల్ బాగ్" మధ్యలో వివేక్ సందేహం.

"అప్పట్లో ఎడ్లబండ్లు ఈ దారివెంట బాగా ఉండేవి. ఏదో ఒక ఎడ్లబండి కన్పిస్తే దానికి బ్యాగు, బట్టలు తగిలించేవాళ్ళు. తడి బట్టలతో ఇంటికెళ్తే మీ తాతయ్య తంతారని ఊరు మొదట్లో ఒడ్డుకెళ్ళి బట్టలు వేసుకొచ్చేవాడు మీ నాన్న. ఎంత బుద్ధిమంతుడిలా వచ్చినా విషయం మీ తాతయ్యకు తెలిసిందంటే తాట ఒలిచేవాడు" అంటూ భళ్ళున నవ్వేశారు మావయ్య. ఆయన చెప్పే మాటలు ఎంతో ఆసక్తిగా వింటూ మధ్య మధ్య నాకేసి చిలిపిగా చూస్తున్నాడు వివేక్.

ఆటో అటూ ఇటూ వంగిపోవడం చూస్తే కాలువలో పడిపోతుందేమో ననిపిస్తోంది. ఆ కుదుపుకు ఒళ్ళు హూనం అవుతోంది. ఇప్పటికంటే పాతికేళ్ళనాటి దారే బాగుంది. హైదరాబాద్ రోడ్లు, ఫ్లైఓవర్‌లు చూసి ఈ రోడ్లు బాగుంటాయని ఊహించాను. కానీ పల్లెల్లో పరిస్థితి మాత్రం ఎక్కడ వేసిన గొంగళి అక్కడే అన్న చందంలా ఉందే... స్వగతంలో మాటలు పైకి వచ్చేశాయి.

"పరాయి పాలన మా కొద్దు అంటూ ఆనాడు పోరాటాలు చేశాం. దేశ స్వాతంత్ర్యం సాధించుకున్నాం. మళ్ళీ ఇప్పుడు దేశ అభివృద్ధి పేరుతో సాధించుకున్న స్వాతంత్ర్యాన్ని పరాయివాళ్ళకు తాకట్టు పెడ్తున్నాం. ఇబ్బడిముబ్బడిగా అప్పులు చేసుకుంటూ వాళ్ళకు దాసోహం అంటున్నాం..."

ఆయన ఏం చెప్తున్నారో అర్థం కావడం లేదు. ఎక్కడికో వెళ్ళిపోతున్నారేవిటి అని మనసులో నేను.

"మనకు అప్పిచ్చే ప్రపంచ బ్యాంకు చేతిలో మన పాలకులు కీలుబొమ్మలు. మన అవసరాన్ని మనకి అనుగుణంగా తీర్చుకోవాల్సింది పోయి వాళ్ళు చెప్పిన అవసరాల్ని మనం తీర్చుకుంటున్నాం. అంటే అందులో భాగంగానే నగరాల్లో తళతళ లాడిపోయే రోడ్లు... వేసినవే మళ్ళీ మళ్ళీ వేస్తూ... గ్రామాలకు నాసిరకం రోడ్లు వుండీ లేకుండా వేసిన ఏడాదికే అధ్వానంగా తయారవుతున్నాయి. పల్లెలపై మన పాలకులది సవతి తల్లి ప్రేమ" చెప్పుకుపోతున్నారాయన ప్రవాహంలా.

సవతి తల్లి... సవతి తల్లి... ఆమె వల్లే కదా.... తను ఇంటికీ... తన వాళ్ళందరికీ దూరమైంది. నా చుట్టూ నేను ఒక చట్రం బిగించుకొని అందులోనే వుండిపోయింది. ఆమె మీద కసితోనే కోపంతోనే కదా... పుస్తకాల పురుగుగా మారిపోయింది. చివరికి ఈ స్థితికి చేరింది. తను ఆమె మీద కసి చూపిస్తున్నాననుకున్నా

అది తన ఉన్నతికి బాటవేసింది. లేకపోతే ఎలా ఉండేవాడినో..? ఏం చేసేవాడినో..! బహుశ... నాన్న చెప్పినట్లు వ్యవసాయం చేస్తూనో, లేక ఏదో కంపెనీలో గుమాస్తాగిరీ వెలగబెడ్తూనో...!

ఇప్పుడెలా ఉందో ఆమె... అదిగో అమ్మ... నన్ను అలక్ష్యం చేసిందనీ, కన్నతండ్రికి దూరం చేసిందనీ ఆమె అంటే నాకెంతో కసి. అసలు మాట్లాడే వాడినే కాదు. కానీ ఇప్పుడు ఆలోచించిన కొద్దీ తన ఉన్నతికి పరోక్షంగా ఆవిడే కారణం అని తెలుస్తోంది. ఈ రియలైజేషన్ ప్రారంభమైన దగ్గర్నుంచి ఎప్పుడెప్పుడు తన ఊరు వెళ్ళాలా... అమ్మను చూడాలా అని ఆదుర్దా... సమ్మర్‌లో వెళ్దామని నా భార్య అంటున్నా ఆగలేక వెంటనే ఈ ప్రయాణం.

నా రాక అమ్మకి అంతులేని ఆశ్చర్యాన్నిస్తుంది. ఆనందాన్నిస్తుంది... ఆలోచనలు అమ్మచుట్టూ తిరుగుతున్నాయి.

"బుల్లెబ్బాయ్, నీ రాక గురించి మీ అమ్మ మాటవరసకైనా అనలేదే"

"అమ్మకి తెలీదు మామయ్యా... అప్పటికప్పుడు బయలుదేరాం"

"నిన్ను చూస్తే ఆవిడెంత సంబరపడిపోతుందో... మీ నాన్న ఉన్నన్ని రోజులు నీ కోసం కలవరించే వారు. నిన్ను చూడాలని తపించిపోయేవారు. ప్చ్... వెళ్ళిపోయాడు మహానుభావుడు. నువ్వు రెండుసార్లు మన దేశం వచ్చి కూడా ఇంటికి రాలేదని చాలా బాధపడ్డాడు. కళ్ళనీళ్ళు పెట్టుకున్నాడు. నా మీద వాడికెందుకో ఇంత కోపం. వాడి మంచికోసమే కదా నేను ఏం చేసినా... అది వాడెప్పుడు అర్థం చేసుకుంటాడో అని" ఆవేదనతోనే పోయాడాయన..." చెప్పుకుపోతున్నారు మామయ్య.

మా ఇద్దరినీ గమనిస్తూ, మా మాటలు వింటూ పరిసరాల్ని పరికిస్తున్నాడు వివేక్.

ప్చ్... ఇప్పుడనుకుని ఏం లాభం! నా మొండితనంతో, మూర్ఖపు పట్టుదలతో, ప్రవర్తనతో కన్నతండ్రిని ఎంతో బాధపెట్టాను. నా ఉజ్వల భవిష్యత్ కోసం రెక్కలు ముక్కలు చేసుకుని కష్టపడిన ఆయనను మనోవ్యథకు గురి చేశాను. కనీసం ఆయన కర్మకాండలకు కూడా రాలేదు. పుస్తకాలు చదివీ చదివి నా మేధస్సునైతే పెంచుకో గలిగాను కానీ హృదయ వైశాల్యం పెంచుకోలేకపోయాను. 'వ్యక్తి ఔన్నత్యానికి కొలబద్ధ మేధస్సు కాదు – హృదయం' అనే మహాత్ముని అక్షరాలు నా దృష్టిని పడి ఉండకపోతే ఇంకా అలాగే ఉండేవాడినేమో!

"నాన్నా... నిజంగా మీరు ఆ పొలాల్లోంచి కూడా బడికి వెళ్ళేవారా" మామయ్య చెప్తున్న కబుర్లు వింటూ మధ్యలో వివేక్ ప్రశ్న.

"వర్షాకాలంలో వాగులు ఎక్కువగా వచ్చినప్పుడు ఈ కాలువ వెంట వెళ్ళే వాళ్ళం. లేదంటే ఆ పొలాల్లోంచి వెళ్ళే వాళ్ళం. పొలాల్లోంచి వెళ్తే దూరం తక్కువ"

అలా మాటల్లోనే మా ఊరు దగ్గర పడ్తున్న కొద్దీ నాలో ఉద్వేగం... ఊరిని గతంతో పోల్చుకుంటూ ప్రతిదీ పరికిస్తున్నాను. కాలువకి ఆవలివైపున ఉండే లంబాడా గుడిసెలు చాలా వరకు పెంకుటిళ్ళుగా మారాయి. అంత దూరాన్నుంచే స్వాగతం చెప్తోంది డిష్ యాంటిన్నా మేం ఉన్నామంటూ టెలిఫోన్ స్తంభాలూ... కాస్త ముందుకెళ్ళగానే ఓ ఇంటి ముందు హార్వెస్టర్ ట్రాక్టర్. ఫర్వాలేదే మన వ్యవసాయంలో ఆధునికత చోటు చేసుకుంది.

"యంత్రాల వాడకం వచ్చేసింది. కానీ ఊరే ఏమీ పెరిగినట్లు కన్పించడం లేదు..." అన్నాను మామయ్య కేసి చూస్తూ.

"ఆ... వచ్చేశాయి యంత్రాలు మహాభూతాల్లా... మూడేళ్ళ నుండి వర్షాభావ పరిస్థితులకు తోడు యాంత్రీకరణ వల్ల వ్యవసాయ పనుల్లేక కూలీలు అల్లాడుతున్నారు. ఒక్కపూటైనా కూటికోసం తిప్పలు పడుతున్నారు. యంత్రాల ఉపయోగం రైతుకు ఒక విధంగా ఖర్చు తగ్గిస్తున్నా... కూలీల్లో మాత్రం తీవ్ర వ్యతిరేకత వ్యక్తమవుతోంది. ఒకరిద్దరు లాభపడ్తున్నారేమో కానీ కూలీనాలీ జనం మాత్రం తీవ్రంగా నష్టపోతున్నారు. వారి మనుగడే ప్రశ్నార్థకంగా మారిపోతుంది" ఆవేదనతో మామయ్య.

మాటల్లోనే మా ఇంటి ముందుకొచ్చి ఆగింది ఆటో. ఇంటి ముందుండే మొక్కలు కన్పించడం లేదు. ఇల్లు మాత్రం పరుగులెత్తుతున్న కాలంతో పాటు తానూ పరుగెట్టలేని వయసైన వ్యక్తిలా... ముందు వరండాలో ఇద్దరు వృద్ధురాళ్ళు కూర్చొని కబుర్లు చెప్పుకుంటున్నారు. వారు వాకిట్లో ఆగిన ఆటో చూసి వచ్చింది ఎవరా అని ఆసక్తిగా గమనిస్తూ...

"కనకమ్మా... ఎవరొచ్చారో చూడవే..." అంటూ ఆటో దిగారు మావయ్యా.

ఎవరో అర్థంగాక ఇద్దరూ... పరిశీలనగా మమ్మల్నే చూస్తూ...

మామయ్య, వివేక్ సామాను దించుతుంటే ఉద్విగ్నతకు లోనవుతూ పాతికేళ్ళ తర్వాత ఇంట్లోకి అడుగుపెట్టాను. వరండాలోంచి లోపల గోడకు వేళ్ళాడుతున్న నాన్న ఫొటో గంధపు పూలదండతో. ఆయన గంభీరత వెనక దాగి ఉన్న అవ్యాజమైన

ప్రేమ... కన్న కొడుకుని ఉన్నత శిఖరాల వైపు పయనింపచేయాలనే ఆయన తపన... ఎంత విలువైందో ఇప్పుడర్థమవుతోంది. కళ్ళలోంచి నీళ్ళు జలజలా రాలాయి - కఠినమైన నా కళ్ళలోనూ నీళ్ళున్నాయని నిరూపిస్తూ.

"అమ్మా... బాగున్నావా?" అంటూ కన్నీటిని దాచుకుంటూ వంగి ఆమె కాళ్ళకు నమస్కరించా.

"నాన్నమ్మా నమస్తే" నా వెనకే వచ్చిన వివేక్.

జీవితంలో ఇలాంటి ఉద్వేగపూరితమైన క్షణాలు వస్తాయని ఊహించలేదెప్పుడూ. అమ్మ మొహంలో సంభ్రమం... ఆశ్చర్యం... అంతలోనే దుఃఖం. ఆమె నోట మాట రావడం లేదు. కలా, నిజమా... అర్థం కానట్లు అలాగే రెండు క్షణాలు ఉండిపోయినా "బుల్లెబ్బాయీ..." అంటూ నా రెండు చేతులూ పట్టుకుంది. గబగబా నాన్న ఫొటో దగ్గరకెళ్ళి "ఏమండీ మీ బుల్లెబ్బాయి వచ్చాడు చూడండీ..." అంటూ బావురుమంది. బిక్కమొహం వేసుకు చూస్తున్న వివేక్‌ని దగ్గరకు తీసుకుని ముద్దులు పెట్టింది. కొద్దిగా తేరుకున్న ఆవిడ కోడల్ని తీసుకురావాల్సిందంది. చుట్టుపక్కల వాళ్ళని పిల్చి మరీ చెప్పింది మా రాక గురించి.

ఎన్నాళ్ళగానో ఎదురు చూసే వస్తువు అకస్మాత్తుగా చేతికందితే చిన్నపిల్లలు పడే సంబరం, ఆనందం గుర్తొచ్చింది ఆమెను చూస్తే.

"ఎప్పుడు బయలుదేరారో... ఏం తిన్నారో" అంటూ వెనకవైపు ఉన్న చెట్టు నుంచి బొప్పాయి, నారింజ కోసి మా ముందు పెట్టింది. తినమంటూ బలవంతం చేసింది. పక్కింటి అనసూయత్త సాయంతో వంటపూర్తి చేసింది. మేం స్నానం చేసేసరికి వేడివేడి అన్నం, ముద్ద పప్పు, మూలక్కాడలు టమోటా కూర, సాంబారు, వడియాలు, ఆవకాయ, పెరుగులతో మమ్మల్ని భోజనానికి ఆహ్వానించింది. కొసరి కొసరి వడ్డించింది. సాయంత్రం వేడివేడి పకోడీలు, సున్నుండలు... అమ్మ ప్రేమనంతా రంగరించి మా ముందు పెట్టింది. ఆమె పెట్టినవన్నీ తినలేక వద్దంటే... నా మీద ఇంకా కోపం పోలేదా బాబూ అని నొచ్చుకుంది.

"అమ్మా... ఇంకెప్పుడూ అలా మాట్లాడకు. నీ మీద కోపం ఉంటే నిన్ను వెతుక్కుంటూ ఈ బుల్లెబ్బాయ్ వచ్చేవాడు కాదు" అని స్పష్టంగా చెప్పిన తర్వాత ఆమెలో నూతనోత్సాహం.

నేను వచ్చానని తెలిసి ఊళ్ళో వాళ్ళు వచ్చి పలకరించిపోతున్నారు. అమెరికా

విశేషాలు అడిగి తెలుసుకుంటున్నారు. కొందరు నేను చేసే ఉద్యోగం, జీతభత్యాల గురించి ఆరా తీస్తుంటే, మరికొందరు నా భార్య గురించి ఆరాతీస్తూ అమెరికా పిల్లను చేసుకున్నావట కదా... అంటూ ఆశ్చర్యం వ్యక్తం చేస్తున్నారు. అలా సాయంత్రం 5 గంటలు అయిపోయింది. ఎండతీవ్రత కాస్త తగ్గింది.

పాత ఫొటోలు తిరగేసిన వివేక్... "చాలా బోర్‌గా ఉంది నాన్నా..." అనడంతో "ఆ టీవీ చూడు అన్నాను. "అదా... బ్లాక్ అండ్ వైట్ టీవీ సరిగ్గా రావడం లేదు. ఏం చూస్తాం" అని మళ్ళీ తానే "నాన్నా మన ఊరు చూసొద్దామా...?" అన్నాడు. సరేనంటూ బయలుదేరాం.

"చీకటి పడకుండా వచ్చెయ్యండి బాబూ" హెచ్చరించింది అమ్మ.

మా ఇంటినుంచి మరో రెండు ఇళ్ళు దాటితే కాలువకు దారి. ఇంకాస్త ముందుకెళ్తే దళితుల ఇళ్ళు... ఆపైన నాయకపోడ్ గిరిజనుల ఇళ్ళు... దళితవాడకు కొద్దిగా ఇవతలే వడ్రంగి రామాచారి, అతని భార్య అంతమ్మల ఇల్లు. ఊర్లో పెద్ద మార్పేమీ కన్పించాలా. అలా తిరిగి వస్తూ, "నిన్ను ఓ ఇంటికి తీసుకెళ్తాను. కానీ నీవక్కడ ఏం మాట్లాడవద్దు. మౌనంగా ఉండాలి. సరేనా" అంటే, సరేనన్నాడు వివేక్.

రామాచారి, అంతమ్మల ఇంటికి బయలుదేరాం. "నవమాసాలు మోసిన తల్లి పురిట్లోనే దూరమైతే తన కొడుక్కి ఇచ్చే స్తన్యం నాకు పంచి ఇచ్చి నన్ను కాపాడిన తల్లి అంతమ్మ" అని దార్లో వివేక్‌కి చెప్పాను. వాకిట్లోనే ప్లాస్టిక్ నులకమంచంలో పిట్టలాగా ఒదిగిపోయిన అంతమ్మను సులభంగానే పోల్చుకున్నా.

"అంతమ్మ బాగున్నావా?" అంటూ వెళ్ళి ఆమె పక్కన కూర్చొని ఎముకల గూడులాంటి ఆమె చేయి పట్టుకున్నాను అభిమానంతో.

"ఎవరూ... చిన్న బాబా... బుల్లెబ్బాయ్ బాబా... ఎంతకాలమయింది బాబూ" ఆప్యాయంగా ఆమె చేతులతో నన్ను తడుముతోంది. ఆమెకు చూపుపోయిందని అర్థమయింది.

"చూపులేకపోయినా ఎట్లా గుర్తుపట్టావ్ అంతమ్మా" ఆశ్చర్యంగా అడిగా.

"బాబూ నువ్వుగాక ఇంకెవరు బాబూ అంతమ్మా అంటూ నోరారా అభిమానంతో పిలిచేది" లేచి కూర్చోబోయింది.

"అబ్బా..." అంటూ మళ్ళీ మంచంపై వాలిపోయింది.

"ఏమైంది అంతమ్మా"

"ఏం లేదులే బాబూ... నడుం నొప్పి... వయసు అయిపోయింది కదా" అంటూ బాధను బిగబట్టి నవ్వింది.

"బాబూ, ఎన్నాళ్ళయ్యింది వచ్చి" అంటూ కుశల ప్రశ్నలు వేసింది.

అంతమ్మ ఇల్లు చిన్న చిన్న మార్పులతో వాకిట్లోకి అడుగు పెట్టగానే కన్పించే రామాచారి, అతని వడ్రంగి సామాను కన్పించడం లేదు. అంటే రామాచారి..? అంతమ్మవైపు చూశాను. అర్ధరూపాయి బిళ్ళంత ఉండాల్సిన కుంకుమ బొట్టు లేకుండా బోసి నుదురు...

అంతలో ఓ పడుచు లోనకెళ్ళి వచ్చి కుండలో నీళ్ళతో కాళ్ళు కడుక్కుంటూ... "ఎవరే, లక్ష్మీ నువ్వేనా...? ఈ బాబును చూశావా...?" అంటూ నన్ను పరిచయం చేసింది కోడలికి. సెల్‌ఫోన్ ఇచ్చారా... వాకబు చేసింది.

"లేదత్తా. హైదరాబాద్ మీటింగుకి పోయివచ్చినంక ఇస్తారంట. ముందు మీటింగుకు గ్రూపులో వాళ్ళను జమెయ్యాలి" చెప్పింది లక్ష్మి.

వారి సంభాషణ అర్థం కాని నేను ఆ ఇంటి పరిసరాల్ని గమనిస్తూ వుండిపోయాను.

"ఇది డ్వాక్రా గ్రూపులీడరు కద, సెల్‌ఫోనును ఇస్తారంటే పోయొచ్చింది. దీపం పథకంలో గ్యాస్‌బండ ఇచ్చారు. ఇప్పుడు సెల్‌ఫోను అంటున్నారు. గ్యాస్‌బండ ఇచ్చింది తప్ప మళ్ళీ మేం కొనలేదు. ఆ గుట్టకుపోయి పైన ఆపుల్ల ఈపుల్ల ఏరుకొచ్చి పొయ్యిలో పెట్టుకొనే మేం ప్రతిసారీ లక్సెట్టిపేటకు పోయి మూడు వందల రూపాయలు పెట్టి బండకొనగలమా...? మూలకు పడేసినాం. ఇప్పుడు ఫోనట. ఫోను ఇస్తారు సరే, దాని బిల్లులు ఎవరు కట్టాలె. జమెయ్యడానికి పనులే లేకపోయె అంటే... తీసుకున్న అప్పు తీర్చేది ఎట్లా అని బాధ అవుతాంటే పైసలు పెట్టుకోని ఆ మీటింగు, ఈ మీటింగ్ అని తిరుగుడు. పని దండగ... ఏ మీటింగైనా, ఎవరొచ్చినా డ్వాక్రా గ్రూపులే కావాల" విసుక్కుంది అంతమ్మ.

"పెద్ద పెద్ద వాళ్ళ చేతుల్లో ఉండే సెల్‌ఫోన్ మాకు వస్తుందంటే ఆశ వుండదా..." అంటూ సాయంకాలపు పనిలో పడింది లక్ష్మి.

"అంతమ్మా లేవలేకుండా ఉన్నావు. అలా మంచంలో పడిఉండే బదులు హాస్పిటల్‌కు వెళ్ళి చూపించుకోకపోయావా?" అడిగాక అనాలోచిత ప్రశ్న అన్పించింది.

"లక్సెట్టిపేట ప్రభుత్వాసుపత్రిలో చూపించుకున్నాను. ఆ డాక్టరు అప్పటికి మందులిచ్చి చీటి రాసిచ్చాడు. ఇంటి దగ్గరికి వచ్చి వైద్యం చేయించుకోమన్నాడు. అంత ఖర్చు మేం భరించగలమా...? చేతిలో పైసలుంటే ఈ ప్రభుత్వాసుపత్రి చుట్టూ ఎందుకు తిరగడం అని మానేశాను. ఎవరికి తోచినట్లు వాడు ఈ పేదోళ్ళను దోచుకోవడమే. ఈ లోకంలో పేదోళ్ళుగా పుట్టడమే పాపం అయిపోయింది. బతుకు భారమైపోయింది" వాపోయింది అంతమ్మ.

అంతలో ఊగుతూ తూగుతూ ఏదో ప్రేలాపనతో వచ్చాడు. అతను బహుశా లక్ష్మణ్ అయి ఉండొచ్చు. ఆ... అవును, అతను లక్ష్మణే. అతని ముఖం మీద వున్న గాటు చెప్తోందా విషయం. "ఏం లక్ష్మణ్... బాగున్నావా? ఏం చేస్తున్నావ్?" ఆదరంగా పలుకరించాను.

"ఎవడ్రా... నువ్వు ఎవడ్రా.." అంటూ మీద మీదకు వచ్చాడు.

"వాడా... ముప్పొద్దులా కల్లు, సారా తాగడం, చీట్లపేక ఆడడం, పెళ్ళాన్ని నాలుగు తన్ని పైసలేమన్నా రాత్తే పట్టుకుపోవడం... ఏమీ లేకపోతే ఇంట్లో సామాను ఏది అందితే అది పట్టుకుపోయి అమ్ముకోవడం... అది బాబూ వాడు చేసే భాగోతం" అంది బాధతో అంతమ్మ.

"ఏయ్ ముసల్దానా ఏంటే వాగుతున్నావు...? నా ఇష్టం... తాగుత... తందనాలాడ్తా... నీవిచ్చావా...? నీ అబ్బిచ్చాడా... పైసలు" అంటూ అంతమ్మ మీదకు రావడంతో లక్ష్మి అతన్ని ఈవలకు లాగింది.

"అరె... లం... డా" అంటూ ఆమె మీదకు కర్రతో లంకించుకున్నాడు. ఆ అరుపులకు పొగడ చెట్టు మీద చేరిన పక్షులు ఎగిరిపోయాయి.

"ఆ... మాజీ ఎమ్మెల్యే దయగలోడు కాబట్టి, పెట్టెలకు పెట్టెలు పగలు రాత్రి లేకుండా పోయిస్తున్నాడు. ఎంత కావాలంటే అంత తాగండ్రా అని పోయిస్తున్నాడు" అంటూ మా పక్కన నిలబడ్డాడు.

'ధూ... సిగ్గులేదు. నీకు బుద్ధిరాదు. అంతో ఇంతో పొలం వున్న వాళ్ళకు బియ్యం కార్డు ఇచ్చి ఏం లేని మనకు ఇవ్వలేదేమని నిలదీసినందుకు నీ కన్నతల్లిని నానా బూతులు తిట్టి, ఏం ముసల్దానా ఒళ్ళు బలిసిందా అంటూ ఒక్క తోపు తోసి ఆమె నడుం విరగ్గొట్టించిన వాడు నీకు మంచోడు అయిపోయాడా! అవున్లే ఓట్ల పండుగ దగ్గర పడ్తాంది కదా... నీలాంటి తాగుబోతులకు కావాల్సినంత తాగ బోపిచ్చి,

తినిపిచ్చి మేపుతారు ఆబోతుల్లా... మీ అవసరం తీరగానే మీరెవరో... ఆడెవరో... ఎలక్షన్లు ఎప్పుడొచ్చినా జరిగేది ఇదే కదా" ఈసడించుకుంది లక్ష్మి.

ఇక అక్కడ ఉండడం మంచిది కాదని తెచ్చిన బహుమతులు అందించి, అంతమ్మా నేను ఉండగా నీకు వైద్యం చేయించాలనుకుంటున్నానని చెప్పి బయలుదేరుతున్న మమ్మల్ని 'చల్లగా బతకాలి' అంటూ దీవించిందామె.

లక్ష్మణ్ ప్రవర్తనతో బిక్కమొహం వేసి చూస్తున్న వివేక్ "నాన్నా కాసేపు ఆ బ్రిడ్జిపై కూర్చుందామా..." అనడంతో అటు బయలుదేరాం.

దుమ్ము రేపుకుంటూ ఇళ్ళకు చేరుతున్న పశువులు... దారంతా దుమ్ము... ధూళితో ఆకాశంకేసి ఎగుస్తూ.... అవి పేడ వేస్తుంటే కొందరు గంపల్లోకి ఎత్తుతూ... కొందరు గంపలు పడ్తూ... రోడ్డు పక్కలకు వెళ్తున్న వాటిని అదిలిస్తూ... వెనుకబడి పోతున్న దూడల్ని ముందుకు తోలుతూ... ఆకాశంలో పక్షులు బారులు తీరి గూటికి చేరుకుంటూ... కాలువ నీటి మీదుగా వచ్చే చల్లని గాలి... చాలా గమ్మత్తుగా ఉంది వివేక్‌కి.

"ఛీ... ఛీ... వీళ్ళేంటి నాన్నా అనిమల్ డంగ్ చేత్తో పట్టుకుంటున్నారు?" అన్నాడు చీదరగా మొహం పెట్టి.

"పశువులు లేని వాళ్ళు దాన్ని కళ్ళాపి చల్లడం కోసం తీసుకెళ్తున్నారు. కొందరు పిడకల కోసం పేడ ఏరుకెళ్తారు"

"అసలు నాకేమీ అర్థం కాలేదు... కళ్ళాపి... పిడకలు..." మొహం ఏదోలా పెట్టిన వివేక్.

"నీళ్ళు, పేడ కలిపి వాకిట్లో చల్లుతారు. దాన్నే కళ్ళాపి అంటారు. వాకిలి శుభ్రంగా ఉంటుందని అలా చల్లుతారు. పేడలో ఊక, బూడిద కలిపి గుండ్రంగా కేకుల్లా చేస్తారు. ఎండపెడ్తారు. వాటిని ఫ్యూయల్‌గా వాడతారు. మీ నాన్నమ్మ కూడా పేడతో తయారైన గ్యాస్‌తోనే వంట చేసింది. అందుకనే ఇక్కడ పేడను ఎవరూ అసహ్యించుకోరు, అది అందరికీ అవసరమైనది" వివరంగా చెప్పాను.

"ఏంటో... అన్నీ స్ట్రేంజ్ థింగ్స్..." వివేక్.

"నాన్నా... ఆ అంతమ్మ వాళ్ళ ఫ్యామిలీ ఏంటీ... మ్యానర్స్ లేకుండా పోట్లాడుకుంటున్నారు? అతను తాగుబోతా?"

"చిన్నప్పుడు బాగుండేవాడు. ఇప్పుడెందుకు అలా మారిపోయాడో...?"

"చిన్నప్పటి నుండి అతను నీకు బాగా తెలుసా...?"

"అవును, అతను నా చిన్ననాటి మిత్రుడు. నాకంటే ఒక నెలో లేక రెండు నెలలో పెద్దవాడు. చిన్నప్పుడు లేగ దూడల్తో ఇద్దరం కలిసి ఆడుకునే వాళ్ళం. నాల్గవ తరగతి వరకూ మా ఊరి బడిలో కలిసి చదువుకున్నాం. ఆ తర్వాత లక్ష్మణ్ పని చేయడం మొదలుపెట్టాడు. నేను దండేపల్లిలో బడికి వెళ్ళేవాడిని"

"అంత చిన్నప్పుడే పనిచేసేవాడా....?"

"అవును, లక్ష్మణ్ వాళ్ళ నాన్న వడ్రంగం పని చేసేవాడు. అంటే వ్యవసాయ పనిముట్లు చేసేవాడు. అతనికి వచ్చే ఆదాయం కుటుంబానికి సరిపోయేది కాదు. ఆడపిల్లల పెళ్ళిళ్ళు చేయాలి. అందుకే లక్ష్మణ్‌ని పనిలో పెట్టాడు వాళ్ళనాన్న. ఆదివారం సెలవే కాబట్టి లక్ష్మణ్‌తో కలిసి నేనూ వెళ్ళేవాడిని మా నాన్నకి తెలియకుండా. మేం ఇద్దరం... దూరంగా కన్పిస్తుంది చూడు ఆ అడవికి వెళ్ళేవాళ్ళం. ఉల్లెంత కాయలు, ఉడుగు కాయలు, తునికి పండ్లు, మొర్రిపండ్లు వెతికి తెచ్చుకు తినేవాళ్ళం. ఈత గుజ్జు కొట్టుకు తినేవాళ్ళం. వెళ్తూ... వెళ్తూ దార్లో ఉండే పెసరకాయలు, కందికాయలు, పచ్చికంకులు, జొన్నకంకులు తెంపుకుని తంపటి వేసుకుని కాల్చుకు తినేవాళ్ళం. అంతా థ్రిల్లింగ్... మధ్యాహ్నం లక్ష్మణ్ తెచ్చుకున్న అల్యూమినియం బాక్సులో ఏది వుంటే అది ఇద్దరం తినేవాళ్ళం. లక్ష్మణ్‌తో పాటు గేదెలు కాసే మరికొందరు పిల్లలందరం కలిసి కోతికొమ్మచ్చి ఆడేవాళ్ళం. కాలువలోనూ, వాగులోనూ ఈతకొట్టేవాళ్ళం. అవన్నీ మరచిపోలేని మధుర స్వప్నాలురా..." మరుగునపడిన ఆ జ్ఞాపకాలు అలలు అలలుగా ఉవ్వెత్తున ఎగుస్తుండగా, "నేనేమైపోయానా అని మా నాన్న కంగారు పడడం, నేనింటికి రాగానే చింతబరిగెతో ఒళ్ళంతా వాతలు తేలేలా కొట్టడం... ఇంకెప్పుడూ ఇట్లా చెయ్యను నాన్నా... ప్లీజ్... కొట్టొద్దు నాన్నా... నీకు దణ్ణం పెడ్తా నాన్నా... అంటూ ఆయన కాళ్ళకు చుట్టుకుపోవడం... సెలవు వచ్చిందంటే మళ్ళీ చెప్పకుండా వెళ్ళడం షరా మామూలే... అవన్నీ కళ్ళకు కట్టినట్లు నాకింకా కన్పిస్తున్నాయి"

"అమ్మో... మీ నాన్న పెద్ద శాడిస్టులా ఉన్నాడే..." వివేక్ ప్రశ్న.

"కాదు... శాడిస్టు కాదు. ప్రేమమయుడు మా నాన్న. అయితే ఆ ప్రేమని వ్యక్తం చేయకూడదనుకొనే తత్వం ఆయనది. ప్రేమతోనే, నా మంచి కోరే నన్ను

దండించే వారు. అలా అయితేనే వృద్ధిలోకి వస్తారు అనుకునేవారు. పిల్లలపై ప్రేమను వ్యక్తం చేస్తే పిల్లలు చెడిపోతారని అనుకునే మా నాన్నకి నేనంటే అమితమైన ప్రేమ. అయితే ఆ విషయాన్ని నా బుర్రకు అర్థమయ్యేలా ఆయన ఎప్పుడూ ప్రవర్తించక పోవడంతో నేనే ఆయన్ని అపార్థం చేసుకున్నాను. నెగెటివ్ ఆలోచనలు పెంచుకున్నాను. ఆయన ఏం చెప్పినా వ్యతిరేకించాను. ఆయనకు విరుద్ధంగా ప్రవర్తించాను. అందుక్కారణం మీ నాన్నమ్మ ఆనాటి ప్రవర్తన కూడా అయి ఉండొచ్చు.

అలగా జనం పాలు తాగి పెరిగిన వాడికి అలగా బుద్ధులు కాక మంచి బుద్ధులు వస్తాయా...? చదువూ సంధ్యారాని మొద్దురాచిప్ప... గుడ్డి గుర్రాల పళ్ళు తోముతాడ్లే... అంటూ నా గురించి ఆవిడ ఎగతాళి మాటలు... నన్ను మరింత గాయపరచేవి. ఆ పాలేరు సచ్చినోడితో తిరిగి వాడి తల్లేదో వీడికి కన్న తల్లయినట్టు వాడు. అంతమ్మా... అంతమ్మా అంటూ దాని కొంగుపట్టుకు తిరుగుతాడు అంటూ నన్ను ఈసడించుకునేది. నన్ను ఎంతో అభిమానించే అంతమ్మను, నా మిత్రుడు లక్ష్మణ్‌ని అవమానపరచడం నాకు నచ్చేది కాదు. మొదట్లో ఆవిడతో వాదన పెట్టుకొనేవాడిని. ఎదురు మాట్లాడేవాడిని. ఆమె నన్ను మాటలతో హింసించడమే కాక నాన్న రాగానే నా మీద చాడీలు చెప్పేది. ఛీ... ఛీ... నాన్న ఎందుకు చేసుకున్నాడో ఈ దెయ్యాన్ని... మహారాక్షసిని అంటూ కసితీరా తిట్టుకునే వాడిని. తల్లిలేని పిల్లవాడినని నన్ను ప్రేమించి లాలించాల్సిన అమ్మ నన్నూ, నా మనసునూ ఎప్పుడూ గాయపరిచేది. తట్టుకోలేకపోయేవాడిని. నేను పుట్టినప్పుడే అమ్మమ్మ వాళ్ళతో నాన్నకు మాట పట్టింపులు వచ్చాయట. వాళ్ళు ఎలా ఉంటారో నాకు తెలీదు. నాన్నకి అన్నదమ్ములు, అక్కచెల్లెళ్ళు ఎవరూ లేరు. నాకూ ఎవరూ లేరు... నాకు సంతోషమెచ్చినా, దుఃఖమొచ్చినా లక్ష్మణ్‌తోనే పంచుకునేవాడిని, రోజురోజుకీ విపరీతంగా ద్వేషం పెంచుకుంటున్న నన్ను చూస్తే నాన్నలో ఎక్కడలేని ఆందోళన. ఇంక లాభం లేదని పదవ తరగతి కాగానే గుంటూరులో హాస్టల్లో చేర్పించారు. బందిఖానాలాగా ఉండే హాస్టల్ అంటే నాకసలు ఇష్టం లేదు.

లక్సెట్టిపేట కాలేజీలో చేరతానంటే ఒప్పుకోలేదు మా నాన్న. పోనీలే... రోజూ ఈవిడ బాధ తప్పుతుందనే ఏకైక కారణంతో గుంటూరులో ఉన్నాను. అయితే నా మనసంతా మన ఊరిపైనే, నా మిత్రులపైనే. అక్కడ ఏదో జైలు గోడల మధ్య ఉన్న ఫీలింగ్. కానీ తప్పదు. సెలవులకు ఇంటికొచ్చినప్పుడు స్వేచ్ఛా విహంగంలా అన్పించేది. ఇంటి దగ్గర అసలు ఉండేవాడిని కాదు."

"నాన్నా... నాన్నమ్మ మన మీద చాలా ప్రేమ చూపిస్తోంది కదా...!" అన్నాడు సందేహంగా వివేక్.

"నా పట్ల ఆవిడ ప్రవర్తనకి ఇప్పుడామె చాలా బాధపడ్తోందట. నా తల్లిదండ్రుల పట్ల నా ప్రవర్తనకి నేనూ సిగ్గుపడుతున్నాను..." గొంతు మూగపోతుండగా అన్నాను.

"బుల్లెబ్బాయ్... ఇక్కడున్నారా...? ఇంకా ఇంటికి రాలేదని మీ అమ్మ ఎదురు చూస్తోంది" మమ్మల్ని వెతుక్కుంటూ వచ్చిన మావయ్య.

"తాతయ్య... మా నాన్న ఏమన్నా చిన్నపిల్లాడా..! ఇంకా రాలేదని వెతుక్కుంటూ వచ్చారు?" అన్నాడు నవ్వుతూ వివేక్.

"ఒరే... నాకు తెలీకడుగుతా... అమెరికాలో పుట్టి పెరిగిన వాడు స్వచ్ఛమైన తెలుగు మాట్లాడడం, నాన్నా, తాతయ్యా అంటూ పిలవడం ఆశ్చర్యంగా ఉందే..." అన్నాడు, ఇక్కడి పిల్లల మమ్మీ, డాడీ పిలుపులు వింటున్న మామయ్య.

"తాతయ్యా నేనెక్కడున్నా ఈ ఊరి మనవడినే కదా... అందుకే మా నాన్న నాకు మాతృభాషపై మాతృదేశంపై మమకారం నేర్పారు"

"ఘటికుడివేరా..." అన్నాడు మెచ్చుకోలుగా మామయ్య.

చిరుచీకట్లు కమ్ముకుంటున్నాయి. దారివెంట దోమలు బయ్యిమని ముసురుతున్నాయి. నడుస్తుంటే ముఖం చుట్టూ చికాకు కల్గిస్తూ... అంతలో మినుకు మినుకుమంటూ వీధి దీపాలు వెలిగాయి.

"మామయ్యా నేను వచ్చినప్పటి నుండి చూస్తున్నా... మన ఎదురింట్లో సందడే లేదు. దొడ్డినిండా పాడి పశువులు, ఇంటిముందు ధాన్యపు సిరులు, పండ్లు, కూరగాయల మొక్కలతో కళకళలాడే ఇల్లు. ఎప్పుడూ పొలం తప్ప మరో ధ్యాసలేని బాబాయి, అతనితోడితే లోకం అనుకునే సీతమ్మ పిన్నీ... ఎవరూ కన్పించరేం...?"

"ఇంకెక్కడి బాబాయి నాయనా... ఈ కుళ్ళిపోయిన కల్తీ లోకంలో ఇక ఉండలేనంటూ వెళ్ళిపోయారు" కళ్ళొత్తుకుంటూ అంది అమ్మ.

"వరుసగా వ్యవసాయంలో నష్టాలు, విత్తనాలు కల్తీ, పురుగు మందులు కల్తీ, ఎరువులు కల్తీ.... ఇక రైతు ఎట్లా ఎదిగొస్తాడు. రాత్రింబవళ్ళు కష్టపడి రక్తాన్ని చెమటగా మార్చినా లాభం సంగతేమోగానీ పెట్టిన పెట్టుబడి చేతికిరాని పరిస్థితి. అయినా బతుకుమీద ఆశచావక, భూమితల్లి మీద నమ్మకం పోక ఈ ఏడాదైనా

పంట చేతికి అందకపోతుందా? తమ కష్టాలు తీరకపోతాయా? అని మినుకు మినుకుమనే ఆశతో పంటవేయడం... అది చేతికి అందకపోవడం, అందినా గిట్టుబాటు ధర లేకపోవడంతో ఒకనాడు సిరులు పండించిన రైతు ఈనాడు బక్కచిక్కిపోయి అప్పుల ఊబిలో కూరుకుపోయి, కుటుంబాన్ని పోషించలేక, ఎదిగొచ్చిన పిల్లల పెళ్ళిళ్ళు చేయలేక తనకు తానుగా ఆ భూమాత ఒడిలో చేరిపోయాడయ్యా" బాధతో గుండె బరువెక్కుతుండగా చెప్పాడు మామయ్య.

"ఉన్న ఇల్లు, పొలం అయిన కాడికి అమ్మేసి కూతుళ్ళిద్దరి పెళ్ళి అయిం దనిపించిన సీతమ్మ విజయవాడలోని ఓ ప్రైవేటు కాలేజీలో వంటమనిషిగా పని చేస్తోంది" కళ్ళొత్తుకుంది అమ్మ.

"మరి రాఘవేంద్ర... నా కంటే కొద్దిగా చిన్నవాడు. ఏం చేస్తున్నాడు"

"ఏం చెప్పను...? ఇంటర్ తర్వాత ఐ.టి.ఐ. ఫిట్టర్ చేశాడు. నలభై వేలు కట్టి ఆల్విన్‌లో ఉద్యోగం సంపాదించుకున్నాడు. ఇక ఫర్వాలేదు. వాడి జీవితం ఓ గాడిన పడింది అనుకునే సమయంలో ఆ సంస్థ మూతపడింది. వాడు రోడ్డున పడ్డాడు. ఇంటి దగ్గర పరిస్థితీ అనుకూలంగా లేదు. హైదరాబాద్‌లోనే ఉండి చిన్న చిన్న వుద్యోగ ప్రయత్నాలు చేశాడు. ఫలించలేదు. ఇంటికొచ్చి తండ్రికి భారం కాలేక, తనను తాను పోషించుకోలేక భవన నిర్మాణ కూలీగా మారాడు. తర్వాత ఓ యాక్సిడెంటులో చనిపోయాడు" అని చెప్పాడు మావయ్య.

"నీకేం రా... అమెరికాలో హాయిగా వున్నావ్... ఇక్కడి బాధలు నీకేం అర్థం అవుతాయి. నా సంగతే చూడు... నేను పని చేసిన నిజాం షుగర్ ఫ్యాక్టరీని ప్రభుత్వం ప్రైవేటుపరం చేసింది. పదిహేను ఏళ్ళుగా అక్కడ పని చేసిన నేను తప్పనిసరై స్వచ్ఛంద పదవీ విరమణ చేయాల్సి వచ్చింది. ఇప్పుడా కొత్త కంపెనీకి మేం అవసరమే. కానీ మా సీనియారిటీని, ఎక్స్‌పీరియన్స్‌ని దృష్టిలో పెట్టుకోదంట. కొత్తగా మేం రెండు వేల రూపాయలతో జీతం మొదలు పెట్టాలంట. ఎదిగొచ్చిన పిల్లలు, పెరిగిన ఖర్చులు.. ఇక్కడ ఉండి వ్యవసాయం చేద్దామంటే.... అదీ అంతంత మాత్రం... చిన్న రైతులు తట్టుకోలేకపోతున్నారు. మీ బాబాయి లాంటి పెద్ద రైతులే చితికిపోయి, జీవితాలు అస్తవ్యస్తం అవడం. ఈ మధ్య కాలంలో మన చుట్టు పక్కల పది మందిపైనే ఆత్మహత్యలకు పాల్పడ్డారు. చేద్దామంటే పని దొరక్క, తింటానికి తిండిలేక, అప్పు ఇచ్చే నాధుడు లేక ఆకలి చావులూ రోజురోజుకీ పెరిగిపోతున్నాయి. గతంలో అరెకరం, ఎకరం, రెండెకరాలో, మూడెకరాలో ఉన్న చిన్న, సన్నకారు రైతులు ఎక్కువగా

వుండేవారు. ఇప్పుడు ఎవరూ కన్పించడం లేదు. ప్రకృతి కన్నెర్ర చేయడంతో పాటు పాలకుల విధానాలూ ఇందుకు కారణమే. భూమి కూడా కొందరి చేతుల్లో కేంద్రీకృతమైపోతోంది. అయినా మన ప్రభుత్వాలకు చీమకుట్టినట్లయినా లేదు. ఎన్నికల సభల కోసం, ఓటరును ఆకర్షించడం కోసం, ఎన్నికల్లో సారా ఏరులై పారించడం కోసం కోట్లాది రూపాయలు విచ్చలవిడిగా ఖర్చు చేసేస్తారు. కానీ ప్రజా సమస్యలపై స్పందించరు స్వార్థం... అంతా స్వార్థం" ఆవేశంగా, ఆవేదనగా అన్నాడు మావయ్య.

ఉన్నది కొద్ది ఇళ్ళే అయినా పిల్లా పాపలతో ఎంతో సందడిగా ఉండే ఊరు ఇప్పుడు వల్లకాడులా నిశ్శబ్దంగా... హృదయాంతరాళాల్లో పేరుకుపోయిన బాధను అలాగే సమాధి చేసేస్తూ...

ఇన్నాళ్ళూ... తాను భ్రమల్లో ఉన్నాడన్నమాట. మన ముఖ్యమంత్రి, ఇతర మంత్రులు అమెరికా వచ్చినప్పుడు చెప్పే మాటలు విని కంప్యూటర్ రంగంలో ఎదుగుతున్న ఆంధ్రదేశాన్ని గురించి తెలుసుకొని భారత్ వెలిగిపోతోందనుకున్నాను. హైదరాబాద్‌లో దిగగానే కన్పించిన నున్నగా నిగనిగలాడే రోడ్లు, ఫ్లైఓవర్లూ, వాటిపై సాగిపోయే ఖరీదైన కార్లూ, ఐమాక్స్ థియేటర్, స్నోవరల్డ్... ఎన్టీఆర్ ఘాట్... ఓహ్ హైదరాబాద్ చాలా చాలా అభివృద్ధి చెందిందని ఆనందపడిపోయాను. హైదరాబాదీల వేషభాషల్లో మార్పు... పిజ్జాలు... బర్గర్‌లు... పబ్‌లు... డిస్కోథెక్‌లు... ఎంతమార్పు... ఎంత అభివృద్ధి... మనమూ ఇప్పుడు పాశ్చాత్య దేశాల్తో పోటీ పడ్తూ... అని ఎంత గర్వపడ్డాను... నిజంగా అది అంతా అభివృద్ధేనా...?

బుక్కెడు మెతుకుల కోసం... బతుకు బండి లాగలేక నిరాశకు లోనై జీవితాన్ని చాలించుకునే పేదలు... నిన్నటి చిన్న, సన్నకారు రైతులు ప్రకృతి వైపరీత్యాలకు, పేట్రేగిపోతున్న స్వార్థ శక్తులకు తోడు ప్రభుత్వ నిరాదరణ తోడై రోజురోజుకు దుర్భరంగా మారిపోతున్న పరిస్థితులు... పుట్టెడు బాధను కనురెప్పల మాటున దాచుకునే నిర్భాగ్యులు... పెరిగిపోతున్న నా దేశం వెలిగిపోతోందా..? నా భారత్ వెలిగి పోతోందా...?

*– 'ప్రజాశక్తి' దినపత్రిక ఆదివారం సంచిక, **4** ఏప్రిల్, **2004***

www.ingramcontent.com/pod-product-compliance
Lightning Source LLC
LaVergne TN
LVHW091957210825
819277LV00035B/355